"संक्रांत सानु यांचे

विश्लेषणातून दर्शविते की, इंग्रजी

करते, यामुळे सर्जनशीलता गुदम[illegible]

कारण आहे. असे शिक्षण जे इंग्रजांनी भारतावर राज्य करण्यासाठी बनविले आणि त्यामुळे एका इंग्रजी वर्गीकृत श्रेणीचा जन्म झाला. ज्यामुळे सामान्य जनता उपेक्षित झाली. हा वसाहतवादाचा एक असा अंश आहे ज्यामुळे भारतीय परंपरा आणि सांस्कृतिक ज्ञान सुद्धा समाजण्या पलिकडचे झाले आणि त्यांचे मोल कमी केले गेले. यामुळे, इंग्रज निघून गेलेच्या ७० वर्षानंतरही, भारतीयांच्या मनात आज ही एक हीनतेचा भाव उत्पन्न होतो.

राजीव सांगल
संचालक आणि प्राध्यापक संगणक विज्ञान
आई.आई.टी. (BHU), वाराणसी

"मला प्रसन्नता वाटते की संक्रांत सानु सारखे काही ज्ञानी चिंतक लोक आहेत जे धाडसाने हे तथ्य उजागर करत आहेत की मातृभाषेमधील शिक्षण मुले यांनी युवा दोघांच्याही आर्थिक आणि बौद्धिक विकासासाठी अनिवार्य आहे. महत्वाचा पैलू म्हणजे तेलगु काव्यामधील छंद क्रमिकेचा हा शोध होता. तेलगुमध्ये हा भाव संस्कृत मधून आला आणि याबरोबर संगणक शास्त्रातील अनेक पैलू जसे की द्विआधारी नोटेशन, त्रुटि संकेतकांचा उपयोग आणि इथपर्यंत की, बहुतेक पहिल्यांदाच, दी ब्रूयन शृंखला सारख्या बीजगणितीय संरचनांची तपासणी केली गेली. असे वाटते की, आजच्या शिक्षण प्रणालीने याला वर्तमान अभासक्रमातून बाहेर काढून टाकले आहे. ज्यामुळे भारतीय बुद्धिमत्तेला आणखीनच जर्जर केले गेले, अशा वेळी राजनैतिक व्यवस्था भाषासंबंधी विषयाबरोबर फुटबॉल खेळत राहीली आहे. भविष्यातील पिढयांकरिता आशा करतो की, आपला समाज संस्थान संक्रांत ने गांडलेल्या मुद्दयांकडे काळजीपूर्वक लक्ष देईल."

के. गोपीनाथ
प्राध्यापक, संगणक विज्ञान आणि स्वयंचालन
आई.आई.एफ.टी., बेंगलुरू

"कोणताही देश विदेशी भाषेत स्वतःला शिक्षित करून ज्ञान—विज्ञानाच्या महत्तम उंचीपर्यंत पोहोचला नाही. इंग्रजीला धरून ठेवल्यामुळे आपण खूप मोठ्या कालावधीपर्यंत भारतीय भाषा आणि भारतीय भाषांचे माध्यम यांची उपेक्षा करत आहोत. भारतीय भाषांमधील आयोजित शिक्षणामध्ये मोठ्या प्रमाणात नाविण्याची आणि प्रयत्नांची आवश्यकता आहे. आपल्या शिक्षण व्यवस्थेतील नीती रचनाकारांसाठी संक्रांतचे पुस्तक एक जागृतिचा शंखनाद आहे. "

श्रीनिवास चक्रवर्थी
'भारती' लिपीचे शोधक
प्राध्यापक, संगणकीय तंत्रिका विज्ञान
भारतीय तंत्रज्ञान संस्थान, मद्रास

"एक खात्रीदायक युक्तिवाद जो दर्शवितो की, मातृभाषेतील शिक्षणाकडे दुर्लक्ष केल्यामुळे भारताच्या वाढ आणि विकासामध्ये कसा अडथळा निर्माण झाला आहे. आणि स्वातंत्र्याच्या 70 वर्षानंतर आपणास गुलामगिरीत ठेवले आहे. हे पुस्तक या निराशाजनक परिस्थितीतून बाहेर पडण्यासाठी उत्कृष्ट कल्पना प्रदान करते. अवश्य वाचा."

प्रशांत शर्मा
वरिष्ठ सल्लागार, विश्व बँक

"'इंग्रजी माध्यमाचे भ्रमजाळ' च्या लेखकाचा प्रयत्न अचूक आहे. जे भ्रम पसरवले जात आहेत त्या सर्वांना उत्तर देण्याचा प्रयत्न केला आहे. मातृभाषा खूप महत्वपूर्ण असते. कोट्यावधी विद्यार्थ्यांच्या समस्यांना एका व्यक्तीने समजून घेतले.... कोट्यावधी अशी मुले आहेत जी गोंधळलेली आहेत. त्यांना आणखी काही नको, फक्त गोंधळातून बाहेर पडायचे आहे, समस्येशी उकल हवी आहे, दिशाबोध हवा आहे. "

जैन आचार्य श्री विद्यासागरजी

"भाषेच्या समस्येमुळे ज्यांची कुचंबना झाली आहे असे अनेक तरूण माझ्या समक्ष येतात. आपल्या तरुणांना त्यांच्या वास्तविक क्षमतेची जाणीव करून देण्यासाठी, भारतासाठी एक महत्वपूर्ण पुस्तक आहे."

नोमेश बोलिया
सहयोगी प्राध्यापक, यांत्रिक अभियांत्रिक
आई.आई.टी., दिल्ली

इंग्रजी माध्यमाचे वर्तन, ज्याने आज भारतीयांना मंत्रमुग्ध करून ठेवले आहे, जितके शक्य असेल तितके लवकर याला तोडण्याची आवश्यकता आहे. संक्रांत सानू, चे हे पुस्तक तर्क आणि तथ्यांच्या आधारावर समर्थित आहे आणि या असुविधाजनक सत्याबद्दल चर्चा सुरू करण्याचा एक धाडसी प्रयत्न आहे– एक असे सत्य ज्याकडे आपण आतापर्यंत कानाडोळा करत आहोत.

अनुराग त्रिपाठी
सहायक प्राध्यापक, रासायानिक अभियांत्रिकी
आई.आई.टी., कानपूर

द्वितीय संस्करण

इंग्रजी माध्यमाचे भ्रमजाळ

भारताच्या विकासासाठी भाषा नीती

मूळ लेखक

संक्रान्त सानु

मराठी अनुवाद

प्रतिभास्थली सदस्या

ISBN-13: 978-1-942426-16-5

आवृत्ती : द्वितीय

कीमत : 100/-

मुखपृष्ठ चित्रण
राकेश चौधरी

प्रकाशक
गरुड प्रकाशन प्राइवेट लिमिटेड
गुरुग्राम, भारत
www.garudaprakashan.com, www.garudabooks.com

प्राप्ती स्थळ

प्रतिभास्थली ज्ञानोदय विद्यापीठ
जबलपुर (मध्यप्रदेश) मो. 9685322388

प्रतिभास्थली ज्ञानोदय विद्यापीठ
रामटेक (महाराष्ट्र) मो. 9405707781

garudabooks.com
whatsapp : +91 7565-800227

खंदोदरागावातील मुलांसाठी,
ज्यांनी माझे डोळे उघडले.

आणि भारताच्या तरूणांना
त्यांच्या यशासाठी.

प्रतिभास्थलीच्या लेखणीतून...

वर्तमान नित्यनूतन तांत्रिक अविष्कार आणि वैश्विकरणाच्या युगामध्ये इंग्रजी भाषेची अनिवार्यता आपल्या देशाला जाणवत आहे. याच आधारावर भाषा नीती, शिक्षण व्यवस्था आणि शिक्षणाचे माध्यम निर्धारित केले जात आहे. भारतीय भाषांना दुर्लक्षित करुन इंग्रजी भाषेला शिक्षणाचे माध्यम बनविणे कितपत योग्य आहे, हितकारी आहे? विकासामध्ये सहयोगी आहे काय बाधक आहे? असे अनेक विचारणीय प्रश्न आहेत ज्यावर चिंतन होणे गरजेचे आहे. इंग्रजी भाषेच्या मोहामध्ये आापण काही गैरसमज निर्माण केले आणि त्यांनाच खरे मानून आपण पुढे जात आहोत. 72 वर्षाच्या स्वातंत्र्यानंतरसुद्धा आपण भारतीय भाषांच्या उपयाोगितेला समजू नाही शकलो. 'इंग्रजीच्या ज्ञानाशिवाय आर्थिक विकास शक्य नाही, भारतीय भाषा तांत्रिक ज्ञानाच्या देवाण–घेवाण असमर्थ आहेत, असमृद्ध आहेत. इंग्रजीशिवाय वैश्विक बाजारामध्ये ताळमेळ बसू शकत नाही'. अशा अनेक भ्रमजाळांमध्ये फसलेल्या भारतीयांसाठी हे पुस्तक एक समाधान आहे.

या पुस्तकात लेखकाने आपले अनुभव, अन्य देशातील भाषांची प्रायोगिक उदाहरणे प्रस्तुत केली आहेत. ज्यामधून हे स्पष्ट होते की शिक्षणाचे माध्यम कोणतीही विदेशी भाषा नाही तर देशी भाषाच असायला हवी. याचबरोबर लेखकाने तिसऱ्या भागात काही नीतीगत सल्ले दिले आहेत. ज्यामुळे भारतीय भाषांच्या माध्यमातून शिकणे आणि शिकविणे अजून सुलभ आणि उपयोगी बनविले जाऊ शकते. लेखकाने राष्ट्रीय उच्च शिक्षण संस्थान आय. आय. टी. मधून शिक्षण घेतले, वीसपेक्षा जास्त देशांमध्ये भ्रमण केले, मायाक्रोसॉफ्ट सारख्या बहुराष्ट्रीय कंपनीमध्ये अनुभव प्राप्त केल्यानंतर आपल्या अनुभवांना या पुस्तकातमध्ये निष्पक्ष होऊन प्रस्तुत केले आहे. त्यामुळे हे पुस्तक वाचनीय आणि अद्वितीय आहे.

राष्ट्रीय हितचिंतक आचार्यश्रीजी विद्यासागर महामुनिराजांचे ही हेच म्हणणे आहे की जर भाषा सुरक्षित राहिली तरच देशाची संस्कृती आणि संस्कार सुरक्षित राहतील. भारताचे भारतीयत्व सुरक्षित राहिल. म्हणून त्यांच्याच प्रेरणेने या पुस्तकाचा इतर भारतीय भाषांमध्ये अनुवाद केला गेला आहे. अनुवादामध्ये मूळ इंग्रजीच्या भावांना सुरक्षित ठेवण्याचा प्रयत्न केला गेला आहे. जास्तीत जास्त लोकांपर्यंत इंग्रजीच्या भ्रमजाळाचे सत्य पोहचविणे आणि त्यांना इंग्रजीच्या मोहातून बाहेर काढणे हेच या पुस्तकाचे ध्येय आहे, मोल आहे.

प्रसिद्ध कवी, कथालेखक आणि समीक्षक श्री सुरेश धनगर (वैदकर), हेमलता कासलीवाल यांनी आपला बहुमूल्य वेळ देऊन या पुस्तकाची समीक्षा केली आहे. त्याबद्दल त्यांचे मनःपूर्वक आभार. तसेच प्रत्यक्ष–अप्रत्यक्षपणे या पुस्तकाच्या अनुवादामध्ये ज्यांचे सहाय्य लाभले त्यांचेही हृदयपूर्वक आभार.

प्राक्कथन

अर्धशताब्दीपेक्षाही अधिक काळापर्यंत मनोवैज्ञानिकांनी आणि शिक्षाविदांनी असे मानले आहे की कोणत्याही विषयाची समज, वास्तविक स्थिती आणि त्याच्या भाषाई रुपांतरणामधील सामंजस्यावर अवलंबून असते. कोणत्याही वाक्याला समजण्याशी तात्पर्य हे असते की तुम्हाला त्याचा भावार्थ समजला आहे. याचा अर्थ हा झाला की, आपल्या स्मृतीपटलावर या माहितीने आकार घेतल्यावर आपल्याला आपल्या चहुबाजूच्या जगाचा बोध होतो, आणि या प्रक्रियेमध्ये भाषा फक्त एक वाहन किंवा रुपांतरणाचे कार्य करते. ज्यामुळे अर्थ समजून घेण्यामध्ये मदत मिळते. विशेषज्ञांचा दावा आहे की 'मनाच्या सिद्धांताचा' हाच आधार आहे–भिन्न व परस्पर जुळलेल्या सूचनांच्या समूहाचे अशाप्रकारे संयोजन करणे की ते आपल्याला समजेल.

खरंतर शालेय शिक्षणांतर्गत कोणत्याही विषयाला समजण्यासाठी त्याच्या संकल्पनेला ग्रहण करणे महत्वपूर्ण आहे. या संदर्भात बहुतांश शिक्षण मौखिक आणि शैक्षणिक आदानप्रदानाच्या वेगवेगळया पध्दतींवर आधारित राहते, ज्यामध्ये सांकेतिक आणि प्रतिनिधित्व परख शिक्षणासाठी भाषेची भूमिका उपयुक्त असते. शालेय शिक्षण आणि विशेष करुन उच्चशिक्षणातील जटील ज्ञानासंबंधी कार्यासाठी भाषा किंवा ज्ञानाचे सांकेतिक प्रतिनिधित्व याचा केंद्रबिंदू असतो. म्हणून शिक्षणाच्या क्षेत्रामध्ये भाषेची भूमिका महत्वपूर्ण आहे.

काही एक वर्षांपर्यंत अशा प्रकारचे दावे, की भाषा मेंदूच्या डाव्या अर्ध गोलार्धावर प्रभूत्व गाजविणारी प्रक्रिया आहे, आता एका वितरीत प्रसंस्करण क्षमतेच्या पक्षामध्ये खंडित झाले आहेत. तंत्रिका विज्ञान (न्यूरो सायन्स) कडून नुकत्याच प्राप्त झालेल्या पुराव्यानुसार आपल्या प्रथम भाषेमध्ये (जी अधिकांशतः मातृभाषाच असते) अर्जित व्याकरण संबंधी ज्ञान विशिष्ट तंत्रप्रणालीच्या माध्यमातून वितरीत झाल्यामुळे अधिक सजग असते. विभिन्न फंक्शनल मॅग्नेटिक रेसोनन्स इमेजिंग (एफ एम आर आय) अध्ययनाने ही गोष्ट पुष्ट झाली आहे की मातृभाषेद्वारे प्राप्त झालेली समज किंवा विचार अधिक स्थायी आणि स्पष्ट असते. शिक्षणाच्या परिस्थितीजन्य आणि त्यामध्ये गर्भित जटीलता (शिकविणे आणि शिकणे या संदर्भातील भौतिक वातावरणातील वेगवेगळया शक्तींमधील संबंधांचे अध्ययन) यामुळे त्याच्या संदर्भाची समीक्षा आवश्यक होते, जी त्याची केंद्रीय गरज

असते. प्रासंगिक शिक्षणाच्या महत्वाकडे आपण कानाडोळा करु शकत नाही. म्हणून मातृभाषेचे, ज्यामध्ये आपण जास्तीत जास्त कुशल, सजग किंवा प्रवीण होतो– महत्व स्वाभाविक आहे. भाषेचे शिक्षार्थी आपल्या बहुतेक ज्ञान प्रणालीला आपल्या मातृभाषेतूनच आणतात म्हणून त्याचा पूर्ण वापर व्हायला हवा जेणेकरुन वैचारिक समजूतीवर पूर्ण अधिकार प्राप्त होईल. त्यांना जे येते आणि त्यांना जे समजून घ्यायचे आहे– यामधील अंतराला मातृभाषेच्या माध्यमातून शिक्षण देण्यावर जोर दिल्याने कमी केले जाऊ शकते. जास्तीत जास्त विकसित देशांनी शिक्षणाच्या माध्यमाच्या रूपामध्ये आपल्या मातृभाषेचा यशस्वीरित्या उपयोग करून या विचाराचा खूप फायदा घेतला आहे. अशा देशांमध्ये जपान, जर्मनी, कोरिया आणि रशिया यांसारखे देश प्रमुख आहेत. म्हणून सुरवातीपासूनच या गोष्टीच्या समाधानसाठी मातृभाषेमध्ये तयार अभ्यासक्रम आपल्यासमोर चांगल्या निर्देश प्रक्रियेचा आदर्श प्रस्तुत करतो.

शाळेच्या वर्गामध्ये सामग्री, शिक्षक, विद्‌यार्थी यादृष्टीने त्रिस्तरीय निर्देशात्मक प्रक्रियेमध्ये उणिवा असतात. 1980 च्या दशकाच्या उत्तरार्धामध्ये हे प्रचलन होते की भाषाई प्रावीण्यला, शैक्षणिक आणि ज्ञानात्मक विकासाशी एकत्र जोडून पाहिले जात होते. विशेषज्ञांच्यानुसार सामाजिक वार्तालाप आणि भाषेला संस्कारित करण्यासाठी परस्पर संवाद कौशल्य आणि ज्ञानात्मक शैक्षणिक प्रयत्न आवश्यक आहे. ज्यामुळे शैक्षणिक जीवनाच्या अपेक्षांना पूर्ण केले जाऊ शकेल.

मातृभाषा/प्रथम भाषेमध्ये सूचनेशी संबंधित प्रश्नांचे उत्पन्न होणे आणि त्यांचे मानवाच्या मेंदूमध्ये प्रकट होणे याचा संगणक विज्ञानातील वितरीत तर्कशीलता (डीस्ट्रीब्युटेड लॉजिक) या बरोबर मुलभूत संबंध आहे. जो कि आजकाल संगणक शास्त्रामध्ये स्वर्णीम सिद्धांत मानला जातो. अभियंता (इंजिनीअर), संगणक वैज्ञानिक किंवा कृत्रिम बौद्धिक शोधकर्त्याच्या रूपामध्ये आपण एक प्रणाली बनवितो तेव्हा हे सर्व आपली अंतिम सीमा अर्थात मेंदूच्या परीक्षेवर आधारित असते. कोणत्याही संकल्पनेला समजण्यासाठी आपली मातृभाषाा कशी मदत करते व पुन्हा हे ज्ञान एका विद्‌यार्थ्याला मूळ विषय समजण्यामध्ये कशा प्रकारे सहायक होते हा एक महत्वपूर्ण प्रश्न आहे ज्यावर आपल्याला सखोल विचार करण्याची आवश्यकता आहे. शालेय शिक्षणामध्ये फक्त इंग्रजी शिक्षणाऐवजी मातृभाषेवर लक्ष केंद्रित करणे, वास्तविक रुपात मातृभाषेला निर्देशनाचे माध्यम म्हणून स्वीकारणे, आपल्या दृष्टीकोनातील अशा प्रकारचे बदल निर्देशनात्मक सहजता आणि तार्किक समर्थनाच्या दृष्टीने विशेष महत्वाचे आहेत.

'भाषाई रंगभेद' आणि इंग्रजी शिक्षणाप्रती 'नायकत्व' च्या भावामुळे वर्तमानामध्ये उपेक्षित प्रतिभांच्या पोषणासाठी मातृभाषेला महत्व देण्यामध्ये समजूतदारपणा आहे. परंतु हा विषय भारतामध्ये एक कोडे बनला आहे– उच्च शिक्षण आणि विशेष करुन तांत्रिकी शिक्षण इंग्रजीमध्ये होते आणि याच्या समर्थनामध्ये दशकांपापासून एक मजबूत तंत्र भरभराटीस येत आहे. भारतीय भाषाई तंत्र उभे करण्यासाठी जोरदार प्रयत्नांची आवश्यकता असेल. परंतु जसे की म्हटले जाते एका सत्कार्याची सुरवात होते हेच अर्धे कार्य पूर्ण होण्यासमान आहे.

माझा हा दृढविश्वास आहे की, वैज्ञानिक आणि तार्किक आधारावर मुलांना मातृभाषेमध्ये शिक्षण दिले गेले पाहिजे. हेच विभिन्न भाषा व बोली असणाऱ्या भारत देशाच्या भविष्यासाठी हितकर असेल. ''इंग्रजी माध्यमाचे भ्रमजाळ'' या दिशेमध्ये एक अग्रणी भूमिका निभविण्यामध्ये सक्षम होईल.

डॉ. शांतनु घोष
कॅंब्रिज, मॅसेच्यूसेटस्

डॉ. घोष हावर्ड मेडिकल शाळेमध्ये एच.एस.टी. प्राध्यापक आहेत. त्यांच्या शोधकार्याच्या विषयामध्ये मुख्य रूपाने भाषेचा संज्ञानात्मक तंत्रिका विज्ञान, अध्यापन विज्ञान, आणि मशिनी शिक्षण इ. येतात.

अनुक्रम

द्वितीय संस्करणाची भूमिका

मी या पुस्तकाचे पहिले संस्करण खूप उत्सुकतेने पूर्ण केले.

भारतात एक नवीन सरकार आले आणि भारतीयतेच्या पुन्हा उदयाची आशा निर्माण झाली. पुस्तकातील नीतीगत सल्ले भाषेच्या विषयामध्ये परिपूर्ण परिवर्तनाच्या दृष्टिने लिहिले गेले होते.

पुस्तकाचे जनसामान्यामध्ये भव्य स्वागत झाले. मला भारतातील उच्च संस्थानांमध्ये व्याख्यानांसाठी आमंत्रित केले गेले. आय.आय.एस.सी. बंगळूर पासून तर अनेक आय.आय.टी.–कानपूर, दिल्ली, रूड़की, चेन्नई पासून बनारस विश्व विद्यालयापर्यंत. सर्वात मार्मिक कथा त्या विद्यार्थ्यांच्या होत्या जे प्रत्येक व्याख्यानानंतर माझ्याभोवती एकत्रित होत आणि आपल्या व्यथेची गाथा ऐकवत असत. आय.आय.टी. रूडकीतील एका द्वितीय वर्षीय विद्यार्थ्याने धावत येऊन सांगितले कि दोन वर्षामध्ये त्या संस्थेमधील हे पहिले व्याख्यान होते जे त्याला समजले. आय.आय.टी. कानपूरच्या पी.एच.डी.च्या विद्यार्थिनीने हिंदी माध्यमातून इंग्रजी माध्यम परिवर्तनामध्ये आलेल्या घोर अडचणी सांगितल्या, आणि तिला कसे निष्क्रिय व हीन दृष्टीने पाहिले जात होते हे सांगितले. आणखी एका आय.आय.टी. कानपूरच्या विद्यार्थ्याने तेथून काढून टाकल्याची व्यथा ऐकवली, ज्याचे मुख्य कारण 'लादलेली इंग्रजी व्यवस्था' होती.

आणखी काही आवाजही ऐकायला मिळालीत, नकारात्मक आवाज. त्यांच्यासाठी उत्तर सोपे होते. इंग्रजीची अडचण, भारतीय भाषांविषयी भेदभाव दूर करण्याऐवजी सर्वांना अस्खलित इंग्रजी शिकवल्याने, सर्वांना प्राथमिक शिक्षणापासून इंग्रजी माध्यमातून शिकवल्याने, सुटेल. इंग्रजीची ''वैश्विक अनिवार्यता'' या विचाराचा आधार होती. ही एक वेगळी गोष्ट आहे कि, जगातील समृद्ध देश आपल्या मातृभाषेचा वापर करतात आणि त्या भाषा जास्तकरून इंग्रजी नाहीत. ज्यांच्याजवळ इंग्रजी शिकण्याचे कोणतेही साधन नाही, अशा गावातील मुलामुलींवर इंग्रजीचे ओझे लादणे, म्हणजे त्यांच्या भविष्याकडे कानाडोळा करणे आहे. शिक्षणामध्ये एका विदेशी भाषेला माध्यम बनविणे, जी भाषा मुलांना अजिबात येत नाही आणि शिक्षकांनाही थोडीच येते, यापेक्षा अधिक मूर्खपणा काय असेल. संपूर्ण वैज्ञानिक शोध सांगतात की, मुलांचा बौद्धिक विकास मातृभाषेतून सर्वात चांगला होतो. आणि जसे की डॉ. शांतनू घोष यांनी प्राक्कथनामध्ये सुचविले, या सत्याचा मनोवैज्ञानिक व तांत्रिक विज्ञानाशी मौलिक संबंध आहे.

मी भारताच्या सर्वोच्च पदाधिकाऱ्यांना भेटलो, मंत्र्यांना भेटलो, मानव संसाधन मंत्रालयाच्या भाषानीती कमिशनमध्ये आपले वक्तव्य दिले, परंतु सरतेशेवटी सरकारने काहीही बदलले नाही. समजा की, सरकारने सर्व तथ्य सोडून फक्त एक गोष्ट स्विकारली की ''लोकांना'' इंग्रजी हवी आहे. लोकांना इंग्रजी का हवी आहे? सरकारच्या कोणत्या चूकीच्या नीती आणि भेदभावांच्या आधारावर ही परिस्थिती आली आहे, याकडे सरकारने कानाडोळा केला. कमिशनच्या रिपोर्टचे काय झाले काहीही समजलेले नाही.

सरकारच्या बहिरेपणाला सोडून दिले तर जनसामान्यांमध्ये या संबंधी जागरूकता वाढत आहे. हळूहळू लोक समजू लागले आहेत की ज्या मार्गावर आपण चाललो आहोत त्यामुळे ना सांस्कृतिक विकास होईल ना आर्थिक. ही गोष्ट पुन्हा सरकारवरून समाजावर येते, समाज जेव्हा आपल्या मातृभाषेतून शिकण्याचा अधिकार मागेल, जेव्हा तो जागा होईल तेव्हा हे परिवर्तन होईल. इंग्रजीचे भ्रमजाळ, जे सर्व तथ्यांच्या विपरीत इंग्रजीला विकासाशी जोडते, यापासून आपली मुक्ती आवश्यक आहे.

परंतु पुस्तकाशिवाय आपण भारतीय भाषांमध्ये उच्च शिक्षण कसे आणू शकतो? हा प्रश्न उठतो. यामुळे एक नवीन सुरवात झाली गरूड प्रकाशन – जे जागतिक स्तरावर विज्ञानाच्या पुस्तकांना भारतीय भाषांमध्ये आणण्याचा उद्देश ठेवते. हे कोणाही एका व्यक्तीचे काम नाही तर समाजाचे काम आहे. गरुड़ तर वाहन आहे, चला आपण मिळून आपली साधने व क्षमता एकत्र करूया व आपल्या भाषांसाठी एक मंच बनवूया. ज्यामुळे त्या भाषा प्रत्येक क्षेत्रातील उच्चतम ज्ञानाच्या वापरासाठी उपयोगात येऊ शकतील. भारतामध्ये समाजातील सर्व वर्गांच्या लोकांना समर्थ बनविण्यासाठी आणि आपल्या जनसांख्यिकीय लाभांशांचा उपयोग करण्यासाठी हे पहिले पाऊल आहे.

नमस्कार.

sankrant@garudabooks.com
www.garudabooks.com
www.garudaprakashan.com

संक्रान्त सानु

भूमिका

भारतामध्ये केवळ चार टक्के लोकच अस्खलित इंग्रजी बोलतात. मी त्याच इंग्रजी वर्गीकृत श्रेणीचा आहे. जिथे देशी भाषांपेक्षा इंग्रजी लिहिली व बोलली जाते. मी चंदीगढ मध्ये आइरिश मिशनरीज द्वारे संचालित इंग्रजी माध्यमाच्या एका शाळेत शिकलो आहे. मी इथेच लिखित व बोली इंग्रजीवर अधिकार प्राप्त केला. आपल्या इंग्रजी प्रधान सामाजिक व्यवस्थेमध्ये इंग्रजी प्रयोगाद्वारे यांवर माझा अधिकार परिपक्व आणि पुष्ट झाला. प्रश्न उठतो की, मला इंग्रजी मध्ये याप्रकारच प्रावीण्य प्राप्त झाल्यावरही, भारताच्या वर्तमान भाषानीतीच्या परिवर्तनासाठी मी का कटिबद्ध झालो?

या विशेषाधिकारासाठी आव्हान रुपाने माझ्या समोर अनेक प्रश्न होते. सर्वप्रथम हिंदी भाषी कौटुंबिक वातावरणाच्या मुळापासून, इंग्रजी माध्यमाच्या शाळेचा संक्रमण काळ मला चांगल्या प्रकारे स्मरणात आहे. इंग्रजी भाषा विदेशी आणि कठीण होती. मी यासाठी संघर्ष केला. खूप वर्षांपर्यंत इंग्रजी माध्यमाच्या शिक्षणानंतरही मी बोलताना हिंदी आणि इंग्रजी शब्दांची सरमिसळ करत होतो. इंग्रजीमध्ये सहजता आणणे वास्तविक माझ्यासाठी खूप कठीण कार्य होते.

एकदा कानपुरहून, जिथून मी आय.आय.टी. उत्तीर्ण झालो, दिल्लीसाठी बसमध्ये खिड़की जवळ बसलो होतो की, पांढऱ्या धोती सदऱ्यामध्ये एक ग्रामीण माझ्या जवळ येऊन बसला. मी त्याच्यापासून अंतर ठेवत जरा खिड़की जवळ सरकलो. वास्तविक माझ्या मानस पटलावर ग्रामीणांची जी प्रतिमा होती ती म्हणजे मळकटलेले, इंग्रजी न जाणणारे आणि याच आधारावर एक अशिक्षित अशी होती. कॉन्वेंट शाळेतील माझ्या शिक्षणाने माझ्यामध्ये विकृत गर्वाची प्रवृत्ती उत्पन्न केली होती. हा माझ्या या प्रवृत्तीचाच दोष होता, की मी अशाप्रकारे लोकांना खेडवळ मानत होतो आणि त्यांना उपेक्षेच्या दृष्टीने बघत होतो. परंतु प्रवास लांबचा असल्यामुळे मी माझ्या या सहप्रवाश्या बरोबर थोडा खुललो आणि संभाषण सुरु केला. मी बघितलं, की घनश्यामचे (माझा ग्रामीण सहयात्री) कपडे माझ्या टीशर्ट आणि जींस पेक्षा अधिक स्वच्छ होते. त्याच्याबद्दलचा माझा व्यर्थ दुर्भाव समजल्यानंतरच मला हे सत्य दिसून आले. त्याची भाषा सुसंस्कृत होती. चंडीगढमध्ये आपल्या माळयाप्रमाणे त्याच्या भाषेमध्ये मला अवधी उच्चारणाचा प्रभाव दिसला.

आम्ही भाषांशी संबंधित विषयांवर चर्चा सुरु केली. चर्चेमध्ये घनश्यामने महत्वपूर्ण सत्य असलेली गोष्ट सांगितली की आपले वातावरण आपल्या भाषांना

प्रभावित करते. जर तुम्ही लक्ष दिले तर समजेल की भाषा वाहत्या नद्यांचे अनुसरण करतात. जिथे नद्या वेगाने व उसळून वाहतात, तिथल्या भाषेचा आवाज त्याला अनुरुप असतो, पंजाब आणि गंगेचे उद्‌गमस्थान यांचे प्रत्यक्षदर्शी आहेत. परंतु जशी–जशी गंगा बंगालच्या दिशेला वाहत पुढे जाते, तसा हा भाषेचा ध्वनी मृदू, मवाळ आणि गोलाई घेऊन ऐकायला मिळतो.

त्यांचे वक्तव्य मी मंत्रमुग्ध होऊन ऐकत राहिलो. एका दशकानंतर जेव्हा मी अमेरिकेमध्ये व्यावहारिक रुपाने हे अनुभव केले तेव्हा त्याचे तेच शब्द मला वारंवार त्या तथ्याची आठवण करुन देत होते. न्यूयॉर्कचे शाब्दिक वातावरण त्या नगराच्या भाषेमध्ये प्रतिध्वनित होत होते. जेव्हाकी, दक्षिणी टोकाकडे अभिमुख मिसिसिपी नदीच्या मंद–मंद प्रवाहानुसारच तिथली भाषा ऐकली जाऊ शकते.

मला आता हा जाणीव झाला होता की ज्या व्यक्तीला, मी माझ्या इंग्रजी माध्यमातील शिक्षणातून मिळालेल्या संस्कारांच्या वशीभूत होऊन, आपल्या पूर्वग्रहांमुळे अशिक्षित समजून नाकारले होते, वास्तविक तो गहन दृष्टीने संपन्न आणि परिपक्व होता. अशाप्रकारे भारतातील व्यवस्थामूलक दोषांचा मला स्वाभाविक अनुभव झाला.

मला प्रथमतः या गोष्टीचा जाणीव झाला की भारतामध्ये ग्रामीण क्षेत्रात पुरेशी बुद्‌धिमत्ता आहे, ज्याच्या योग्य दोहनाची आवश्यकता आहे. आपल्या याच धारणेच्या पुष्टीसाठी सामान्य ज्ञानाच्या काही प्रश्नांबरोबर मी राजस्थान, उत्तराखंड आणि हरियाणातील गावांच्या प्रवासाला निघालो. सामान्य ज्ञानाचे हे परिक्षण मूलतः तोंडी आणि सांकेतिक होते, जेणेकरुन यासाठी भाषिक कौशल्याचा अभाव अडथळा न बनेल. जेव्हा मी या परीक्षणातून प्राप्त आकड्यांना संयोजित केले, तेव्हा याचे परिणाम आश्चर्य चकित करणारे होते. या परीक्षणातून महत्वपूर्ण सत्य हे प्रकट झाले की, भारतातील गावांमध्ये ना केवळ प्रतिभा आहे, परंतु ग्रामीण मुले भारतीय शहरी मुलांच्या तुलनेत अधिक बुध्दिमान आहेत. हरियाणाच्या एका गावामध्ये मी पाहिले की वर्गातील 30 टक्के मुले, 90 टक्के स्तराच्या वर होती. (साधारणतः 10 टक्के मुले 90 टक्के स्तराच्या वर असतात) तिथे मुख्याध्यापकांना भेटल्यानंतर त्यांनी सांगितले की, मुलांच्या प्रगतीच्या मार्गामध्ये गणितापेक्षा इंग्रजी मोठा अडथळा आहे. त्यांच्यासाठी इंग्रजी असंगत होती जेव्हा की ते गणितामध्ये खूप हुशार आणि चमत्कारिक होते. त्या मुलांसाठी इंग्रजी विवशता व बाध्यता होती. सगळ्याच स्पर्धात्मक परीक्षा इंग्रजीमध्ये होत्या. त्यांना उत्कृष्ट उच्च शिक्षण केवळ इंग्रजीमध्येच उपलब्ध होते, त्यांची आर्थिक दृष्टया प्रगती करण्याची इच्छा

होती, परंतु सामान्य धारणेच्या उलट त्यांच्यामध्ये इंग्रजी शिकण्याच्या इच्छेचा अभाव होता. सरकारी आर्थिक मदतीने चालणाऱ्या बहुतेक उच्च शिक्षण व्यवस्थेमध्ये भारतीय द्वितीय श्रेणीचे नागरिक बनवले जातात. आपल्या याच व्यवस्थेने बौद्धिक विकास आणि आर्थिक प्रगतीच्या मार्गामध्ये अडथळा उत्पन्न केला आहे.

मी इस्राइल पासून दक्षिण कोरिया आणि स्वीडन पासून बार्सिलोनाचा प्रवास केला, आतापर्यंत 20 पेक्षा अधिक देशांचा प्रवास केला आहे. माझ्या समोर सर्वात अधिक आश्चर्यचकित करणारे तथ्य, माझ्या या प्रवासा दरम्यान आले. मी पाहिले की, जगातील सर्वाधिक यशस्वी आणि समृद्ध देशांमध्ये मुलांना विज्ञान, अभियांत्रिकी, चिकित्सा आणि व्यावसायिक शिक्षण त्यांच्या मातृभाषेत दिले जाते. ही राष्ट्रे भारताच्या तुलनेमध्ये अधिक यशस्वी आहेत कारण तेथे त्यांच्या संपूर्ण लोकसंख्येच्या प्रतिभेचा पुरेपूर वापर होतो आणि म्हणूनच प्रतिस्पर्धेने भरलेल्या विश्वामध्ये त्यांनी आपल्या अटींवर आपले स्थान निर्माण केले आहे. दक्षिण कोरिया आणि जपानच्या असंख्य बहुराष्ट्रीय कंपन्या आहेत, ज्या अशा लोकांद्वारे संचालित केल्या जात आहेत, जे इंग्रजीचा वापर करत नाहीत. लोकसंख्येच्या दृष्टिने इस्राइल एक छोटासा देश आहे. परंतु, त्याला उच्च वैज्ञानिक कार्यक्रम हिब्रूमध्ये चालविणे योग्य वाटले. हिब्रू माध्यमाचे तांत्रिक आणि अभियांत्रिकी महाविद्यालय भारताच्या आय.आय.टी. पेक्षा अधिक उन्नत आहे. भारतामध्ये स्वीकृत, इंग्रजी माध्यमाची अपरिहार्यता निश्चित रुपाने दोषपूर्ण आहे.

मी यासंबंधी जेवढा अभ्यास केला आहे, तेवढे हेच अधिक अधिक स्पष्ट होत गेले की, आर्थिक आणि सामाजिक स्तरावर भारताच्या मागासलेपणाचे कारण आपला इंग्रजीचा मोह आहे. या पुस्तकामध्ये जिथे माझे शोधकार्य आणि अनुभव दृगोचर होतात, तिथे नीतीगत अशा शंका ही उठवल्या गेल्या आहेत, ज्या आपल्या देशामध्ये भारतीय भाषांच्या वर्चस्वाला पुन्हा स्थापित करण्यामध्ये आणि प्रगतीच्या आगगाडीला पुन्हा रुळावर आणण्यामध्ये मदतगार होतील.

भाषानीतीबद्दल या विचारामध्ये मुख्य अंतर हे आहे की, यात भारतीय भाषांच्या समर्थनामध्ये आर्थिक प्रणालीच्या विकासावर विशेष भर दिला गेला आहे. यामध्ये सर्वात मुख्य आहे – आर्थिक परिणामांबरोबर भारतीय भाषांच्या संबंधाला पुन्हा प्रस्थापित करणे. प्रचलित भावना ही बनविली गेली आहे की गायन, नृत्य, सिनेमा इत्यादि साठी तर देशी भाषा ठीक आहेत, परंतु, विज्ञान, अभियांत्रिकी, व्यावसायिक शिक्षण इत्यादिसाठी इंग्रजी आवश्यक आहे. प्राच्यविद् वास्तविक याच गोष्टीवर भर देत राहिले आहेत. देशी भाषेच्या वातावरणामध्ये विकसित

बहुतेक भारतीय मुलांना उच्च गुणवत्ता असणारे शिक्षण त्यांच्या स्वतःच्या भाषेमध्ये सहजतेने रुपाने उपलब्ध झाले पाहिजे. समृद्ध, न्यायसंगत भारत या आधारावरच निर्माण होऊ शकतो.

हे पुस्तक इंग्रजी विरोधी नाही. द्वितीय किंवा तृतीय भाषेच्या रुपामध्ये इंग्रजीचे शिक्षण उपयोगी आहे. अनेक देशांमध्ये हीच व्यवस्था आहे. परंतु उच्च शिक्षण, न्यायालय आणि शासनासाठी भारतीय भाषांवर बंदी आणि इंग्रजीला आपली प्रथम भाषा बनविल्यामुळे गैरसोयी समोर येतात. यामध्ये भारतीय भाषांच्या विद्यार्थ्यांना सारख्या संधी उपलब्ध होत नाहीत. परिणामस्वरुप जास्तीत जास्त विद्यार्थ्यांना हताश होऊन इंग्रजी माध्यम स्वीकारावे लागते. जसे की आपण पुढे पाहू. या व्यवस्थेमुळे आपल्या राष्ट्रामध्ये भाषिक पंगु उत्पन्न होत आहेत जे कोणत्याच भाषेमध्ये प्रवीण नाहीत.

तमिळ भाषी लोक हिन्दी भाषा आणि जास्त करून भारतीय इंग्रजी भाषा, स्वाभाविक रुपाने जाणत नाहीत. अशा अपरिचित भाषा शिकण्यासाठी बाध्य करण्याऐवजी प्रत्येक व्यक्तीला त्यांच्या स्वतःच्या भाषेमध्ये विकसित होण्याचे स्वातंत्र्य असले पाहिजे आणि नंतर इतर भाषा शिकल्या जाऊ शकतात.

मी माझे सहयोगी कार्ल, यांचे आभार व्यक्त करु इच्छितो. जरी मी इंग्रजी वर्ग व्यवस्थेवर आपला लेख 2007 मध्ये लिहिला, परंतु मी याला तेव्हा भाषा नीतीच्या रुपामध्ये प्रस्तुत केला नव्हता. 'आर्ट ऑफ लिव्हिंग' च्या एका डी.एस.एन. म्हणजे 'दिव्य समाज निर्माण' कार्यक्रमांतर्गत जेव्हा आपले विचार प्रस्तुत केले तेव्हा कार्ल माझे सहयोगी झाले. त्यांची ऊर्जा आणि उत्साहाने या कार्याला फलीभूत होण्यामध्ये आपले योगदान दिले.

भाग –1, या पुस्तकाचे प्रथम दोन अध्याय माझे मूळ लेख 'द इंग्लिश क्लास सिस्टम' – 'इंग्रजी वर्ग व्यवस्था' चे पुन्हा प्रस्तुतीकरण आहे.

भाग–2, आपल्या भाषा नीतीमध्ये परिवर्तनाच्या निर्णायक आवश्यकतेवर जोर देतो. जर तुम्ही अगोदरच परिवर्तनाच्या बाजूला आहात किंवा याच्याशी सहमत आहात तर तुम्ही नीतीगत अनुशंसेच्या भाग–3 पर्यंत सरळ जाऊ शकता. जर तुम्ही अजूनही शिक्षणासाठी इंग्रजी माध्यमाची अपरिहार्यता किंवा अनिवार्यतेचा विचार ठेवता आणि आर्थिक व सभ्यतामूलक परिवर्तनाच्या आवश्यकते संदर्भात स्पष्ट दृष्टि ठेवत नाही तर तुम्हाला भाग 3 च्या अगोदर भाग–1 आणि भाग–2 वाचण्याचा आग्रह आहे.

संक्रान्त सानु

"जर मी निरंकुश शासक असतो तर आजच विदेशी भाषेमध्ये शिक्षण देणे बंद केले असते. सर्व शिक्षकांवर स्वदेशी भाषा स्वीकारण्याची सक्ती केली असती, जे आढेवेढे घेतील त्यांना रद्दबातल केले असते."

– **महात्मा गांधी**

भाग —1
आर्थिक आणि सांस्कृतिक परिणाम

''माझ्या मते ते लोक मूर्ख आहेत, जे इंग्रजी असताना समाजवादाला कायम ठेवू इच्छितात. ते सुध्दा मूर्ख आहेत,जे असे समजतात की, इंग्रजी असताना लोकशाही येऊ शकते. थोडेसे लोक या इंग्रजीच्या मोहामुळे कोट्यावधी लोकांना धोका देत राहतील.''

– डॉ. राममनोहर लोहिया

1. इंग्रजी माध्यमाचे शिक्षण आणि आर्थिक प्रगती

आज अशी धारणा बनली आहे की भारताच्या वर्तमान आर्थिक प्रगतीमध्ये इंग्रजी भाषेचे विशेष योगदान आहे.आपण इथे विविध देशांची आर्थिक स्थिती आणि शिक्षणाचे माध्यम यांच्या प्राथमिक विश्लेषणातून असे परीक्षण करण्याचा प्रयत्न करुया की, ही धारणा तथ्यांवर आधारित आहे की नाही. आपण विशिष्ट रुपाने इंग्रजी माध्यमाच्या शिक्षणाच्या परिणामाचा अभ्यास करत आहोत, न की इंग्रजीला द्वितीय व तृतीय भाषेच्या रुपात शिकून तिला अभिव्यक्तीचे माध्यम बनवित आहोत. प्राथमिक परिणामापासून असे संकेत मिळतात की आर्थिक प्रगतीचा इंग्रजी माध्यमाच्या शिक्षणाच्या प्रसाराबरोबर कोणताही संबंध नाही. या विषयाचा अधिक सखोल अभ्यास करणे आवश्यक आहे.

भारतामध्ये भाषा नीतीवर चर्चा मुख्य रुपाने दोन विषयांवर केंद्रित राहते. राष्ट्रभाषा किंवा संपर्काची भाषा आणि प्राथमिक व माध्यामिक शिक्षणांसाठी स्वीकारले जाणारे भाषेचे सूत्र. सार्वजनिक राष्ट्रीय भाषेवर होणाऱ्या चर्चा मुख्यत्वे दोन श्रेणींमध्ये विभागलेल्या असतात. एकतर ते जे हिंदीचे समर्थन करतात, दूसरे ते जे इंग्रजीची वकीली करतात. हिंदीला राष्ट्रीय भाषेच्या रुपात स्थापित करणारे पक्षधर याला सांस्कृतिक आणि राष्ट्रीय महत्त्वाबरोबर जोड़तात तर इंग्रजीचे समर्थक प्रगतीवर आधारित आर्थिक संधी आणि इंग्रजीच्या प्रयोगाला वैश्विक अपरिहार्यतेचा तर्क देतात. इंग्रजी स्वीकारणे व तिचा व्यवहार करणे दोन्हींचा पुरेसा शैक्षणिक अभ्यास झाला नाही भारतवर्षामध्ये भले ही जातीवादासंबंधी असंख्य मुद्रित सामग्री उपलब्ध आहे. परंतु, भारतीय शहरांमध्ये इंग्रजी भाषेवर आधारित सामूहिक ध्रुवीकरण आणि इंग्रजी जातीवादाचे कोणतेही विशेष शैक्षणिक अध्ययन मिळत नाही. भारतामध्ये इंग्रजी आधारित ध्रूवीकरणाचा सामाजिक, वैज्ञानिक अध्ययनाचा अभाव आहे. इंग्रजीचे ज्ञान आणि इंग्रजी उच्चारणाच्या आधारावर सामाजिक स्तरावरील वर्ग वर्ग–वर्गीकरणाच्या आणि त्याबरोबर तदनुरुप सामाजिक भेदभाव आश्चर्यचकित करतो.

या व्यतिरिक्त जरी इंग्रजी माध्यमाचे शिक्षण स्थूल रुपाने आर्थिक प्रगतीबरोबर जुळवून बघितले जाते, जेव्हा की भारतामध्ये या संबंधित शोधपरक साहित्याचा मुख्यत्वाने उणीव आहे, जो या तथ्याचे समर्थन करतो. उदाहरणार्थ–भारतामध्ये इंग्रजी माध्यमाच्या शिक्षणाचा प्रसार GDP दराच्या वृद्धीमध्ये सहायक किंवा निरोधक बनू शकला आहे का? असे अनेक अध्ययन झाले

आहेत. ज्यामध्ये शिक्षणाच्या स्तराला विश्वव्यापी प्राथमिक शिक्षण व आर्थिक प्रगतीबरोबर जोडून बघण्याचा प्रयत्न केला आहे. परंतु विशेष रुपाने शिक्षणाचे माध्यम आणि आर्थिक आकडेवारी बरोबर त्याचा संबंध यासंबंधी अध्ययन मुख्यत्वे उपलब्ध नाही.

हा लेख भारतामध्ये इंग्रजी माध्यमाच्या याच दोन्ही पक्षांना आधार बनवून आकलन करवतो. आशा आहे, हा याच प्रश्नांचा अधिक सखोलपणे अभ्यास करण्यामध्ये प्रेरक सिद्ध होईल.

1.1 भाषेचे अर्थशास्त्र

जर इंग्रजी कोणत्याही राष्ट्राची राजभाषा अर्थात सरकारी कामकाजाची भाषा बनते तर त्यामुळे तिथल्या आर्थिक प्रगतीमध्ये मदत किंवा अडथळा उत्पन्न होऊ शकतो का? आर्थिक स्थिती भाषेला कशी प्रभावित करते याचे अध्ययन करण्यासाठी आम्ही वेगवेगळया देशांची स्थूल राष्ट्रीय उत्पन्न ;ळछच्द्ध आणि राजभाषा यांची तुलना केली. यापासून आम्हाला आश्चर्य चकित करणारे परिणाम मिळाले. चला, आपण प्रतिव्यक्ती स्थूल राष्ट्रीय उत्पन्नाच्या (GNP) आधारावर, जगातील काही उच्च आणि निम्न श्रेणीचे देश व त्यांची राजभाषा यांना जोडून अवलोकन करुया.

प्रतिव्यक्ती मापदंडाच्या आधारावर खूप कमी लोकसंख्या असणाऱ्या देशांचे परिणाम अधिक अर्थपूर्ण नसतील असा विचार करुन आम्ही पन्नास लाखांपेक्षा कमी लोकसंख्या असणाऱ्या देशांना या सूचीमध्ये ठेवले नाही. आम्ही प्रतिव्यक्ती स्थूंल राष्ट्रीय उत्पन्नावर आधारित उपलब्ध सूचीमधून प्रथम 20 आणि अंतिम 20 देशांना निवडले.

1.1.1 सर्वाधिक श्रीमंत 20 देश

तक्ता– 1 (प्रति व्यक्ति जी.एन.पी. च्या आधारावर सर्वाधिक श्रीमंत देश)

स्तर	देश	प्रत्येक व्यक्ति जी.एन.पी.	सार्वजनिक भाषा	अधिकृत भाषा
1.	स्विट्जरलँड	79,888	जर्मन / फ्रेंच / इटालियन	जर्मन / फ्रेंच / इटालियन
2.	नॉर्वे	70,868	नॉर्वेजियन	नॉर्वेजियन
3.	संयुक्त राज्य अमेरिका	57,638	इंग्रजी	इंग्रजी

4.	डेन्मार्क	53,579	डेनिश	डेनिश
5.	सिंगापूर	52,962	मलाया / इंग्रजी / चीनी मंदारिन	मलाया / इंग्रजी / चीनी मंदारिन
6.	स्वीडन	51,845	स्वीडिश	स्वीडिश
7.	ऑस्ट्रेलिया	49,755	इंग्रजी	इंग्रजी
8.	नीदरलँड्स	45,638	डच	डच
9.	ऑस्ट्रिया	44,758	जर्मन	जर्मन
10.	फिनलँड	43,433	फिन्निश	फिन्निश
11.	कॅनडा	42,349	इंग्रजी / फ्रेंच	इंग्रजी / फ्रेंच
12.	जर्मनी	42,161	जर्मन	जर्मन
13.	बेल्जियम	41,271	डच / फ्रेंच	डच / फ्रेंच
14.	यूनाइटेड किंग्डम	40,412	इंग्रजी	इंग्रजी
15.	जपान	38,972	जपानी	जपानी
16.	संयुक्त अरब अमीरात	37,622	अरेबी	अरेबी
17	इस्त्राइल	37,181	हिब्रू	हिब्रू
18.	फ्रांस	36,857	फ्रेंच	फ्रेंच
19.	इटली	30,669	इटालियन	इटालियन
20.	कोरिया,गण.	27,539	कोरियन	कोरियन

• केवळ 50 लाखांपेक्षा जास्त लोकसंख्या (आंकडयांचा स्त्रोत : ढोबळ आकडेवारीः विश्व बँक, सी आय ए फॅक्टबुक आणि इतर)

वरील सूचीप्रमाणे बहुसंख्यक लोकांची स्वीकृत प्रथम भाषा ही जनभाषा आहे. इथे सूचीबद्ध भाषांमध्ये पुरेशी विविधता आहे, ज्यामध्ये युरोपीय भाषांचे वर्चस्व आहे. उल्लेखनीय आहे की, सर्व प्रमुख 20 श्रीमंत राष्ट्रांमध्ये सरकारी कामकाजी भाषा (आणि सर्व स्तरांवर शिक्षणाचे माध्यम) स्थानीय जनभाषेपासून भिन्न नाही. स्विट्जरलँड सारख्या राष्ट्रामध्ये भले ही अनेक जनभाषा असतील परंतु तिथेपण

प्रमुख भाषाच प्राथमिक शिक्षणाचे माध्यम आहे. अशाप्रकारे तिथे वंशानुक्रमावर आधारित अशी वर्गव्यवस्था नाही, ज्यामध्ये कोणत्याही वसाहतवादी भाषेला महत्त्व दिले गेले असेल. वरील सर्व देशांमध्ये उच्च शिक्षण जनभाषेमध्ये उपलब्ध आहे.या वीसपैकी केवळ चार देशांमध्ये इंग्रजी आधारित व्यवस्था आहे. बाकीच्या बहुतेक देशामध्ये उच्चतर शिक्षण गैर–इंग्रजी स्थानीय भाषांमध्ये मोठ्या कुशलतेने चालते. प्रमुख वीस देश केवळ युरोपीय भाषांपर्यंतच मर्यादित नाहीत. जपान आणि कोरियामध्ये विज्ञाना सहीत, शिक्षणाच्या माध्यमासाठी इंग्रजी सारख्या कोणत्याही अन्य–जनभाषेला निवडले नाही,तर ते आपल्या स्वकीय स्थानिक भाषेच्या प्रयोगाद्वारे आर्थिक प्रगती पथावर अग्रसर होत आहेत.

स्विट्झरलॅंड आणि इस्राइल दोन्ही ही बहुभाषी राष्ट्रे आहेत पण तिथे भारतासारखी स्थिती नाही. तिथे काही लोकांद्वारे बोलल्या जाणाऱ्या कोणत्याही विदेशी भाषेचे वर्चस्व नाही. इस्राइलकडून भाषेच्या निवडीचा विषय विशेष रुपाने अनुकरणीय आहे. या बाबतीत आपण पुढे सविस्तर चर्चा करु.

चला, आता आपण जगातील 20 अतीगरीब राष्ट्रांच्या तक्त्यावर नजर टाकू.

1.1.2 सर्वाधिक गरीब 20 देश

तक्ता- 2 (प्रति व्यक्ति जी. एन. पी. च्या आधारावर अती गरीब राष्ट्रे)

स्तर	देश	प्रति व्यक्ति जी.एन.पी.	सार्वजनिक भाषा	अधिकृत भाषा
1.	बुरुंडी	286	किरुंदी /स्वाहिली	फ्रेंच/ किरुंदी
2.	मालावी	300	चिचेवा	इंग्रजी/ चिचेवा
3.	नाईजर	364	हौसा, द्जेर्मा	फ्रेंच
4.	मोजंबीक	382	एमखुवा, क्सिचंगाना	पोर्तुगीज
5.	मेडागास्कर	402	मलागासी	फ्रेंच /मलागासी
6.	सोमालिया	434	सोमाली	अरबी/ सोमाली

7.	कांगो,डेन्मार्क गण.	449	लिंगाला / किंग्वाना	फ्रेंच
8.	सियरा लियॉन	505	मेंडे, तेमने, क्रिओ	इंग्रजी
9.	अफगाणिस्तान	562	पश्तो / दरी	पश्तो / दरी
10.	टोगो	578	इवे, मीना, कबिये, दगोंबा	फ्रेंच
11.	यूगांडा	580	गांडा / लुगांडा	इंग्रजी
12.	बुर्किना फासो	250	सूडानीक भाषा	फ्रेंच
13.	गिनी	627	फुला / मलिंकी / सुसु	फ्रेंच
14.	चाड	664	सारा आणि इतर	फ्रेंच / अरबी
15.	रवांडा	703	किन्यारवांडा	इंग्रजी / फ्रेंच / किन्यारवांडा
16.	इथोपिया	707	अम्हारिक / / सोमाली	इंग्रजी / अम्हारिक
17.	नेपाल	729	नेपाली	नेपाली / इंग्रजी
18.	हैती	740	हैतीयन क्रियोल / फ्रेंच	हैतीयनक्रियोल / फ्रेंच
19.	माली	780	बामबारा	फ्रेंच
20.	बेनिन	789	फॉन / योरूबा / फ्रेंच	फ्रेंच

• केवळ 50 लाखांपेक्षा जास्त लोकसंख्या (आंकडयांचा स्त्रोत : ढोबळ आकडेवारीः विश्व बँक, सी आय ए फॅक्टबुक आणि इतर)

या तक्त्यामध्ये पण जास्त करून त्याच युरोपीय भाषा पहायला मिळतात. अंतर निस्संदेह स्पष्ट आहे. या वीस देशांमध्ये अर्ध्याहून अधिक देशांच्या लोंकाद्वारे बोलल्या जाणाऱ्या भाषा राजभाषेच्या रुपामध्ये स्वीकृतच नाहीत. जरी मालावीमध्ये 'चिचेवा' सारखी भाषा सरकारी कामासाठी स्वीकृत आहे.तरीही सरकारी कामकाज आणि उच्च शिक्षणाची भाषा मुख्यत्वे वसाहतवादी भाषा आहे. उदाहरणार्थ, मालावी मध्ये एकूण चार विश्वविद्यालयांमध्ये प्रमुख मालावी विश्वविद्यालय आहे. याच्या

वेबसाइट वर विश्वविद्यालयीन कार्ये व त्यामध्ये प्रवेशाच्या उद्देशाने विद्यार्थ्यांच्या स्तराच्या आकलनासाठी परीक्षेचा उल्लेख आहे. ज्याअंतर्गत विशेष रुपाने इंग्रजी भाषेचे कौशल्य मोजण्याचे प्रावधान आहे. स्वाभाविक आहे की, विश्वविद्यालयाचा स्तर केवळ इंग्रजी भाषेच्या ज्ञानानेच प्रदर्शित केला जाऊ शकतो, जेव्हा की त्या देशाची भाषा चिचेवामध्ये प्राविण्य अप्रासंगिक होऊन जाते. इथपर्यंत की मालावी विश्वविद्यालयाच्या वेबसाइटवर कुठेही चिचेवाचा उल्लेख सुद्धा नाही.

याउलट इस्राइलची स्वभाषा हिब्रू माध्यमातील 'टेक्नीयन' जगातील प्रमुख तांत्रिक संस्थांपैकी एक आहे. त्याच्या वेबसाइटवर स्पष्ट लिहीले आहे की, राष्ट्राची जनभाषा हिब्रू आहे आणि टेक्नीयनमध्ये अभ्यासासाठी भाषीय माध्यमपण हेच आहे. सर्दी किंवा वसंत शिक्षण पाठ्यक्रम सेमेस्टर स्वीकृतबाहेरील विद्यार्थ्यांना अध्ययन सुरू करण्यापूर्वी टेक्नीयन मध्ये 5 आठवडयांच्या सघन भाषा पाठ्यक्रमामध्ये भाग घ्यावा लागेल. टेक्नीयन हिब्रू माध्यमाला दृढतापूर्वक वाढीस लावणारे एक विश्वस्तरीय तांत्रिक संस्थान आहे. परंतु तरीही गरीब देशांनी असा खोटा भ्रम पाळलेला आहे की, इंग्रजी आणि फक्त इंग्रजीच विकासाचा आधार आहे.

गरीब राष्ट्रांच्या या तक्त्यामध्ये जास्त करून देशांमध्ये भारताप्रमाणेच श्रेणीगत वर्ग व्यवस्था आहे, तिथे वसाहतवादी शासकांची भाषा आणि संस्कृतीला स्थानीक भाषांच्या तुलनेत जास्त महत्व प्राप्त आहे.तिथे उच्च शिक्षण, व्यापार, सरकारी आणि न्यायालयीन कार्यवाही बहुसंख्यक लोकांद्वारे बोलल्या जाणाऱ्या भाषेपेक्षा भिन्न मुख्यतः वसाहतवादी भाषेमध्ये संचालित होते. उच्च वर्गातील लोक वसाहतवादी भाषा शाळामध्ये जातात आणि तेथील शब्दावली आणि विचारांनी प्रभावित होऊन तसाच व्यवहार करतात, ज्यामध्ये स्वतःला श्रेष्ठ व स्थानीय भाषिक लोकांना कनीष्ठ दृष्टिने पाहिले जाते.

इथे लक्ष देण्यायोग्य गोष्ट ही आहे की गरीब 20 राष्ट्रांच्या सूचीमध्ये 6 देश असे आहेत जिथे राजकार्य आणि उच्च शिक्षणाची भाषा इंग्रजी आहे, जेव्हा की श्रीमंत राष्ट्रांच्या बाबतीत ही स्थिती केवळ 4 देशांमध्ये आहे.

1.2 आकडेवारी काय सांगते?

आमचे तात्पर्य हे नाही की हे सर्व देश फक्त या भाषीक वर्गीकरणामुळे निर्धन आहेत. सहसम्बद्धता कारणाला प्रमाणित करीत नाही. कारणाला प्रत्यक्ष पाहण्यासाठी आपल्याला अधिक दूरपर्यंत पाहण्याची आवश्यकता नाही. निर्धन 20

देशांपैकी 19 युरोपीय शक्तींद्वारे शोषित वसाहती राहिल्या आहेत आणि विसावं एक संरक्षित राज्य राहिलंआहे. म्हणून निःशंक हा एक महत्त्वपूर्ण घटक किंवा कारण आहे.

भाषीक दासत्वाच्या अध्ययनाच्या परिणाम श्रेणी भेद आणि दूरगामी आर्थिक, सामाजिक परिणाम असताना सुद्धा हा स्पष्टपणे एक महत्वाचा विषय आहे. भाषेवर आधारित श्रेणी भेद, लोकांना अनेक प्रकारांनी ठेच पोहोचवतो –

1. यामुळे स्थानीय संस्कृतीपेक्षा विदेशी संस्कृतीला महत्त्व मिळते. आणि लोकांच्या पायाभूत विश्वासामध्ये आणि स्वाभिमानामध्ये उणीव भासते.
2. यामुळे देशाच्या नीतीपरक आणि बौद्धिक मान्यतांपासून तुटकपणा जन्म घेऊ लागतो. वसाहतवादी विश्वदर्शनाच्या माध्यमापासून या प्रकारचा क्रियाकलाप मुख्यत्वे वसाहतवादी भाषा असलेल्या वातावरणात चालतो.
3. लोकांना वेगळया भाषेमधून उच्च अध्ययनाच्या पुनर्शिक्षणाचा खर्च करावा लागतो. यामुळे स्थानिक भाषेमध्ये शिक्षित लोकांना प्रगतीसाठी एका अदृश्य अडचणीचा सामना करावा लागतो. अशा स्थितीमध्ये वसाहतवादी उच्चवर्ग बाकींपेक्षा सरस राहतो आणि दुसऱ्या लोकांच्या मनामध्ये त्यांच्या अनुकरणाची महत्त्वाकांक्षा बाळगली जाते.

ही अत्यंत दुःखद गोष्ट आहे की, या विषयांवर चिंतन, मनन व विश्लेषण होत नाही. उच्च वर्गामध्ये इंग्रजीला स्वीकारण्याच्या निकडीची भावना बनून राहते. इथपर्यंत की भारतामध्ये आताच्या आर्थिक प्रगतीलासुद्धा इंग्रजी स्वीकारण्याबरोबर जोडले आहे.

1.3 व्यापार आणि व्यावसायिक यशाचा इंग्रजी बरोबर काही संबंध आहे का ?

भारतामध्ये इंग्रजी माध्यमाच्या शिक्षणाला मुख्यत्वे, प्रतिस्पर्धात्मक लाभ आणि आताच्या आर्थिक प्रगतीचा आधार मानले जाते. अशा मताला मुख्यत्वे स्वाभाविक सत्याच्या रुपामध्ये पाहिले जाते. ही धारणा त्या स्तरावर व्याप्त आहे की, वास्तवामध्ये यांच्या प्रामाणिकतेचे परीक्षण आणि विश्लेषणाची निकड अनुभव केली जात नाही. वैश्विक व्यावसायिक सफलता इंग्रजीच्या ज्ञानाबरोबर जोड़ली आहे काय? उत्तर असेल–कदापि नाही. वर दिलेल्या तक्त्यांमधील आकडेवारी आणि त्यांचे विश्लेषण अशा खोट्या धारणांवर प्रश्नचिन्ह लावताना दिसत नाही. तर चला, आम्ही इथे काही विशेष उदाहरणांद्वारे यांचे विश्लेषण करतो

पूर्व अशियातील मुख्य आर्थिक शक्ती जपान, दक्षिण कोरिया, तैवान, सर्व गैर–इंग्रजी भाषी आहेत. या देशांमध्ये वेगवेगळया उच्च शिक्षणाप्रमाणे व्यावसायिक महाविद्यालयांमध्ये पण इंग्रजी नाही तर जपानी, कोरियन आणि चीनी भाषा चालते. तरीही या राष्ट्रांनी, ऑटो–मोबाईल पासून उपभोक्ता इलेक्ट्रॉनिक सर्व क्षेत्रांमध्ये विश्वस्तरीय बहुराष्ट्रीय कंपनी होंडा, टोयोटा, सोनी, सैमसंग आणि अशा अनेक कंपन्या दिल्या आहेत. आशियाच्या प्रमुख एक हजार कंपन्यांमधील 792 या 3 देशांमधून आहेत. त्यांची एकूण विक्री 4.5 ट्रिलियन डॉलर (1ट्रिलियन= 1 लाख कोटी) आहे. या तुलनेमध्ये भारतामध्ये प्रमुख 1000 कंपन्यांपैकी फक्त वीस कंपन्याच आहेत आणि त्याची एकूण विक्री त्याच्या दोन टक्के पण नाही.

अशियाच्या सर्वात मोठ्या कंपनी

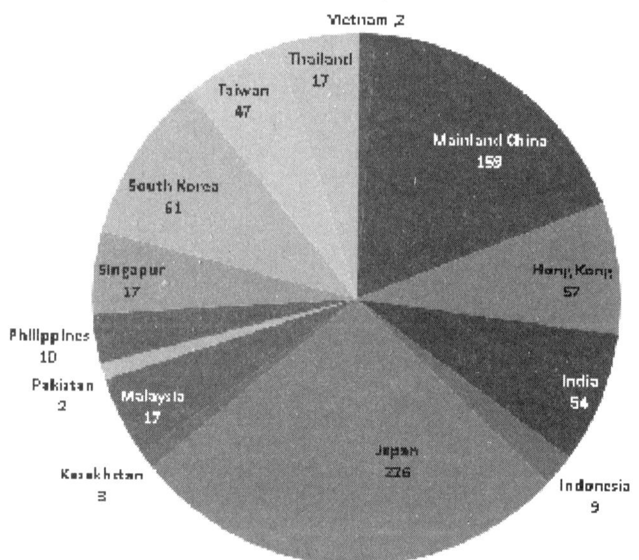

जपान, दक्षिण कोरिया आणि तैवानच्या कोणत्याही गावातील कोणताही मुलगा डॉक्टर, अभियंता (इंजीनियर) किंवा यशस्वी व्यावसायिक बनण्याची इच्छा पूर्ण करुन घेतो, कारण शिक्षण माध्यमाच्या रुपाने बाहेरुन थोपल्या गेलेल्या विदेशी भाषीक अडथळयांचा सामना करावा लागत नाही. फलस्वरुप, यामुळे सर्व राष्ट्राच्या बौद्धिक क्षमतेचे दोहन संभव होऊ शकते. उच्चस्तरीय भाषाभेद वर्गीकरणाने ग्रस्त राष्ट्रांची स्थिती याच्या उलट आहे. भारतामध्ये ग्रामीण शाळांच्या नुकत्याच केल्या गेलेल्या एका सर्वेक्षणांतर्गत आम्ही हरियाणातील एक

गाव, खंदोदरामध्ये गेलो. तिथे बौद्धिक क्षमतेशी संबंधित एका परीक्षणातून लक्षात आले की अंदाजे 33 टक्के विद्यार्थ्यांनी 90 टक्के पेक्षा जास्त गुण मिळविले. तिथे सर्व मुले हिंदी माध्यमातून शिकणारी होती. विद्यालयाच्या मुख्याध्यापकांनी सांगितले की, त्या मुलांना उच्च शिक्षणासाठी अनायास इंग्रजी वातावरणामध्ये होणाऱ्या बदलामुळे त्यांच्या बौद्धिक क्षमतेवर वार होतो, आणि त्यांना संघर्ष करावा लागतो. त्यांनी भाषा या विषयावर बोलताना पुढे म्हटले, 'आम्ही ग्रामीण क्षेत्रात आहोत. जर उच्च शिक्षणामध्येही देशी भाषी माध्यमासाठी सातत्य बनून राहीले तर आमची मुले यशस्वी होऊ शकतात. येथील मुले 8वी तून 10वी पर्यंत जातात तर त्यांच्यामध्ये इंग्रजीमुळे एक न्यनगंडाची भावना येऊ लागते. पुढील उच्च शिक्षणासाठी स्पर्धा परीक्षांमध्ये पण त्यांना माध्यमाच्या रुपामध्ये विदेशी इंग्रजीच्या अडथळ्याचा सामना करावा लागतो'.

ठीक याच प्रमाणे ही धारणा की, भारताच्या सॉफ्टवेअर सफलतेचे कारण इंग्रजी ज्ञान आहे, याचे विश्लेषण करावे लागेल. जर हे सत्य आहे तर इंग्रजी भाषी देशांना सतत याचा फायदा व्हायला हवा होता. विशेष रुपाने केनिया सारखा देश, जो इंग्रजी आधारित वसाहत आणि वर्गभेदाच्या इतिहासाचा भाग राहिला आहे कारण तिथे इंग्रजीमध्ये कार्य करणारी संख्या विशाल आहे. म्हणून त्याने सॉफ्टवेअर क्षेत्रात भारताच्या तुलनेत जास्त सफल असायलाहवे होते. परंतु वस्तुस्थिती यापेक्षा भिन्न आहे. पुन्हा इस्राइल जिथे हिब्रू आणि अरबी माध्यमातून शिक्षणाची व्यवस्था आहे, तो ही या तत्वाच्या खोटेपणाला उजागर करतो, कारण त्याने सॉफ्टवेअर क्षेत्रामध्ये उल्लेखनीय यश मिळवले आहे.

इस्राइलमध्ये 20 व्या शतकादरम्यान जगभरातून लोक येऊन वैभवशाली झाले. हे लोक वेगवेगळया भाषा बोलत होते, तरी इस्राइलने आपली राजकार्याची भाषा म्हणून इंग्रजीला नाही तर हिब्रूला निवडले. हिब्रू एक अशी भाषा होती, जिला तेव्हा मृत अथवा शास्त्रीय भाषा म्हटले जात होते. हिब्रूला आधुनिकतेच्या आधारावर विकसित केले गेले. हे भारतामध्ये वसाहतवाद पसंत इंग्रजीच्या जागेवर संस्कृतला सरकारी व संपर्क भाषेच्या रुपामध्ये निवडण्याप्रमाणे असेल. 'सॉफ्टवेअर अग्रदूत' च्यारुपामध्ये कथित प्रसिद्धी नंतरही भारताने 6.5 बिलियन डॉलरचे एकूण सॉफ्टवेअर निर्यात केले (वर्ष 2001 ची आकडेवारी). भारताचा शंभरावाभाग असलेल्या (वास्तविक दिल्लीच्या अर्ध्या लोकसंख्येपेक्षा ही कमी) इस्राइलने त्या काळामध्ये 2.5 बिलियन डॉलरचे सॉफ्टवेअर निर्यात केले. इथे हे उल्लेखनीय आहे की, जगातील प्रमुख अभियांत्रिकी संस्थान 'टेक्नीयन' हिब्रू

माध्यमाचे संस्थान आहे. जेव्हा मी हायफा, इस्त्राइलमध्ये मायक्रोसॉफ्ट परिसरामध्ये गेलो, तेव्हा मला हे पाहून आश्चर्य वाटले की मायक्रोसॉफ्ट कार्यालयमध्ये परस्पर वार्तालाप आणि संप्रेषणाची भाषा ना केवळ हिब्रू होती तर त्यांना संगणकावर हिब्रूच्या कळ–फलकाचा (की बोर्ड)व्यवहार करताना ही पाहिले गेले.

मायक्रोसॉफ्टच्या सॉफ्टवेअर प्रबंधकाच्या रुपामध्ये मी बौद्धिक प्रतिभांच्या शोधात जगभरातून प्रतिस्पर्ध्यांच्या मुलाखती घेतल्या गेल्या. माझ्याकडून निवडले गेलेले काही लोक तर रशियातून आले आणि त्यांना इंग्रजीच्या ज्ञानासाठी निवडले गेले नव्हते. अधिकांश गोष्टींमध्ये त्यांचे इंग्रजीचे ज्ञान इतके वाईट होते की त्यांच्या मुलाखतीसाठी मला एका रशियन व्याख्याकाराची व्यवस्था करावी लागली. माझ्याकडून निवडले गेलेले ते रशियन अभियंता सर्वश्रेष्ठ सॉफ्टवेअर अभियंत्यांपैकी होते.

भारतामध्ये उच्च शिक्षण इंग्रजीवर केंद्रित असल्यामुळे आपल्या लोकसंख्येचा खूप कमी भाग बौद्धिक रुपाने विकसित होऊ शकतो. हरियाणाच्या खंदोदरातील मेधावी मुले भारतामध्ये तांत्रिक आणि व्यावसायिक शिक्षणाच्या इच्छेने काचेच्या भिंतीला अर्थात एका अशा अदृश्य अडथळ्याला धडकतात, जोत्यांना पुढे जाण्यापासून थांबवतो. भारतामध्ये ही स्थिती इंग्रजीच्या अट्टहासामुळे नाही तर आपल्या दोषपूर्ण सरकारी नीतीमुळे आहे. भारतामध्ये आय.आय.एम. मध्ये प्रवेशासाठी प्रवेश परीक्षा ना केवळ इंग्रजी माध्यमातून होते तर इंग्रजी माध्यमाची तोंडी योग्यता आणि पठनीय क्षमता त्या परीक्षेचे एक महत्त्वपूर्ण अंग असते. भारताचे सर्वोच्च न्यायालय आणि राज्याच्या उच्च न्यायालयामध्ये वकील व न्यायाधीश बनण्यासाठी इंग्रजीचे ज्ञान अनिवार्य आहे. एक वैद्य (डॉक्टर) किंवा अभियंता होण्यासाठी सरकारी अनुदानाने संचालित सर्वश्रेष्ठ संस्था इंग्रजी माध्यमाच्या आहेत. भारताचे अधिकारी वर्ग किंवा नोकरदारांच्या चयन हेतू लोकसेवा परीक्षांमध्ये उत्तीर्ण होण्यासाठी इंग्रजीची अनिवार्यता आहे.

इंग्रजी वर्ग व्यवस्था या प्रकारे न केवळ सामाजिक क्षेत्र तर सरकारी नीती म्हणून ही सुरक्षित आहे. भारतीय भाषा गौण आहेत आणि इंग्रजीचे प्राधान्य आहे हा संदेश स्पष्टपणे मुखरित होतो. तुम्ही कनिष्ठ न्यायालयांमध्ये भारतीय भाषांचा प्रयोग करु शकता, परंतु उच्च न्यायालयांमध्ये इंग्रजीच हवी. तुम्ही भारतीय भाषांमधून परीक्षा देऊन सेनेमध्ये एक सैनिक किंवा जवान बनू शकता, परंतु एक अधिकारी होण्यासाठी परीक्षा इंग्रजीमध्ये द्यावी लागेल.

वसाहतवादी मानसिकता आणि बोध सरकार प्रदत्त भेदभाव भाषाई वर्गभेदामध्ये बदलतो. हीच स्थिती इंग्रजीचे स्वाभाविक वर्चस्व आणि आवश्यकतेला जन्म देते. या विषयावर दिल्या जाणाऱ्या तर्कांना प्रगतीसाठी मागासलेपन व आर्थिक प्रगतीसाठी उग्र राष्ट्रवादाला (किंवा क्षेत्रवाद) प्राथमिकता देण्याच्या अर्थांमध्ये घेतले जाते. जेव्हा की वस्तुस्थिती यापेक्षा वेगळी आहे. जास्त प्रमाणात भारतीयांवर उच्च शिक्षणासाठी इंग्रजी भाषेची अनिवार्यता थोपणे, स्वतःच एक महत्त्वपूर्ण आर्थिक भार आहे. हा खूप मोठ्या संख्येमध्ये भारतीयांच्या बौद्धिक विकासामध्ये अडथळा आहे. यामुळे आर्थिक विकास मंद पडतो आणि निरंतर दौर्बल्य व भेदभावाची सर्वोच्चस्थिती उत्पन्न होते. अशाप्रकारे इंग्रजी एका अशा भाषेच्या रुपामध्ये समोर येते, जी भारताच्या प्रगतीऐवजी मागासलेपणाचे कारण बनलेली दिसते.

1.4 निष्कर्ष

इंग्रजी अवलंबण्याच्या भारतीय भाषांच्या उन्मूलन प्रक्रियेमध्ये इंग्रजीच्या सांस्कृतिक अवमूल्यनाची मुख्यत्वे निंदा होते. तरीही आर्थिक प्रगतीच्या नावावर मुख्यतः इंग्रजीच्या वापराला योग्य ठरविले जाते. मोठ्या प्रमाणावर विदेशी भाषा स्वीकारण्याने होणाऱ्या सांस्कृतिक अवमूल्यनाच्या व्यतिरिक्त इंग्रजी शिक्षणाच्या आर्थिक आधाराच्या तर्कांचाही आपणांस आलोचनात्मक प्रकारे विचार करावा लागेल. इंग्रजीच्या अपरिहार्यतेचा तर्क मुख्यत्वे विकास आणि प्रगतीच्या नावावर दिला जातो. या लेखाच्या द्वितीय भागामध्ये इंग्रजीच्या अनिवार्यतेच्या या तर्कांना आपण भारतीय समाजामध्ये वर्तमान इंग्रजी वर्ग प्रथा आणि आवश्यकतेचा त्यांच्या ऐतिहासिक मूळाबरोबर जोडून पाहू.

''आज देशाची दुर्दशा अशी आहे की, इंग्रजी मुख्य भाषा बनली आहे आणि आमच्या सर्व भाषा गौण झाल्या आहेत. हे बदलायला हवे. जर आपण मानतो की, आपण स्वतंत्र राष्ट्र आहोत तर आपल्याला इंग्रजीच्या जागी स्वभाषा आणयला हवी.''

– गुरू मा.स. गोलवलकर

२. भारतामध्ये इंग्रजी : वसाहतवादी मानसिकता

"आपल्या विद्यालयामध्ये व महाविद्यालयामध्ये केनियाच्या भाषा आपल्याला मागासलेपण, अविकास, न्यूनगंड आणि दंडाचा बोध करवतात. आपल्यापैकी जे त्या विद्यालयीन व्यवस्थेतून गेले, ते या भाषेच्या लोकांबद्दल, संस्कृती आणि मूल्यांबद्दल द्वेष आणि अपमानाची जाणीव बाळगत होते." नगुई व थियोंगो (आफ्रीकी साहित्यामध्ये भाषाई राजनीती, मानसिक वसाहतवादापासून मुक्ती).

इंग्रजी माध्यमाची शाळा व महाविद्यालयांतून शिक्षित भारतीय बुद्धिजीवी आणि उच्च अधिकारी वर्ग, पूर्वी सांगितलेल्या तथ्यांमधील अर्थ पाहण्यास असमर्थ असलेले, मुख्यत्वे याच भ्रमामध्ये राहतात की व्यावसायिक उच्च शिक्षणासाठी इंग्रजीच उपयुक्त आहे आणि म्हणूनच अनिवार्य माध्यम आहे. उपर्युक्त विश्लेषणातून निघालेल्या अकाट्य तथ्यांनंतरही असे मानणे की जपानी, हिब्रू किंवा तुर्की प्रमाणे हिंदी किंवा तमिळ माध्यमातून कोणी योग्य डॉक्टर, अभियंता किंवा व्यावसायिक बनू शकतो, वर्तमान भारतीय मनःस्थितीला स्वीकार न होणे. ही एक विडंबना आहे. इंग्रजीच्या खोट्या श्रेष्ठतेचा भावपण भारतीय समाजामध्ये भेदभाव दर्शवितो. बोल–चालीच्या इंग्रजी उच्चारणाच्या स्तरानुसार समाजामध्ये वर्ग भेदाची स्थिती शोचनीय आहे. कॉन्वेंट शाळेच्या इंग्रजी उच्चारण करणाऱ्या वर्गाला सर्वोच्च स्थानावर ठेवले जाते, जेव्हा की त्यांच्या तुलनेत निजी किंवा सरकारी शाळेमध्ये शिकलेले आणि कमी संशोधित इंग्रजी बोलणाऱ्यांना द्वितीय स्थानांवर ठेवले जाते. इंग्रजी उच्चारणात स्वतःला असहज समजणाऱ्यांना असभ्य किंवा अशिक्षित मानून समाजामध्ये सर्वात खालच्या पायरीवर ढकलून तिरस्कृत केले जाते. नोकरीच्या बाबतीत गैर कॉन्वेंट पृष्ठभूमीच्या महाविद्यालयामधून बाहेर पडलेले स्नातक आपल्या कामामध्ये पूर्णतः कुशल असूनही मुलाखाती दरम्यान माझ्याशी स्वतःविषयी भेदभावाची तक्रार करत राहिले आहेत. यामध्ये कोणतेही आश्चर्य नाही की यामुळेच इंग्रजी आणि कॉन्वेंट शिक्षणाच्या मागणीमध्ये अत्याधिक वाढ झाली. त्याची आपण भाग–1 मध्ये चर्चा केली आहे. इंग्रजी भाषी उच्च शिक्षणाच्या पक्षामध्ये भेदभावपूर्ण सरकारी नीती यामागणीचे मुख्य कारण आहे. अर्थात ही सरकारी नीतीच मुख्य रुपाने या परिस्थितीला जबाबदार आहे.

आम्ही इथे स्पष्ट करु इच्छितो की, आमचा आशय इंग्रजी शिकणे किंवा इंग्रजी चांगल्या प्रकारे बोलण्याला विरोध करणे हा नाही. समस्या तेव्हा होते जेव्हा भाषेचे माध्यम सामान्य जनभाषेला नाकारुन इंग्रजीला केले जाते. समस्या तेव्हा

होते जेव्हा इंग्रजीचे उच्चारण मात्र वर्गभेदाला इंगित करु लागते, किंवा जेव्हा व्यावसायिक उच्च शिक्षणाबरोबर नोकरीमध्ये जनभाषांच्या विरुद्ध भेदभावाची प्रवृत्ती पहायला मिळते. एक जपानी इंग्रजीला द्वितीय किंवा तृतीय भाषेच्या रुपामध्ये शिकण्यासाठी उद्यत होतो,तर तो याला उत्सुकतावश अमेरिकी मोहाच्या पूर्तीबरोबर व्यापार किंवा यात्रेच्या उद्देशाने करतो. परंतु ही इंग्रजी, जपानी समाजामध्ये वार्तालापामुळे सामाजिक श्रेणी भेदाचे कारण बनत नाही. उच्च आणि व्यावसायिक शिक्षणासाठी जपानी लोक स्वतःला इंग्रजी माध्यमामध्ये परिवर्तित करीत नाहीत.

2.1 तानाशहीचे मुखवटे:

ऐतिहासिकदृष्ट्या, भारताकडे अतिशय आधुनिक शिक्षण प्रणाली आणि रचित आणि तोंडी साहित्य भारतीय भाषांमध्ये होते. श्री धर्मपालद्वारा त्यांचे पुस्तक 'द ब्यूटीफूल ट्री' मध्ये प्रारंभिक ब्रिटिश काळ किंवा त्यापूर्वीच्या काळाचे चित्रण खूप श्रमाने संग्रहित केले गेले आहे. या पुस्तकामुळे भारतामध्ये प्राथमिक, माध्यमिक आणि उच्च शिक्षणाची व्यापक व्यवस्था समजते. उदाहरण स्वरुप मद्रासासाठी उपलब्ध प्रारंभिक ब्रिटिश रेकार्डच्या विस्तृत परीक्षणानुसार, धर्मपाल (1995:20) या निष्कर्षावर पोहोचतात की, ''मद्रास प्रेसीडेंसी जिल्ह्यामध्ये 1822–25 काळाच्या जर्जर अवस्थेमध्ये पण शाळांची उपस्थिती 1800 मध्ये इंग्लडच्या विविध शाळांच्या एकूण संख्येपेक्षा जास्त होती. भारतीय शाळेची स्थिती इंग्लंडपेक्षा अधिक स्वाभाविक आणि कमी अस्वच्छ होती. भारतीय शाळेमध्ये शिक्षक जास्त समर्पित आणि सौम्य होते.'' महाविद्यालयांमध्ये क्षेत्रीय भाषांबरोबर संस्कृत आणि फारसी भाषा चालत होत्या. उच्च शिक्षणामध्ये आयुर्विज्ञान (मेडीकल सायन्स), कालग्रह गणना, ज्योतिष विद्या आणि विधीचे (लॉ) विषय ही समाविष्ट होते.

प्रश्न उठतो की, आपण शैक्षणिक मागासलेपण आणि उच्च व्यावसायिक शिक्षणासाठी भारतीय भाषांच्या अप्रासांगिकतेच्या स्थितीमध्ये कसे पोहोचलो? कोलंबिया विश्वविद्यालयातील गौरी विश्वनाथांनी आपले पुस्तक 'विजय के मुखवटे', मध्ये भारतात इंग्रजी भाषा आणि साहित्याच्या स्थापनेवर आपल्या अध्ययनाची अभिव्यक्ती केली आहे. भारतामध्ये इंग्रजी भाषी उच्च वर्गाच्या स्थापनेसाठी त्रिपक्षीय नीती स्वीकारली गेली–

1. स्थानीय शिक्षणाचा विनाश आणि त्याची आलोचना व निंदा करणे.

2. सरकारी उच्च वर्गाचा भाग बनण्यासाठी इंग्रजीची आवश्यकता.
3. केवळ इंग्रजीची स्थापना अर्थात स्थानीय भाषी विद्यालयांमध्ये स्वकीय पठन–पाठन बंद करुन इंग्रजी माध्यमाच्या शाळांची स्थापना.

'भाषा आणि साहित्य कोणत्याही राष्ट्राच्या संस्कृतीचे मुख्य वाहन असतात.' कोणत्याही राष्ट्राला त्याच्या भाषा आणि साहित्यापासून विमुख करुन वसाहतवादी आक्रमणाने स्थानीक अनुभवाच्या विरुद्ध अज्ञान आणि अपभानाला प्रोत्साहन मिळते. याबरोबर स्थानीक पातळीवर इंग्रजी साहित्याच्या माध्यमातून एका आदर्श इंग्रजीच्या छबीला स्थापित केले गेले. यामुळे स्थानीय गोऱ्या साहेबांच्या एका वर्गाची उत्पत्ती झाली. जे आपल्या सांस्कृतिक मूल्यांपेक्षा इंग्रजी ज्ञान आणि मूल्यांप्रति अधिक सहज होत गेले आणि त्यांनी आपली तथाकथित उच्च वर्गीय सामाजिक आणि साहित्यिक ओळख बनविली. त्यांनी इंग्रजीच्या अनुकरणावर गैर–इंग्रजी भाषी स्थानीय लोकांविषयी सुद्धा दुय्यम दृष्टी स्वीकारली.

मैकॉलेचा मेहुणा चार्ल्स ट्रेवलेयान, जो एका काळी जन निर्देश महापरिषदेचा अध्यक्ष होता, त्याने गर्वाने असे म्हटले की, शिक्षित भारतीय आमच्यापेक्षाही अधिक शुद्ध इंग्रजी बोलतात, कारण ते याला आदर्श व्यक्तींकडून शिकतात. ते इंग्रजी एका दर्शकाच्या भाषेच्या रुपामध्ये अशी बोलतात जशी इंग्लंडमध्ये कधी बोलली जात नाही. जर कोलकाताचे लोक एका दर्शकाची भाषा बोलतात तर हा मात्र योगायोग नाही, कारण 'कोलकाता जर्नल' आणि वर्तमान पत्रांचे सम्पादक पण इच्छापूर्वक कैंडीडस्, वीरैक्स, ओन्योरोपोलोस आणि फ्लैक्स सारख्या अनामिक नावांनी एडिसोनियन शैलीमध्ये लिहितात. त्यांच्या तिषयांचा भारतीय जनजीवनाशी दूर–दूर पर्यंतचा ही संबंध राहत नाही. उदाहरणाच्या रुपात इंग्लंडमध्ये आजकाल फैशनच्या पद्धती, काल्पनिक उड्डान, शिष्टाचार आणि नैतिकता. (विश्वनाथन, 1998; 115).

आजच्या भारतामध्ये कॉन्वेंट शिक्षितवर्ग आणि इंग्रजी भाषी लेखकांमध्ये एक वेगळा चेहरा व स्तर बघितला जाऊ शकतो. जेव्हा जास्तकरून इंग्रजी भाषी लेखक भारतीय अनुभवांची प्रस्तुती करतात तेव्हा हे विदेशी मानव शास्त्रासारखे वाटतात. वरवर स्थानीय रीतीरिवाजांबद्दल त्यांचा दृष्टिकोन मानसिक दास्यत्वाला पूर्णत्व प्रदान करतो.

इंग्रजी शिक्षणाचे विविध उद्देश आहेत–एकतर हा की प्रशिक्षित नोकरदारांचा एक वर्ग तयार करणे जो लोकांवर शासन चालवू शकेल. या

व्यतिरिक्त स्थानीय संस्कृतीची निंदा आणि विदेश प्रेमाचे मिश्रण असलेल्या शिक्षणाद्वारे एक बौद्धिक श्रेष्ठता स्थापित करणे आणि यापेक्षाही महत्त्वपूर्ण हे आहे की या तथाकथित उच्च वर्गाला विजितापेक्षा विजेत्यांच्या मूल्यांशी जोडून पाहणे.

वर्तमान उच्च वर्गाच्या निर्माणाची ही मोहिम (मिशन) ज्या सीमेपर्यंत यशस्वी झाली आहे, हा स्वतः मध्येच एक अध्ययनाचा विषय आहे. काही प्राच्यविद्वानांनी सरकारी नीतीच्या आधारावर भाषाई वर्गभेद स्थापित करण्याचा आणि स्थानीय साहित्याच्या विनाशाचा विरोध केला आहेः

"स्थानीय साहित्यावर गर्व आणि आनंद बोधाच्या स्त्रोताची समाप्ती अर्थात् साहित्याचा विनाश. सर्व लोकांना त्यांच्या विचारांसाठी एका दूरस्थ आणि अज्ञात राष्ट्राच्या संस्कृतीवर अवलंबून बनवून आणि शब्दांनी झाकून आपल्याला त्यांच्या चरित्राचे अवमूल्यन केले पाहिजे.त्यांच्या ऊर्जेला दाबवले पाहिजे आणि कोणत्याही बौद्धिक विशेषतेला प्राप्त करण्यासाठी अयोग्य बनवून सोडून दिले पाहिजे."

प्राच्यविदांद्वारे भारतीय साहित्याचे प्रकट रुपाने अध्ययन केल्यावरही ब्रिटिश वर्चस्व किंवा श्रेष्ठतेला स्थापित करण्यामध्ये तेही समान रुपाने अपराधी होते. विश्वनाथन (1990:167) च्या अनुसार, "अधीनस्थ जनसंख्येच्या शिक्षणासाठी एका पाठ्यक्रम प्रणालीचा समावेश झाल्यावरही ती प्रशासनिक गतीविधीचे अंग राहिली. आंग्लवादी (एंग्लीसिस्ट) आणि प्राच्यविद् दोन्ही पक्ष पाश्चात्यवादाच्या प्रमुख परियोजनेमध्ये मुख्य रुपाने अपराधी राहिले. या प्रकारे ब्रिटीश शासनाचे अधिपत्य स्थापित करुन भारतामध्ये ब्रिटीश शिक्षणाचा सूत्रपात केला गेला."

लक्षात असू दे की, ब्रिटिश प्रशासकांनी इंग्रजी माध्यमांच्या शाळे व्यतिरिक्त अन्य शाळांमध्ये इंग्रजीला भाषेच्या रुपामध्ये शिकवण्यावर बंदी घातली होती. 1835 मध्ये इंग्रजी शिक्षण अधिनियमाच्या वेळी स्थानीय भाषा शाळांमधून इंग्रजी काढून टाकली होती. या पाठीमागे विचार हा होता की, शिक्षणाच्या माध्यमाच्या रुपाने स्थानीय भाषेला ठेवल्याने इंग्रजीला केवळ एका भाषेच्या स्तरावर शिकले जाईल आणि त्या स्थितीमध्ये स्थानीय लोक स्व–भाषेच्या माध्यमातून विकसित होतील. फलस्वरुप, ते ब्रिटीशांना अयोग्यतेच्या दृष्टीने पाहतील आणि त्यामुळे ब्रिटीश व्यवस्थेच्या वास्तविक स्वरूपाला ओळखू लागतील.वसाहतवादी रचनेमध्ये निष्पक्षतेच्या रुपामध्ये दाखवल्या जाणाऱ्या ब्रिटीशांच्या यथार्थाला जाणतील. म्हणूनच वसाहतीवादी मोहिमेच्या हितामध्ये इंग्रजी आधारित वर्ग व्यवस्था स्थापित

करण्याच्या आणि स्थानीय मनःस्थितीला प्रभावित करण्याच्या उद्देशाने शिक्षणाच्या माध्यमामध्ये परिवर्तन केले गेले.

2.2 समवर्ती भारतामध्ये विश्वविद्यालय व्यवस्थेची भूमिका

ब्रिटन द्वारे लंडन युनिव्हर्सिटीच्या चालीवर भारतामध्ये महाविद्यालय आणि विश्वविद्यालयांची स्थापना केली गेली, ज्यांचा उद्देश बुद्धीजीवी वर्गाला आपल्याप्रकारे प्रशिक्षित करणे हा होता. मैकॉलेचा उत्तराधिकारी चार्ल्स कॅमेराननने केन्द्रीय विश्वविद्यालय व्यवस्थेसाठी सशक्त अभियानांतर्गत भारताच्या शास्त्रीय भाषा– संस्कृत, अरबी आणि फारसीच्या संपूर्ण निष्कासनाचे आव्हान हे म्हणत केले की, हे ईसाई व्यतिरिक्त धार्मिक विचारधारेबरोबर घनिष्ठतेने जोडलेले आहेत. (विश्वनाथन 1898:113)

जरी भारतीय शास्त्रीय भाषांचे आणि ग्रंथांचे अध्ययन प्राच्यविद्या अध्ययनाच्या अंतर्गत होते, परंतु हे सत्ता आणि नियंत्रणाची श्रेष्ठता आणि अधिपत्याला बनवून ठेवण्याचाच एक भाग होता. जेव्हा प्राच्यविद् होरेस विल्सनने स्थानीय भाषांच्या संरक्षणासाठी आपला तर्क दिला तर त्यांनी पंडित व मौलवींना पाश्चात्य ग्रंथांच्या अनुवादासाठी बरोबर घ्यायला सांगितले. विश्वनाथन (1998:113) असे सांगतात की,"विल्सनने आतून विनाशाच्या 'ट्रोजन हॉर्सवाल्या' रणनीतीला संशोधित केले, जेणेकरुन भारतीय शिक्षणाचे परंपरावादी लोकसुद्धा आपल्या सत्तेमध्ये अतिरिक्त रुपाने सहायक होऊ शकतील". बौद्धिक मूल्ये, नैतिकता आणि धर्म स्त्रोताच्या रुपामध्ये प्राच्यभाषा व साहित्याच्या स्थिरीकरणाच्या अर्थामध्ये जर आपण एका मर्यादेपर्यंत विल्सनच्या तर्काचा स्वीकार करतो, तरीपण बँटिक प्रशासन किंवा अन्य कोणत्याही प्रशासनाने प्राच्य अध्ययनाप्रती त्याच्या इच्छेचे अनुसरण केले नाही.

स्थानीय साहित्याच्या विनाशाबरोबर अनेक ब्रिटिश प्रशासकांनी उदार शिक्षणाच्या नावावर आपल्या प्रजेवर नियंत्रण ठेवण्याच्या उद्देशाने इंग्रजी साहित्यामध्ये याचा अप्रत्याशित सहयोगी शोधला. या विश्वविद्यालयांमध्ये उच्च इंग्रजी वर्गाला बनवून ठेवण्याची ब्रिटीश प्रशासकांद्वारे सुनियोजित प्रयत्नांची सफलता त्यांच्यामध्ये आजही पाहिली जाऊ शकते, ज्यांची बौद्धिक मुळे पाश्चात्य सभ्यतेशी जोडलेली आहेत. आपल्या मालकाद्वारे दिल्या गेलेल्या शिक्षणानुसार ते आपल्या स्वतःच्या इतिहासाप्रती नकारात्मक हठवादीपणा आणि दक्षता प्राप्त असल्यामुळे, मनोवैज्ञानिक स्तरावर आपल्या निजी मौलिकतेवर प्रहार करत त्यापासून अंतर ठेवणे योग्य समजतात.

जेव्हा गुलाम आपल्या शासकांच्या मानसिकतेबरोबर तादात्म्य बनवतात तर त्यांची मानसिक गुलामी पूर्णतः स्पष्ट होते. मनाची हीच प्रवृत्ती गुलाम म्हणवली जाते. निःसंदेह हा अनुभव फक्त भारतापर्यंतच मर्यादित नाही. म्हणून चला, आपण विस्तृत आणि अतिरिक्त परिदृश्याला समजून घेण्यासाठी आफ्रिकी स्थितीचे विश्लेषण करुया.

2.3 मानसिक परतंत्रतेपासून मुक्ती, नगुई व थियोंगो–

भारतीय विद्यालयांमध्ये शिकवला जाणारा जागतिक इतिहास मुख्यत्वे युरोप आणि अमेरिकी इतिहासापर्यंत मर्यादित आहे. समवर्ती भारतीय अनुभवांवर प्रकाश टाकण्यासाठी अधिक उपयोगी असेल–युरोपीय इतिहासाअगोदर दक्षिण अमेरिकेचा इतिहास आणि त्यांच्या वसाहतवादी अनुभवांवर दृष्टी टाकणे. आफ्रिकी बुद्धिजीवी नगुई व थियोंगोने केनियामध्ये परतंत्रता किंवा वासहतवादी साच्यातून स्वतःला पूर्णपणे मुक्त ठेवण्याचा निर्णय घेतला.

थियोंगो केनियाचे एक लोकप्रिय लेखक आहेत. ज्यांनी आपले लेखन कार्य इंग्रजीमध्ये सुरु केले होते. परंतु, लवकरच "सांस्कृतिक बॉम्ब" च्या प्रभावाला त्यांनी जाणले आणि विशेष रुपाने आपल्या लेखनीला स्थानीय भाषा 'गिकियु' कडे वळवले. 'डीकोलोनाइजिंग द माइंड' अर्थात 'वसाहतवादापासून मनाची मुक्ती', इंग्रजी भाषेमध्ये लिहीलेले त्यांचे अंतिम पुस्तक आहे ज्यामध्ये ते सांस्कृतिक बॉम्बची व्याख्या विस्ताराने करतात.

"सांस्कृतिक बॉम्ब सर्वात मोठे शस्त्र आहे जे दिवसेंदिवस सोडले आणि चालवले जाते. सांस्कृतिक बॉम्बचा प्रभाव लोकांचे आपले नाव, भाषा, वातावरण, संघर्ष, परंपरा, आपली एकता, आपल्या क्षमता आणि अंततः आपले स्वत्व सर्व काही समाप्त करते. हा त्यांना अशा स्थितीमध्ये पोहोचवतो जिथे त्यांना आपल्या भूतकाळाच्या उपलब्धी ओसाड माळरानाप्रमाणे दिसून येतात आणि ते तथाकथित ओसाड माळरानापासून अंतर राखून ठेवण्यासाठी प्रेरित होतात. सर्वस्व हरण्याची ही स्थिती त्यांना नवीन आणि वेगळी ओळख देते. उदाहरणार्थ, आपल्या भाषे ऐवजी दूसरांच्या भाषेबरोबर जोडले जाणे." (थियोंगो –1986)

थियोंगो (1986:7) लिहीतात की, "आपल्या साहित्यातून इंग्रजी न हटवण्याच्या स्थितीचा एक असा घातक तर्क आहे जो सर्व वर्गाला दुसऱ्या कोणत्या भाषेमध्ये नाही तर वसाहतवादी भाषेमध्येच लिहीणे व वाचण्यापर्यंतच मर्यादित ठेवतो. स्थानीय संस्कृतीविषयक लेखनामध्ये सम्मिलित राहूनसुद्धा

याची प्रस्तुती अशी राहते, जशी विजेत्यां समक्ष त्यांच्या स्विकृतीसाठी आहे किंवा संग्रहालयातील कोणत्याही आकर्षक वस्तू प्रमाणे आश्चर्यचकित करण्यासाठी आहे. याची शैली इंग्रजीमध्ये लिहिल्या जाणाऱ्या भारतीय लेखाप्रमाणे असते. याप्रकारे स्थानीय संस्कृती एकतर वसाहतवादी मालकांचा आनंद, स्वतःचा अपमान किंवा मनोरंजनाच्या वस्तूच्या रुपामध्ये प्रस्तुत केली जाते जी मालकाच्या दृष्टीकोनासाठी कधीही आव्हान होऊ शकत नाही. थियोंगो मानतात की इंग्रजी भाषेमध्ये लेखन कार्य स्थानीय भाषेला नाही, तर इंग्रजी जगताच्या भाषेला आणि संस्कृतीला समृद्धी देते. असे साहित्य निरंतर स्थानीय संस्कृतीची चोरी करुन मालकांच्या संस्कृतीची श्रीवृद्धी करते. थियोंगोच्या अनुसार अशा स्थितीमध्ये जी लक्षणे समोर येतात त्यामध्ये– आश्रितां द्वारे प्रशंसा, भजन गान करणे आणि या कार्याला निरंतर “पवित्र चोरी” समजणे.

थियोंगो (1986:28) केनियामध्ये इंग्रजी माध्यमाच्या शाळा आणि विद्यापीठामध्ये आपल्या शिक्षणाची चर्चा करताना म्हणतात, की तिथे मुलांमध्ये मातृभाषेचा वापर वास्तवामध्ये नाकारला जात होता आणि इंग्रजी व्यतिरिक्त काहीही बोलल्यावर त्यांना दंडित केले जात होते.

शाळा आणि विद्यापीठांमध्ये केनियाच्या आपल्या बहुराष्ट्रीय भाषांना मागासलेपण, अविकास, अपमान आणि दंडाबरोबर नकारात्मक रुपाने जोडून पाहिले जात होते. त्या शालेय व्यवस्थेमध्ये आम्ही लोक आपला दैनिक अपमान आणि दंडाची भाषाई मूल्ये, लोक आणि संस्कृती प्रति घृणेच्या बोधाबरोबर शिक्षित केले जात होतो.

थियोंगो भाषा आणि संस्कृतीमधील संबंधाची चर्चा करतात. भाषेच्या दोन भूमिका आहेत, संवादाचे माध्यम आणि संस्कृतीचे वाहन. इंग्रजीसंवादाचे माध्यम तर बनू शकते, परंतु स्थानीय संस्कृतीच्या मुख्य वाहनाचे कार्य करु शकत नाही. या तथ्यालाच भारतामध्ये ब्रिटिश प्रशासकांनी सखोलतेने अनुभव केले. उदाहरणाच्या रुपामध्ये हे पाहिले की ज्याप्रकारे भारतीय भाषांची शब्दावली भारतीय दर्शन आणि धार्मिक विचारांनी ओतप्रोत आहे, ठीक त्याचप्रमाणे इंग्रजी शिक्षण ईसाई मताच्या संदर्भांनी भरलेले आहे.

ब्रिटीश सांसद एडवर्ड थोरंटन यांनी इथपर्यंत सांगितले होते की– ज्यावेळी भारतीय विशिष्ट दर्जाचे युरोपीय विद्वान बनतील, ते हिंदू राहणार नाहीत.

भारतीय संस्कृती या साहसिक कथनाबरोबर आजही संघर्षरत आहे. सांस्कृतिक पतन आणि विनाशाची ही क्षमता आपणाला भारताच्या इंग्रजी लेखनामध्ये स्पष्ट पहायला मिळते. जसे – शिक्षणात, पत्रकारितेत आणि कथा साहित्यामध्ये.

जसे की थियोंगो (पृ.15) पुढे म्हणतात, "भाषा बालकाच्या मनावर निःसंदेह प्रतिमा निर्मितीचे कार्य करते". संस्कृतीच्या रुपामध्ये भाषा अशाप्रकारे माझ्या आणि माझ्या स्वत्वामध्ये, माझ्या स्वतःच्या आणि दुसऱ्या लोकांमध्ये, माझ्या आणि माझ्या स्वभावामध्ये मध्यस्थाचे कार्य करते. भाषा जरी सार्वभौमिक आहे परंतु त्यामुळे स्वीकारले जाणारे ध्वनी आणि संकेत व भाषाई विशिष्टता सांस्कृतिक अनुभवाच्या वैशिष्ट्याला प्रतिबिंबित करतात. याप्रकारे सार्वभौमिक स्तरावर भाषेद्वारे संस्कृती विशेष प्रभावित होत नाही, परंतु विशेष इतिहासाबरोबर कोणत्याही विशेष समुदायाची भाषा आपल्या विशिष्टतेमुळे संस्कृतीला प्रभावित करते.''

वसाहतवादी मुलगा बाह्य आणि आंतरिक जगामध्ये द्विभागी करणाचे जीवन जगण्यासाठी बाध्य होतो. घर आणि शाळेमध्ये बोलली जाणारी भाषा, बोलचालीची भाषा आणि बाह्यरुपाने लेखणीच्या भाषेचा दुटप्पीपणा तोपर्यंत झेलतो, जो पर्यंत तो हळूहळू विशिष्टरुपाने विचार करण्याला सुरुवात करतो आणि वसाहतवादींच्या डोळ्यांनी स्वतःच्या जगाला पाहू लागतो. जसे की थियोंगो (पृष्ठ 17) सांगतात –''एका वसाहतवादी बालकासाठी संवादाच्या स्तरावर भाषेच्या तीन्ही पक्षांमधील सामंजस्य मूळ रुपाने खंडित झाले होते. त्याचा परिणाम हा होतो की त्या मुलाच्या प्राकृतिक आणि सामाजिक वातावरणापासून त्याची संवेदनशीलता हिसकावून घेतली जाते, याला आपण 'वसाहतवादी अपहरण' म्हणू शकतो. युरोप नेहमीच विश्वाच्या केन्द्राच्या रुपामध्ये राहिला आहे, जिथे इतिहास, भूगोल आणि संगीत शिक्षणाच्या माध्यमातून हे अपहरण अजून पक्के होते''.

थियोंगो (पृष्ठ–28) सुचवितात की अध्ययनाच्या प्राथमिक माध्यमाच्या रुपामध्ये विदेशी माध्यमाचा प्रभाव वैयक्तिक आणि सामाजिक स्तरावर शेवटी 'वसाहतवादी फरक' असतो. वसाहतवादी फरकाची एक दुसऱ्याशी जोडलेली दोन रुपे असतात– आपल्या चारी बाजूंच्या वास्तविकतेपासून आपले सक्रिय (किंवा निष्क्रीय) अंतर बनवून घेणे आणि सक्रिय (किंवा निष्क्रीय) रुपाने आपल्यापासून बाहेरील वातावरणाशी स्वतःला जोडणे. इथून सुरुवात होते–अवधारणा, विचार, औपचारिक शिक्षण आणि मानसिक विकासाच्या भाषेने

घर व समाजामधील बोली भाषेमध्ये स्वेच्छेपूर्वक अंतर बनविणे. ही मन बुद्धीला शरीरापासून वेगळे करण्यासारखी स्थिती आहे. समजा एकाच व्यक्तीमध्ये दोन असंबंध भाषाई क्षेत्र व्याप्त आहे. मोठ्या सामाजिक स्तरावर हे असे आहे, जसे डोक्याविना धड किंवा धडाविना डोके.

हा बहुतेक या असंबंधतेचाच परिणाम आहे की बहुसंख्यक अधिकारी वर्ग आणि शिक्षाविद् भारतामध्ये सामाजिक समस्यांवर खूप काही लिहू शकतात. परंतु त्या सामाजिक समस्या सदैव तशाच राहतात आणि त्यांचे निराकरण होत नाही. व्यवहारामध्ये शिक्षाविद् आपल्या अध्ययनामध्ये समाजापासून पूर्णतः तुटक राहतात. त्यांचे अध्ययन वैयक्तिक रुपाने अधिकृत अनुभवाने रहित वसाहतावादी दृष्टिकोनामुळे वसाहतवादी श्रेणीचेच राहते. या अध्ययनांना आधार बनवून सरकारी नीती बनतात. वसाहतवादी व्यवस्था अधिकारी तंत्र, दिशाहीन कार्यकर्ते आणि खाजगी संस्थांकडून (NGO) त्यांना लागू केले जाते. परिणास्वरुप भारतीय समाज आणि त्याच्या मागासलेपणाशी संबंधित स्थिर निराशेचे वातावरण बनून राहते. अधिक संभव आहे की समस्या वास्तविक रुपाने तिला बघण्या आणि समजण्यामध्येच नसेल तर समाजाला बघण्याची प्रक्रिया आणि समस्येचे निराकरण हे सर्व विशेष प्रकाराच्या मानसिक स्थितीवर अवलंबून राहते.

थियोंगो (पृष्ठ–28) थोडक्यात, वसाहतवादी उच्च वर्गाच्या वर्तमान व्यवहाराला औपनिवेशिक संस्था आणि भाषांच्या परिप्रेक्ष्यामध्ये दर्शवितात की जेव्हा शासित वर्ग शासन प्रणालीचे गुणगान करु लागतो त्याला 'शासनाचा अंतिम विजय' म्हटले जाऊ शकते. वास्तवामध्ये आज भारतामध्ये हीच स्थिती आहे. ज्याप्रकारे आर्थिक यशाचे श्रेय इंग्रजीला दिले जाते. त्याच प्रकारे सर्व योग्य परिणाम स्वतः युरोपीय विजेत्यांच्या सभ्य आचारक शक्तीशी जोडले जातात. जेव्हा की सर्व समस्यांचा आरोप स्थानीय संस्कृतीवर थोपवला जातो, जी नेहमी मागासलेपणाचे कारण ही समजली जाते.

आपल्या संपूर्ण लेखनाला इंग्रजीतून स्थानीय भाषेमध्ये परिवर्तित करणारे थियोंगो सारखे लोकप्रिय लेखक भारताला अजून मिळू शकले नाहीत. आपल्या नवीन पुस्तक 'विझार्ड ऑफ क्रो' (कावळ्याची बुद्धिमत्ता) विमोचनाच्या वेळी सीएटेलमध्ये आत्ताच आयोजित एका कार्यक्रमामध्ये थियोंगो म्हणाले की, पुस्तकाचे सर्वश्रेष्ठ तीन शब्द प्रारंभीच लिहिले गेले आहेत– "'गिकियु मधून' अनुवादित."

2.4 भारतीय मनीषेची वसाहतवादापासून मुक्ती–

जरी हे लेखन इंग्रजीच्या शिक्षणाच्या प्रभावाशी संबंधित आहे तरी आमचा मत हा नाही की इंग्रजी भाषी उच्च शिक्षण एकमेव वर्गभेदाचे कारण किंवा स्त्रोत आहे. केवळ भाषा परिवर्तन आणि इंग्रजीमध्ये वर्तमान लिखित साहित्याला भारतीय भाषांमध्ये अनुवादाच्या माध्यमाने आपण स्वतः आपल्या सांस्कृतिक वारसाबरोबर जोडले जाऊ, असे नाही.

बाह्य संभाषणासाठी इंग्रजी शिकणे आणि महाविद्यालय व उच्च शिक्षणासाठी इंग्रजीचा व्यवहार यामध्ये विशेष अंतर आहे. इंग्रजीला एका भाषेच्या रुपामध्ये शिकणे आज सशक्तीकरणाचे एक माध्यम होऊ शकते आणि या दृष्टीने याला प्रोत्साहित केले गेले पाहिजे, परंतु याला जेव्हा उच्च शिक्षणाच्या माध्यमाच्या रुपाने वापरले जाते तेव्हा याचे विनाशकारी परिणाम होऊ शकतात. यामुळे समाजापासून दूर एक उच्च वर्गीय श्रेणी जन्म घेत, जी अनुमानित फायदा घेण्यासाठी प्रभावशाली असते.

एका मुद्दाम केलेल्या सरकारी नीतीच्या परिणामामुळे ही स्थिती उत्पन्न झालेली आहे आणि म्हणून एका सुविचारित सरकारी नीतीनेच याचे समाधान होऊ शकते. ब्रिटिश शासनाच्या परंपरेनुसारच सरकार करून समर्थन मिळालेल्या संस्थांमधून वसाहतवाद स्थायी रुपाने प्रस्थापित आहे आणि याच्या दुष्प्रभावांच्या उपचारासाठी आमूलाग्र बदल आणावा लागेल. एका नव्या भाषा नीतीकडे आपण काही विचारणीय बिंदूंवर चर्चा करुया. सरकारी संस्था आणि शिक्षणाचे माध्यम इंग्रजीला बदलण्याच्या दृष्टीने मलेशियाचे ताजे उदाहरण आपल्या समोर आहे, जे आपल्या अध्ययनासाठी उपयोगी होईल. हा बदल स्वयंप्रेरणेने व्हायला हवे, जिथे भारतीय भाषांची मागणी असेल, आग्रह असेल ना की लोकांवर भारतीय भाषा शिकण्यासाठी दबाव. वर्तमान परिस्थितीमध्ये उच्च आणि व्यावसायिक शिक्षण आणि नोकऱ्यांसाठी भारतीय भाषांचे माध्यम मुख्यत्वे उपलब्ध नाही.

भारतीय भाषांसाठी मागणीच्या बळावर परिवर्तनाच्या स्थितीमध्ये भारतीय सेना व आय.आय.एम. (IIM) साठी प्रवेश परीक्षाद्वारे, (जी आतापर्यंत इंग्रजीची पक्षधर आहे) अधिकाऱ्यांच्या निवडीसाठी त्या परीक्षांचा व्यापक अभ्यास केला जाऊ शकतो. अशाच प्रकारे मलेशियाने न्यायपालिकेमध्ये इंग्रजी ऐवजी स्थानीय भाषा लागू करण्यासाठी मोठ्या प्रमाणावर परिवर्तन केले. भारतामध्ये उच्च न्यायालयामध्ये इंग्रजीचे प्राधान्य आहे. परिणामस्वरुप भारतीय भाषेमध्ये प्राविण्य

असूनही ते या कार्यालयांमध्ये काम करण्यास असमर्थ आहेत. लोकसेवा परीक्षांमध्ये इंग्रजी परीक्षेची सक्ती समाप्त व्हायला हवी. नोकरीसाठी इंग्रजीमध्ये प्राविण्य अनावश्यक असायला हवी, भले ही ते प्रावीण्य लोकसेवा आणि सैन्य अधिकाऱ्यांची परीक्षा उत्तीर्ण केल्यानंतर प्रशिक्षणांतर्गत राहो.

प्रबंधन (मॅनेजमेंट), अभियांत्रिकी, चिकित्सा (मेडिकल) आणि अन्य उच्चस्तरीय व्यावसायिक शिक्षण भारतीय भाषांमध्ये उपलब्ध व्हायला हवे. व्यावसायिक आणि उच्च शिक्षणासाठी इंग्रजीच्या सक्तीच्या कारणामुळेच प्राथमिक व उच्च स्तरावर इंग्रजीची मागणी वाढत आहे. सरकारद्वारे जोपर्यंत उच्च शिक्षणासाठी इंग्रजीची प्राथमिकता संपत नाही, तोपर्यंत प्राथमिक स्तरावर भारतीय भाषा शिक्षणाचे माध्यम बनण्याची शक्यता नाही. तोपर्यंत काही विशेष सुधार ही शक्य होऊ शकत नाही.

एक अजून महत्त्वपूर्ण कार्य होईल, सी.बी.एस.ई. च्या केंद्रीय बोर्ड स्तरावर पूर्ण बदल करुन सर्व इंग्रजी माध्यमाच्या शाळांना कमीत कमी वैकल्पिक माध्यमाची सोय देणे. विशेषकरुन समाजविज्ञानसारखा विषय इंग्रजीमध्ये शिकवले जाणे निरर्थक आहे. यामुळे भारतीय भाषांमध्ये लेखी साहित्याचा क्षमतेचा विकास होईल आणि देशी भाषांमध्ये लिखित सामग्रीची मागणी वाढेल. संभव आहे, या प्रकारच्या कारवाईला उच्चवर्गीय भारतीयांद्वारे 'अधोगतीकडे घेऊन जाणारी कार्य' म्हणून सांगितले जाईल. परंतु जसे या लेखात दाखविले आहे, ही मागासलेपणाची विचारधारा आपल्या मनाची विचारधारा आहे. जेव्हा की वस्तुस्थिती ही आहे की, ही समाजाच्या सर्व वर्गांना आधुनिक क्षेत्रांसाठी जास्तीत जास्त संधी उपलब्ध करुन देईल.

आता काही लोकांच्या तुलनेमध्ये सर्व भारतीय भाषांच्या माध्यमाने संरचनात्मक क्षमता नवीन रुपाने समोर येतील. जरी भारतामध्ये जाती आधारित विषयांवर नेहमी लक्ष दिले गेले आहे, याच्या तुलनेमध्ये भाषिक संबंधामध्ये विशेष काही झाले नाही. भारतामध्ये आजच्या स्थितीमध्ये हे सामाजिक आणि आर्थिक वर्गाचे अधिक निर्धारण करते. हेच मोठ्या स्तरावर सामाजिक पोच आणि समृद्धीसाठी मोठी अडचण आहे. जाती संबंधित मोहाला सामाजिक स्तरावरील पोच प्राप्त करण्यासाठी समस्या मानने हा वसाहतवादी दृष्टिकोनाचाच परिणाम आहे. परंतु हाच दृष्टिकोन इंग्रजी आधारित वर्ग व्यवस्था, भाषाई समस्या आणि भेदभावच्या समस्येला पाहण्यात अपयशी आहे. आधुनिक वैश्विक अर्थव्यवस्थेमध्ये

भाग घेण्यासाठी इंग्रजी माध्यमातील शिक्षणाची आवश्यकता नाही, याउलट सरकारी नीती आणि खाजगी धोरणांद्वारे थोपले जाणारे इंग्रजी माध्यम अधिकांश भारतीयांसाठी या अर्थव्यवस्थेमध्ये भाग घेण्यासाठी अडचण उत्पन्न करत आहे. भारतीय भाषांमध्ये मानव आणि समाज–विज्ञाानाचा अभ्यास विशेष रुपाने उच्च शिक्षणामध्ये नियमपूर्वक प्राधिकृत केला पाहिजे. भारतात महाविद्यालय आणि विश्वविद्यालयांमध्ये मानव आणि समाज विज्ञान विभाग वसाहतवादी नीतींचा कचरा आहे. भारतीय समाजाच्या प्रति यांचे सकारात्मक योगदान, जरी आहे तरी ते नगण्य आहे. यापासून नव–वसाहतवादाचा एक नवीन वर्ग समोर येतो. जो स्थानीय संस्कृती आणि परंपरेच्या विषयी द्वेष आणि तिरस्कारची भावना प्रदर्शित करतो. परिणास्वरुप भारतीय विश्वविद्यालयांमध्ये या विभागांची उपलब्धी नगण्यच आहे. सरकाराला पाहिजे की या संस्थेच्या मदतीचे मूल्यांकन करावे आणि काही 'आइवरी टॉवर' ला ध्वस्त करुन द्यायला पाहिजे, जेणेकरुन वास्तविक जगाच्या सामाजिक विषयांवर यांच्या सकारात्मक परिणामाचा आणि सामाजिक प्रभावाचा अभ्यास होऊ शकेल. याच्या बरोबरच अशा प्रकारच्या अभ्यासाला पुढे नेण्याऱ्या, अशा व्यक्तींना शिष्यवृत्ती उपलब्ध व्हायला पाहिजे, जे भारतीय भाषांमध्ये भारतीय मूळाचे शोध कार्य लिहितील.

संभाषणाच्या एका उपकरणाच्या रुपामध्ये शिकलेल्या भाषेला एक विदेशी भाषाजी वर्तमान परिस्थितीमध्ये शिक्षणाची प्रमुख भूमिका हिरावून घेते, वेगळंकरुन बघणे श्रेयस्कर होईल. उपयोगी भाषा नीतीच्या द्वारे इंग्रजीच्या प्रमुख भाषेच्या रुपामध्ये असलेल्या प्रभावाला कमी करुन तिला द्वितीय भाषेच्या स्तरावर शिकवायला पाहिजे.

ग्रामीण क्षेत्रात इंग्रजीला द्वितीय अथवा तृतीय भाषेच्या स्तरावर शिकवायला वाव दिला पाहिजे. इंग्रजी भाषेच्या अनेक शिक्षकांना यामुळे नोकरी मिळेल आणि उच्च वर्गीय व्यवस्था पण समाप्त होईल.

''भारतामध्ये भारतीय भाषांच्या सार्वजनिक प्रतिष्ठेसाठी 'इंग्रजी हटवा' आंदोलन तितकेच गरजेचे आणि तर्कसंगत आहे, जेवढे की स्वातंत्र्य पूर्व काळामध्ये स्वदेशीच्या प्रतिष्ठेसाठी विदेशी वस्त्रांची होळी करणे.''

– डॉ.धर्मवीर भारती

(महान संपादक आणि साहित्यिक)

3. इंग्रजी माध्यम व्यवस्था वंचित लोकांसाठी मुक्तीचा मार्ग आहे काय?

भारताच्या अभिजात वर्गाच्या काही इंग्रजी भाषी लोकांचा असा तर्क असतो की भारतीय भाषां विरूद्ध राष्ट्राच्या भेदभावाच्या नीतीला, जिला मी इंग्रजी रंगभेदाची संज्ञा देतो, व्यापक स्तरावर इंग्रजी माध्यम शाळा आणि सर्वांना अस्खलित इंग्रजी शिकविल्याने मिटवले जाऊ शकते. ते हे समजण्यामध्ये असफल आहेत की भाषा कशी शिकली जाते आणि भारताच्या ग्रामीण पार्श्वभूमीवर इंग्रजी शिक्षणातील अडचणी आणि विशाल जनसंख्येवर एक विदेशी भाषा लादल्याने आर्थिक आणि सांस्कृतिक दृष्टिने काय तोटा होतो जेव्हा हा तर्क भारतात व्याप्त असलेल्या इंग्रजी आधारित भेदभावाला राखून ठेवण्यासाठी सबब म्हणून प्रस्तुत केला जातो तेव्हा हा अभिजात वर्गाच्या स्वार्थ सिद्धीचाच एक पैलू असतो.

या अध्यायाच्या पहिल्या भागात आपण हे समजू शकू की भारतामध्ये 'इंग्रजी जाणण्याने' अधिक वेतन प्राप्त होते. कोणत्याही भेदभावपूर्ण व्यवस्थेमध्ये असे होणे स्वाभाविक आहे; अशा स्थितीची तुलना ''दक्षिण आफ्रिकेच्या रंगभेदी युगामध्ये गोऱ्या लोकांना केवळ त्यांच्या गोऱ्या चामडीमुळे अधिक वेतन देण्याबरोबर'' केली जाऊ शकते. विकासासाठी इंग्रजी आवश्यक नाही म्हणून वेतनामध्ये हे अंतर या भेदभावाचाच परिणाम आहे. भारतामध्ये इंग्रजीच्या नावावर हाच 'रंगभेद' इंग्रजी न जाणल्यामुळे निर्धनांना विकासापासून वंचित ठेवतो किंवा त्यांना आपल्या मर्यादित संसाधनांना अन्य जीवनोपयोगी कौशल्य शिकण्याऐवजी फक्त इंग्रजी भाषा शिकण्यावरच खर्च करण्याला विवश करतो. एका अभ्यासामध्ये तर अशी काल्पनिक खोटी धारणा पण उघडी पडली आहे आणि ज्यामध्ये हे समोर आले आहे की, 'निर्धनांमध्ये ज्यांना थोडी इंग्रजी येते ते इंग्रजी आजिबात न येणाऱ्यांच्या तुलनेत कमी कमाई करतात'.

दुसऱ्या भागात आपण मुख्यतः निर्धन, जनजातीय वर्ग, दलित आणि कमी सोयी असणाऱ्या पृष्ठभूमीवरील हुशार विद्यार्थ्यांच्या अंतरंग पिळवटून टाकणाऱ्या गोष्टींना, जे विवश होऊन इंग्रजी माध्यमात झालेल्या बदलामुळे आत्महत्या करतात, समजून घेण्याचा प्रयत्न करणार आहोत. ही एक मानवीय खंत आहे आणि भारताची सामूहिक खंत सुद्धा – जी मुले, उच्चशिक्षित डॉक्टर, अभियंता, प्रशासक बनू शकली असती, फक्त इंग्रजी पर्याय असणाऱ्या व्यवस्थेमुळे निकृष्ट बनविली जातात. हेच भारताच्या गरिबीचे आणि मागासलेपणाचे मुख्य कारण आहे.

जे मुद्दाम झोपण्याचे नाटक करत असतात त्यांना जागे करणे कठीण असते – तरीसुद्धा हे या आशेने लिहिले गेले आहे की बहुतेक काही नीती निर्माते जागे व्हायला इच्छुक असतील.

3.1 ते सर्व इंग्रजी माध्यमात का नाही शिकू शाकत?

महाभारतात एक कथा आहे ज्यामध्ये अभिमन्यूद्वारे आई सुभद्रेच्या गर्भामध्येच चक्रव्यूहाला भेदण्याचे ज्ञान प्राप्त करण्याचे वर्णन येते. कथेनुसार अर्जुन द्वारे चक्रव्यूहाला भेदून सुरक्षित परत येण्याचे रहस्य ऐकण्यापूर्वीच सुभद्रेचा डोळा लागला. यामुळे युद्धात अभिमन्यू चक्रव्यूह भेदल्यानंतर मारला जातो. खरतर ही एका असामायिक मुलाची गोष्ट आहे ज्यामध्ये आईच्या गर्भात असल्यापासूनच न जन्मलेल्या शिशु द्वारे भाषा आणि त्या व्यतिरिक्त खूप काही शिकण्याची माहिती मिळते.

आणखी बऱ्याच गोष्टींप्रमाणेच पाश्चात्य विज्ञानाने या गोष्टीचीही टिंगल केली होती कारण त्यांच्या अनुसार बाळ जन्म घेतल्यानंतरच 'शिकणे' प्रारंभ करते. जेव्हा की आधुनिक संशोधने गर्भावस्थेपासूपनच बाळ शिकते याची पुष्टी करतात. अभ्यासावरुन समजते की गर्भस्थ बाळ आपल्या भाषेतील शब्द इथपर्यंत की स्वदेशी आणि अन्य भाषांतील शब्दांमध्ये फरक करणे सुद्धा शिकणे सुरू करते. मनोविज्ञानाचे प्राध्यापक आणि अग्रणी लेखक क्रिस्टीन मून यांनी आपल्या नुकत्याच केलेल्या अभ्यासामध्ये हे सांगितले आहे की "हा पहिला अध्ययनाचा अहवाल समोर आला आहे ज्यामध्ये भ्रूण अवस्थेमध्येच जन्माच्या अगोदरच बाळ आईच्या भाषेच्या भाषीक ध्वनिंना समजून घेणे प्रारंभ करते. या अध्ययनातून जन्म घेण्याच्या सहा महिन्या अगोदर बाळाशी भाषिक ध्वनीच्या संबंधाचा परिणाम स्पष्ट पहायला मिळतो. यावरून स्पष्ट होते की मातृभाषेचा मुलाच्या गर्भावस्थेपासून आई द्वारा बोलल्या जाणाऱ्या भाषेबरोबर सरळ संबंध आहे.

3.1.1 मातृभाषेतून शिक्षणामध्ये चांगले शिकले जाऊ शकते.

यूनेस्कोच्या दिशा–निर्देशना बरोबर विभिन्न अभ्यासांमधून मातृभाषेतून प्राथमिक शिक्षणाच्या महत्त्वाची पुष्टी केली आहे 1953 पासूनच यूनेस्को च्या दिशा–निर्देशनांमध्ये स्पष्ट केले गेले आहे की, "मातृभाषेतून शिक्षणासाठी भरपूर प्रयत्न व्हायला हवेत.... शैक्षणिक दृष्टिने आम्ही अशी शिफारस करतो की शिक्षणामध्ये जिथपर्यंत शक्य असेल मातृभाषाच आधार असायला हवी." भारतामध्ये आणि अन्य सर्व वैज्ञानिक अभ्यासामध्ये याच दिशा–निर्देशांची

पुनरावृत्ती केली गेली आहे, ज्यामध्ये मुलांना मातृभाषेतून शिकविण्याचे चांगले परिणाम समोर येतात. उदाहरणासाठी इंडियन स्कूल ऑफ बिझनेस द्वारे तेलंगना आणि आंध्रप्रदेशच्या 233 शाळांमध्ये या विषयावर केले गेलेले अध्ययनः

"विपरीत परिस्थिती असून सुद्धा तेलंगना आणि आंध्रप्रदेशमध्ये प्राथमिक स्तरावर इंग्रजी माध्यमातून शिकणाऱ्या विद्यार्थ्यांच्या तुलनेत तेलुगु (मातृभाषा) माध्यमातून शिकणाऱ्या मुलांचे परिणाम चांगले आणि उल्लेखनीय आहेत.''

हा सर्वेक्षण इंडियन स्कूल ऑफ बिझनेस च्या भारती इन्स्टिट्यूट ऑफ पब्लिक पॉलिसी चे विश्लेषक श्री कुमार नायर द्वारे केला गेला होता. त्यांनी इंग्रजी दैनिक ''द हिंदू" ला सांगितले, ''खरंतर आमचा उद्देश हे समजून घेणे होता की निर्देशाचे माध्यम प्राथमिक स्तरावरील शिक्षणाच्या परिणामांना प्रभावित करतो का? त्यांनी सांगितले की बौद्धिक विकासासाठी गणितामध्ये मिळवलेले अंक याच्या आकलनासाठी प्रतिनिधी रुपाने एक चांगला संकेत होता.''

मातृभाषेमध्ये शिकणाऱ्या मुलांनी गणित आणि विज्ञानामध्ये इंग्रजी माध्यमातून शिकणाऱ्या मुलांपेक्षा चांगले प्रदर्शन केले. जरी इंग्रजी माध्यमातील मुले आर्थिक दृष्टिने समृद्ध पृष्ठभूमीतील होती. जसे की गणितामध्ये सक्षमता बौद्धिक विकासाचा संकेत आहे म्हणून या अध्ययनाने हे स्पष्ट झाले की मातृभाषेतून शिक्षणाने बौद्धिक विकास श्रेष्ठतर होतो. मुले विषय वस्तूला चांगल्या प्रकारे समजून घेतात आणि मेंदूचा विकास सुद्धा चांगला होतो. मग कमी बौद्धिक विकास असूनही इंग्रजी माध्यमाच्या अट्टाहासाचे काय रहस्य असू शकते ?

3.1.2 भारतामध्ये इंग्रजी जास्त उत्पन्ना बरोबर जोडलेली आहे.

जसे आपण अन्यत्र सुद्धा पाहिले की सरकार भारतीय भाषांविरूद्ध संरचनात्मक भेदभाव करते. अभियांत्रिकी, वैद्यकीय, प्रबंधन इ. व्यावसायिक शिक्षण जास्त करुन सरकारद्वारे प्रायोजित आणि नियंत्रित होते आणि फक्त इंग्रजीमध्येच उपलब्ध होते. सर्वोच्च न्यायालय आणि अधिकांश उच्च न्यायालयेसुद्धा आपला कार्यभार इंग्रजीमध्येच चालवतात. यामुळे एकतर प्रवेश घेणाऱ्या विद्यार्थ्यांमध्ये कपात होते. आणि दुसरे म्हणजे या व्यवस्थेने हे सुनिश्चित होते की उच्च वेतन असणाऱ्या नोकऱ्यांमध्ये येणारे इंग्रजी शिकलेलेच असतील जसे की भारतीय मानव विकास सर्वेक्षणावर आधारित 'भारतामध्ये इंग्रजी भाषा कौशल्याचे पुर्नागमन' यावर अध्ययना दरम्यान हे तथ्य समोर आले की, ''इंग्रजी न बोलू शकणाऱ्यांच्या तुलनेत कमी इंग्रजी बोलणाऱ्या कर्मचाऱ्यांचे वेतन प्रत्येक तासाच्या दराने 13% जास्त आणि अस्खलित इंग्रजी बोलणाऱ्यांचे वेतन 34% जास्त होते.

या लेखातच हे स्पष्ट केले गेले आहे की या सह–संबंधांनी करणीय संबंध स्थापित होत नाही. रंग किंवा लिंग भेदाप्रमाणे संरचनात्मक भेदभाव असणाऱ्या अन्य क्षेत्रांमध्ये सुद्धा वेतनमान फरक पाहिला जाऊ शकतो. उदाहरणासाठी शिक्षणावर नियंत्रण असून सुद्धा पांढऱ्या पुरुषांच्या तुलनेत काळ्या आणि हिस्पैनिक महिलांना त्यांचे 70% वेतन मिळताना दिसते.

इंग्रजीच्या बाजूने स्पष्ट पक्षपात पाहिल्यानंतरही हा निष्कर्ष काढणे अवघड आहे की भारतामध्ये परस्पर वेतनामधील अन्तर इंग्रजीच्या निहित महत्त्वाऐवजी इंग्रजी न बोलणाऱ्या लोकांविरूद्ध भेदभावाचा परिणाम आहे.

3.1.3 इंग्रजी रंगभेद : कमी शिक्षण, कमी उत्पन्न

एकीकडे आपल्याकडे वेगवेगळे आकडे आहेत जे बौद्धिक विकासासाठी मातृभाषेला सर्वश्रेष्ठ आणि चांगल्या ज्ञानार्जनाचे माध्यम सांगतात तर दुसरीकडे भारतात इंग्रजीच्या ज्ञानाला जास्त उत्पन्ना बरोबर जोडून पाहिले जाते. याचा अर्थ हा झाला की कमी ज्ञान, कौशल्य असूनही भारतामध्ये लोक इंग्रजीमुळे अधिक उत्पन्न प्राप्त करतात.

विषयाची कमी माहिती असून सुद्धा कोणी मुख्यता का प्राप्त करेल?

याचे उत्तर इंग्रजी विषयी पक्षपाती व्यापक संरचनात्मक भेदभावामध्ये गर्भित आहे. भारतामध्ये हा भेदभाव सरकार कडून प्रोत्साहित होतो आणि खाजगी क्षेत्राद्वारे याला अजूनच प्रोत्साहन मिळते. विडंबना ही आहे की इंग्रजी न बोलणाऱ्यां विरूद्ध भेदभावाला स्वतःच उचित ठरवून निकृष्ट ज्ञानार्जन असूनही स्थानीय भारतीय भाषा बोलणाऱ्यां विरूद्ध संरचनात्मक भेदभावाला समाप्त करण्याऐवजी इंग्रजीला अजून जास्तच प्रोत्साहन दिले जात आहे.

इंग्रजी ना भारतात आणि ना जपानमध्ये देशी भाषा आहे. जर तर्क हा आहे की इंग्रजीमुळे 'जागतिक लाभ' मिळतो तर आपणास ही गोष्ट पडताळून पहायला हवी की जागातिक स्तरावर आर्थिक प्रगतीमुळे इंग्रजीच्या प्रावीण्यतेचे योगदान किती आहे? वस्तुस्थिती काही वेगळीच आहे. उदाहरणासाठी भारत आणि फिलीपीन दोन्ही देशांच्या तुलनेत जपानमध्ये इंग्रजीची प्रावीण्यता कमी आहे परंतु त्याचे प्रति व्यक्ती उत्पन्न दोघांपेक्षाही पाचपट जास्त आहे.

असे आणखी उदाहरण कोणते आहे, जिथे कमी विकसित मेंदू असणारे व्यवस्थित रूपाने जास्त वेतन किंवा चांगले परिणाम प्राप्त करतात? दक्षिण आफ्रीकेमध्ये रंगभेदाप्रमाणे ही स्थिती सरकार प्रायोजित रंगभेदापेक्षा वेगळी नाही

आहे. भारतामध्ये सरकार प्रायोजित भाषीक भेदभाव 'भाषाई रंगभेद' व्यवस्था आहे जी विषयी पक्षपात करते.

इंग्रजी भाषी वर्गाला तसे ही भेदभाव दिसून येत नाही जसे 'गोरे' लोक आपल्या विशेषाधिकाऱ्यांप्रति आपले डोळे झाकून घेतात.

3.1.4 इंग्रजीचे प्रोत्साहन निर्धनांच्या भविष्याचे अहित करु शकते काय?

भारतामध्ये इंग्रजी–रंगभेद प्रणालीमुळे इंग्रजीप्रति शर्यतीला प्रोत्साहन मिळते जिथे इंग्रजी वातावरणापासून अनभिज्ञ ग्रामीण मुले प्रकट रुपाने 'इंग्रजीच्या मागणीला' बाधा आहेत. आम्ही या 'मागणी' च्या मुद्दयाची पडताळणी नंतर करु आपण अगोदर या तर्काआधी तपासणी करूया की सरकार व समाजाद्वारे भाषेला घेऊन भेदभावाला समाप्त करण्याऐवजी, इंग्रजी आधारित भेदभावाचे उत्तर सर्वांना इंग्रजी शिकविण्यामध्ये आहे. स्थिती तर ही आहे की काही भारतीय राज्ये तर सरकारी शाळांना इंग्रजी माध्यमामध्ये परिवर्तित करण्यात अग्रेसर झाले आहेत. हे ना केवळ सर्व वैज्ञानिक शोधांच्या, ज्यानुसार मातृभाषे द्वारे प्राप्त शिक्षणाने चांगला बौद्धिक विकास होतो, या विरूद्ध जाते तर हे त्या विद्यार्थ्यांसाठी चांगल्या उत्पन्नाचा आधारही बनू शकत नाही. ''द रिटर्न टू इंग्लिश–लेंगवेज स्किल्स इन इंडिया'' ज्याचा संबंध मुख्य रुपाने चांगल्या आर्थिक परिणामासाठी इंग्रजी शिक्षणाबरोबर आहे, त्यांनी सुद्धा या विसंगत आकड्यांवर टीका केली आहे–

''18 ते 35 वर्षे वयोगटातील तरुण कर्मचारी अस्खलित इंग्रजी बोलणाऱ्या ज्यांच्याकडे इंग्रजी बोलण्याची क्षमता नाही अशा कर्मचाऱ्यांच्या तुलनेत 11% जास्त वेतन प्राप्त करतात जेव्हा की कमी इंग्रजी बोलणारे इंग्रजी रहित कर्मचाऱ्यांपेक्षा कमी वेतन प्राप्त करतात ''.

जर इंग्रजी सर्वांसाठी इतकी चांगली असती तर कमी इंग्रजी बोलणे इंग्रजी न बोलण्याऱ्यांच्या तुलनेत कमी वेतनाचे कारण का बनते?

ब्रूथीऔक्स (2002) 16 ने या घटनाक्रमाची प्रत्याशा केली होती. त्यांनी सांगितले की 'जागतिक' इंग्रजीचे काल्पनिक फायदे अर्जित करण्याऐवजी स्थानीय अर्थ व्यवस्थेमध्ये भाग घेण्याच्या उद्देशाने निर्धनांसाठी प्राथमिक भाषा कौशल्य आपल्या भाषेतूनच प्राप्त करणे आवश्यक आहे.

''...... गरिबांच्या बहुतेक लोकसंख्येसाठी एल 1 स्तराची साक्षरता आवश्यक आहे कारण त्यांना जागतिक अर्थ व्यवस्थेमध्ये भागीदारीसाठी इंग्रजीमध्ये तर्क

करण्यासाठी नाही तर आपल्या स्थानीय अर्थव्यवस्थेमध्ये भाग घेण्यासाठी मूलभूत साक्षरतेच्या कौशल्याची आवश्यकता आहे.

सर्वांसाठी इंग्रजी भाषी शिक्षणाच्या काल्पनिक फायद्यांमध्ये निराधार विश्वासाने विकास कार्यासाठी आवश्यक भाषाई शिक्षणाची बहुमूल्य संसाधने दुसरीकडे जाऊ शकतात ज्यामुळे निर्धनांना हानि पोहोचवून, अपेक्षाकृत समृद्ध लोक लाभान्वित होतील''.

युफिएर (2015) ने याच तर्काचा सारांश प्रस्तुत करताना स्पष्ट केले आहे–

''........ इंग्रजी भाषेच्या शिक्षणावर जोर दिला गेल्याने विकासशील जगामध्ये परस्पर उत्पन्नामधील अंतराची स्थिती आणखी बिघडू शकते. त्या स्थितीमध्ये फक्त श्रीमंत वर्गाकडेच इंग्रजी शिक्षणाने लाभान्वित होण्यासाठी संसाधने असतील आणि इंग्रजीमध्ये निर्देशांमुळे गरीब कधीही त्या व्यवस्थेचा आणि आंतर्राष्ट्रीय संधींचा फायदा घेऊ शकणार नाहीत, ज्यामुळे इंग्रजी शिक्षण सार्थक बनेल.''

निर्धन मुख्यत्वे अनौपचारिक अर्थ व्यवस्थेमध्ये कार्य करतात. भारतामध्ये जिथे इंग्रजी–रंगभेद औपचारिक क्षेत्रामध्ये त्यांच्या प्रवेशासाठी अडथळा बनतो तिथे इंग्रजी शिकण्याचा ही कोणताही फायदा नाही. यामुळे बहुमूल्य संसाधने वास्तविक कौशल्य शिक्षणामध्ये सहायक न होता उद्देशहीन मार्गावर भरकटतात आणि ना ही ते तशी अस्खलित इंग्रजी शिकू शकतात ज्यामुळे ते उच्चतर वेतन प्राप्तीमध्ये असलेल्या अडचणीला पार करु शकतील.

3.1.5 **''त्यांनाही याचा लाभ होऊ द्या''**

प्रत्येक व्यक्ति इंग्रजी माध्यमातून शिकू शकत नाही का?

काही लोक असे आहेत जे आकड्यांकडे कानाडोळा करून अंधविश्वासाप्रमाणे इंग्रजीची वकीली करतात. इंग्रजी – रंगभेदाला बनवून ठेवण्याच्या उद्देशाने ते आपल्या तर्काला अजून पुष्ट करत राहतात – ''सर्व भारतीय इंग्रजीमध्ये प्रवीण का नाही होऊ शकत?''

याचे उत्तर खूप सरळ आहे. भारतामध्ये वर्तमान शिक्षणाची स्थिती अशी काही आहे की मुले खूप कठीणतेने वाचणे, लिहिणे आणि सामान्य गणित शिकू शकतात. आपल्या मातृभाषेमध्ये हे सर्व कौशल्य प्राप्त करण्याच्या कितीतरी अधिक शक्यता असणे स्वाभाविक आहे आणि भरपूर प्रयत्नांनंतरही इंग्रजीमध्ये प्रवीण होण्याच्या संधी कमी आहेत. जरी कोणी ग्रामीण मुलगी इंग्रजी माध्यमाच्या शाळेत

जाते किंवा इंग्रजी शिकते तरी तिला या उद्देशासाठी आपल्या आजूबाजूला तसे वातावरण मिळत नाही. चांगल्या प्रकारे भाषा शिकण्यासाठी त्यामध्ये पूर्ण रुपाने बुडून जावे लागते आणि ग्रामीण भारतामध्ये इंग्रजी भाषेमध्ये पूर्ण रुपाने बुडून जाण्यासारखे वातावरण मिळत नाही. शिक्षकांच्या इंग्रजी भाषेतील प्रवीणतेच्या निम्न स्तरामुळे इंग्रजी माध्यमातून अन्य विषय तर दूरच इंग्रजी भाषेला सुद्धा पुढे वाढविण्याचा प्रयत्न निरर्थक आहे. इंग्रजी माध्यमाच्या शिक्षणाचा विकास करणे तितकेच अतार्किक आहे जसे फ्रांसीसी रानी मैरी अंटोईनेट्स चे कथन की, 'जर भाकरी मिळत नाही तर केक खा'.

या व्यतिरिक्त इंग्रजी एक अत्याधिक वर्गीय भाषा आहे. हीचे व्याकरण आणि वर्तनी निश्चयात्मक आणि तर्कसंगत सुद्धा नाही आहे. इंग्रजी भाषा फोनेटिक नसल्यामुळे याचे उच्चारण शिकणे सोपे नाही. इंग्रजी शिकण्यासाठी त्यामध्ये बुडावे लागते ग्रामीण आणि निर्धन पृष्ठभूमीच्या विद्यार्थ्यांना हे विशेष रूपाने विपरीत परिस्थितींमध्ये पोहचवते जे ना या भाषेमध्ये प्रवीणता प्राप्त करू शकतात आणि ना याच्या माध्यमातून अन्य विषयांवर आपला अधिकार प्राप्त करू शकतात. इंग्रजी माध्यमाच्या शाळा, ज्या आजकाल ग्रामीण भारतामध्ये संसर्गाप्रमाणे पसरत आहेत, त्यामध्ये हेच पहायला मिळते. मी आपल्या कंपनीमध्ये प्रशासनिक पदासाठी एक मुलगी सलोनी – हिची या विषयावर मुलाखत घेतली. ती उत्तर प्रदेशातील कानपूर जवळ उनामधील इंग्रजी माध्यमाच्या खाजगी शाळेत 10 वर्षे शिकली होती तरीही ती मुलाखतीमध्ये 10 मिनिटांचा वेळ घेऊनही इंग्रजीचे एक बरोबर व वाचनीय वाक्य लिहू शकली नाही. मी या बाबतीत प्रश्न विचारला तर तिने स्पष्ट केले की इंग्रजी शाळांमध्ये जाणारे खूप असमंजस स्थितीमध्ये असतात. तिथे ना शिक्षकांना इंग्रजी समजते ना विद्यार्थ्यांना. जेव्हा की निर्देश इंग्रजीमध्ये देणे 'अपेक्षित' असते. आता कारण की हे एक असंभव असे दुष्कर कार्य आहे म्हणून याची परिणती 'खिचड़ी हिंदी' मध्ये होते. याचा शेवट हाच होतो की येथील विद्यार्थी ना चांगल्या प्रकारे इंग्रजी लिहू शकतात, ना हिंदी आणि ना कोणताही विषय चांगल्या प्रकारे शिकू शकतात.

या समस्येच्या 'समाधाना' साठी इंग्रजीला सर्व भारतीयांची मातृभाषा बनावे लागेल. याचा अर्थ हा होईल की संपूर्ण भारतातील गावांमधील माता मुलांबरोबर इंग्रजीमध्येच बोलतील आणि गातील (समजा ''रिंगा–रिंगा–रोझेस''). ही ना केवळ एक मोठी प्रक्रिया आहे तर याचा अर्थ असेल संपूर्ण भारतीय समाजाचा सांस्कृतिक सर्वनाश. जसे की दक्षिण अमेरिकेमध्ये झाले. या कार्यामध्ये शताब्दी

लागतील आणि त्यानंतर भारत विकसित होण्याच्या मार्गावर चालायला सुरुवात करेल.

पर्याय हा आहे की सरकारद्वारे लादल्या जाणाऱ्या भाषीक रंगभेदला, ज्यामुळे इंग्रजी माध्यमासाठी अंध, वेडे आणि आत्म पराजित करणाऱ्या व्यवस्थेला समाप्त केले जावे आणि मातृभाषे द्वारे मुलांच्या बौद्धिक विकासाचे कार्य सुरु करावे. तेच आजच्या आधुनिक जगामध्ये इंग्रजीबरोबर स्पर्धे ऐवजी जास्त उपयोगी, आवश्यक आणि सार्थक होईल. सरकारद्वारे योजनाबद्ध इंग्रजी –रंगभेद पसरवणाऱ्या नीतींच्या परिणामस्वरुप इंग्रजी माध्यमाच्या शालेय शिक्षणाची शेवटचा परिणाम हा आहे की मुले ना आपले विषय शिकू शकतात आणि ना भाषा शिकू शकतात. शाळेतून बाहेर पडणारी मुले वाईट प्रकारे अयशस्वी राहतात.

भारतात शिक्षणाची स्थिती, ज्यामध्ये मातृभाषा शिक्षणाच्या तुलनेत इंग्रजी माध्यम मुलांच्या बौद्धिक विकासाला बाधित करते, पिढयान्पिढया लोकांना मानसिक/बौद्धिक रुपाने विकलांग बनवत आहे. आणि या सर्वांपाठीमागे वसाहतवादी सरकार द्वारे सर्व क्षेत्रांमध्ये इंग्रजीच्या वर्चस्वाला बनवून ठेवण्याची नीती आहे. सरकारी भेदभाव करणाऱ्या नीतींमुळे इंग्रजी माध्यम ग्रामीण क्षेत्रांमध्ये वाढत आहे. हे ना केवळ मुलांच्या शिक्षणामध्ये अडचण आहे तर इंग्रजी रंगभेदामुळे कमी वेतनाचे सुद्धा कारण बनते. सरकारच्या दबावाने अशा प्रकारे इंग्रजी – रंगभेद आणि तथाकथित ऐंग्लिसाइज्ड संभ्रांत वर्गाद्वारे दिल्या जाणाऱ्या 'सल्ल्यांचा' परिणाम हा होत आहे की गरीब आणखी गरीब होत चालला आहे.

अंजली मोदींनी या स्थितीचे खऱ्या अर्थामध्ये सारांश अशा प्रकारे दिला आहे :

''वर्तमान सामाजिक विषमतेसाठी इंग्रजीला समाधानाच्या रूपात प्रस्तुत केले जाते परंतु यामुळे स्थिती आणखी जास्त दुष्कर होण्याची शक्यता जास्त आहे. इंग्रजीप्रति मोह दृढ़तापूर्वक त्याला नाकारतो ज्याला नाकारले जाणे खरतर अशक्य आहे. भारतातील अधिकांश मुले कोणत्याही भाषेमध्ये वाचण, लिखाण आणि अंक गणितच्या मूळ सिद्धांताना न समजून घेता शाळा सोडतात. याचे उत्तर अशा शिक्षकांद्वारे, जे स्वतःच इंग्रजी भाषेमध्ये कुशल नसतात, इंग्रजी शिकविणे किंवा इंग्रजीमध्ये अन्य विषयांना शिकविण्यामध्ये नाही. या प्रवृत्तिला किंवा स्थितीला बदलण्यासाठी नीती निर्धारकांना मुलांच्या सामाजिक – आर्थिक परिस्थितीला लक्षात घेऊन जन–शिक्षणाच्या बाबतीत पुनर्विचार करायला हवा''.

3.2. आत्महत्येसाठी विवश करणारी इंग्रजी माध्यम व्यवस्था

अशी मान्यता ही बनविली गेली आहे की इंग्रजी माध्यमच गरीबांच्या आणि दलितांच्या उत्थानाचा मार्ग आहे.याला 'सिंहीणीच्या दूधा' प्रमाणे ही सांगितले गेले आहे. जिथे न्यूपा (NUEPA) चे उपकुलपती प्रो. आर. गोविंदम् आणि दिल्ली स्थित डॉ. भीमराव आंबेडकर विश्वविद्यालयाचे कुलपती प्रो. श्याम बी. मेनन नेहमी आपले उदाहरण पण देत राहतात की कशाप्रकारे त्यांनी आपले प्रारंभिक शिक्षण क्रमशः तेलगू आणि मल्याळम् माध्यमातून घेऊन हळूहळू इंग्रजी माध्यमातून उच्च शिक्षणासाठी स्वतःला तयार केले.

श्याम बी. मेनन यांना मानले तर ते प्रथमतः आपल्या क्षेत्रीय भाषा मल्याळम् मध्येच लिहीणे आणि वाचणे शिकले. इंग्रजी तर तीसऱ्या इयत्तेनंतरच शिकायला सुरुवात केली आणि उच्च माध्यमिक वर्गापर्यंत येता–येता इंग्रजी साहित्य 'क्लासिकल'चे (श्रेष्ठ मानल्या जाणाऱ्या रचनांचे) अध्ययन करु लागले होते. आर. गोविंदम् पण आपले उदाहरण देताना सांगतात की त्यांनी पहिल्यांदा आपल्या प्राथमिक क्षेत्रीय भाषेवर प्रभुत्व मिळविले, नंतर त्यांच्यासाठी इंग्रजी शिकणे सहज होऊन गेले. परंतु हे दोघेही शिक्षाविद् या गोष्टीचा उल्लेख करत नाहीत की, शाळेच्या बाहेर ते कोणते 'मध्यवर्गी जॅक' (शिफारस) होते, ज्यामुळे ते सहजतेने इंग्रजी वर प्रभुत्व मिळविण्यामध्ये यशस्वी होऊ शकले, आणि परिणामस्वरुप ते विश्वविद्यालयीन स्तराच्या वर्गामध्ये अडचणी शिवाय इंग्रजीच्या प्रयोगामध्ये यशस्वी राहिले. त्याचबरोबर ते या गोष्टीचा उल्लेख करत नाहीत की त्यांच्या बरोबर शिकणारे त्यांचे किती मित्र फक्त इंग्रजी न शिकू शकण्यामुळे उच्च शिक्षणापासून वंचित राहून गेले.याउलट आमच्या केस स्टडीमध्ये अशा अनेक घटना बघण्यात आल्या, ज्यामध्ये केवळ आणि केवळ इंग्रजी येत नाही म्हणून लोकांना विश्वविद्यालयाच्या चौकटीतून ढकलून दिले गेले.

आम्ही या अध्यायामध्ये त्या घटनांव्यतिरिक्त काही वर्तमानपत्रांच्या ठळक बातम्यांमध्ये झळकून येणाऱ्या घटनांचा उल्लेख करू. काही अशा घटना, ज्यामध्ये उच्च शिक्षणाच्या मंदिरांमध्ये हुशार विद्यार्थ्यांनी फक्त इंग्रजी माध्यमाच्या दबावामुळे आत्महत्या केली. इंग्रजी माध्यमाचा हा दबाव अभ्यासापेक्षा जास्त इंग्रजी माध्यम व्यवस्थेचा होता. कोणत्याही व्यवस्थेला आपल्या स्वतःला कायम राखून ठेवण्याचा आपला एक गुण असतो आणि वसाहतवादाच्या काळात स्थापित या व्यवस्थेमध्ये जेव्हा कोणी असा व्यक्ती प्रवेश करतो, जो व्यवस्थांच्या मूल्यानुरुप नसला तर ती व्यवस्था त्याला ढकलून देते. चला, वर्तमानपत्राच्या ठळक

बातम्यांमध्ये झळकून येणाऱ्या काही अशा घटनांवर नजर टाकूया की, कशा प्रकारे इंग्रजी माध्यम व्यवस्थेने 'इंग्रजी मातेला' प्रसन्न करण्यासाठी ग्रामीण, क्षेत्रीय तसेच पाड्याच्या पृष्ठभूमीच्या विद्यार्थ्यां चाबळी घेतला. बळीच्या वेदीवर चढणारा प्रत्येकजण जाती, धर्म, क्षेत्राच्या निम्न तसेच निम्न–मध्यम वर्गीय पृष्ठभूमीशी संबधित आहे.

या, वर्तमानपत्रामध्ये छापलेल्या काही घटनांवर नजर टाकू या –

इंडियन एक्सप्रेस, मार्च 14, 2012.

अनिल मीणा चा मृत्यु

दलित व आदिवासी विद्यार्थ्यांच्या मृत्युमध्ये भेदभावाची कथा.

योग्यता महत्त्वपूर्ण आहे– विद्यार्थ्यांना डॉक्टर, अभियंता, वैज्ञानिक बनण्यासाठी कोणत्याही शैक्षणिक संस्थेमध्ये प्रवेश घेण्याअगोदर भीषण प्रवेश परीक्षांच्या माध्यमातून जावे लागते. अनिल मीणा शेतकऱ्यांच्या एका आदिवासी कुंटुबातील एक मुलगा आहे. त्याने दिल्लीपासून राजस्थानच्या बाराँ नावाच्या जिल्ह्यापर्यंत, आपल्या गावापसून 500 कि.मी. पेक्षा जास्त अंतर कापले. अखिल भारतीय आयुर्विज्ञान संस्थान (एम्स, AIIMS) देशाच्या प्रतिष्ठित शिक्षण संस्थांपैकी एक, त्यातून डॉक्टर बनण्यासाठी सर्वात कठीण मेडिकल प्रवेश परिक्षेमध्ये योग्यता दर्शविली.

जसे की, या प्रतिष्ठित संस्थेमध्ये आपल्या प्रवासाच्या दोन वर्षा अंतर्गत 3 मार्च 2012 ला त्याने स्वतःला फाशी लावून घेतली. एम्स प्रशासनानुसार तो 'उदास' होता कारण इंग्रजी भाषा कौशल्यामध्ये कमतरता. संयुक्त कठोर शैक्षणिक वातावरणाचा सामना केल्यावर, त्याची अक्षमता 'मनोरोग' समस्यांमध्ये विकसित झाली. अनिल 22 वर्षांचा होता.

3 मार्च 2010 च्या त्याच दिवशी एम्सच्या बालमुकुंद भारतीने अशाच प्रकारे आत्महत्या केली होती. तो पण एक दलित विद्यार्थी होता. परंतु हा संयोग तारखे बरोबर समाप्त होत नाही. तो एका तिसऱ्या वर्गाच्या कर्मचाऱ्याचा मुलगा होता, गांव कुंडेश्नर, टीकमगढ़ जिल्हा, बुंदेलखंड (मध्यप्रदेश) देशाच्या सर्वात मागासलेल्या क्षेत्रांपैकी एक.बालमुकुंद सुद्‌धा नवोदय विद्यालयाचा अव्वल विद्यार्थी होता आणि शैक्षणिक उत्कृष्टतेच्या पुष्कळ प्रमाण–पत्रांद्‌वारे आपली योग्यता दाखविल्यानंतर अखिल भारतीय आयुर्विज्ञान संस्थेमध्ये त्याला प्रवेश मिळाला.

असे सांगितले जाते की तो सुद्धा 'उदास' होता आणि शैक्षणिक प्रदर्शनाचा सामना करण्याची त्याची असमर्थता, या कारणामुळे त्याने आपल्या वसतिगृहाच्या खोलीमध्ये फाशी लावून आत्महत्या केली. बालमुकुंदचे वय 25 होते, आणि तो डॉक्टर बनण्यापासून फक्त 2 महीने लांब होता.

एम्स एकटी संस्था नाही तर जवळ–जवळ सर्व प्रमुख शैक्षणिक संस्था यामध्ये सामील आहेत. त्यांची एक मोठी यादी आहे. विभिन्न आय.आय.टी., भारतीय सायन्स (आय.आय.एस.सी) बंगळूर चे संस्थान, हैदराबादचे विश्वविद्यालय आणि काही अन्य जिथे अधिक प्रतिभाशाली दलित आणि आदिवासी विद्यार्थ्यांनी, शाळा आणि महाविद्यालयांमध्ये अव्वल राहणाऱ्या विद्यार्थ्यांनी आपल्या आशेला सोडून आत्महत्या स्वीकारली.

असे सांगितले जाते की या विद्यार्थ्यांना कमी योग्यतेबरोबर आरक्षणेच्या माध्यमातून प्रवेश मिळाला आहे आणि या प्रमुख शैक्षणिक संस्थानांच्या शैक्षणिक अपेक्षांना पूर्ण करण्यात असमर्थ राहिल्यामुळे त्यांनी आपला जीव दिला. परंतु या 'योग्यते' च्या प्रदर्शनामध्ये ग्रामीण – शहरी विभाजन, सामाजिक पृष्ठभूमी, कुटुंब, शाळेत शिक्षणाचे माध्यम अशी विभिन्न कारणे सुद्धा एक प्रमुख भूमिका बजावतात.

कारवां मॅगझिन जुलै 2012.

उघडी जखम

राजेन्द्र आणि अनिलच्या संकटांशी सगळे चांगल्या प्रकारे परिचित होते. ते दोघे सरकारी शाळेतून आले होते जिथे हिंदीमध्ये शिकविले जात होते. एम्समधील वर्ग केवळ इंग्रजीमध्ये होते आणि ते कठीणाईने व्याख्यान समजू शकत होते. 'हे एक वेगळे विश्व आहे' राजेंद्र मला सांगायचा. 'आम्ही हिंदी मध्ये अव्वल राहणारे विद्यार्थी होतो. आता आम्ही अपयशाला झेलत आहोत.' इंग्रजी बरोबर संघर्ष करत एम्सचे विद्यार्थ्यी एकमेकांच्या मदतीने पाठ्य–पुस्तकांना समजून घेत होते आणि शब्दकोश बरोबर ठेवून शिकत होते.ते वर्गात इंग्रजी माध्यमात व्याख्यान न समजल्यामुळे वर्गात जाण्याऐवजी याच प्रकारच्या पृष्ठभूमीवर शिकलेल्या विद्यार्थ्यांची मदत प्राप्त करुन शिकतात. अनिलने आपल्या परीक्षेची तयारी करण्यासाठी पाठ्यक्रम सामग्रीतील प्रत्येक वाक्य, हिंदी माध्यमामध्ये आपल्या तऱ्हेने भाषांतरीत करुन, आपल्या वसतिगृहाच्या खोलीमध्येच तयारी केली. आपल्या वर्गात त्याची उपस्थिती 50 टक्केपेक्षा कमी होती.परीक्षणा अगोदर,

जून 2011 मध्ये अनिलला सांगितले गेले की त्याला परीक्षेला बसण्याची परवानगी दिली जाणार नाही. हे एक दुखद आश्चर्य होते. नियम नवीन नव्हता, परंतु याच्या आधी चुकूनच कधी लागू केला होता. ऑगस्टमध्ये तो अनुपूरक परीक्षांमध्ये दिसून आला, परंतु आपल्या सर्व तीन विषयांमध्ये आश्चर्यकारकपणे अयशस्वी राहिला. तेव्हापासून तो आपल्या 'पत्रांचे पुन्हा मूल्यांकन केले जाऊ दे' असा वरिष्ठ संकाय सदस्यांना विनंती करण्याचा प्रयत्न करत होता; परंतु कोणीही त्याचे ऐकून घेण्यासाठी तयार वाटत नव्हते.

या रोगाचे एका वास्तविक घटनेचे स्थान संस्था विशिष्ट नाही आणि ना ही, जशी की मान्यता आहे, फक्त कोटा प्रणालीच कारण आहे आणि ना या स्नातकांमध्ये योग्यतेचा अभाव आहे. अभाव आहे तर, केवळ इंग्रजी भाषेवर प्रभुत्वाचा. मीणाने आपले शालेय शिक्षण हिंदी माध्यमातून केले होते त्यामुळे इंग्रजीतील व्याख्यानाला समजण्यासाठी महाविद्यालयांमध्ये तिला संघर्ष करावा लागला. शाळेमध्ये क्षेत्रीय भाषेमध्ये शिकणाऱ्या संपूर्ण भारतातील विद्यार्थी मीणाच्या समस्ये बरोबर संबंध ठेवत असतील.

उच्च शिक्षणामध्ये प्रवेश करणारे असे विद्यार्थी नेहमीच एका विदेशी भाषेबरोबर एका वेगळ्याच संघर्षचा सामना करतात. या व्यतिरिक्त, ते इंग्रजीचे विशेषाधिकार प्राप्त वर्गातून आलेल्या आपल्या सहपाठी विद्यार्थी आणि शिक्षकांमध्ये असतात. त्यांच्या संकटांना वाढवण्यामध्ये शैक्षणिक वातावरणही एक कारण आहे. इंग्रजीमध्ये ते चांगल्या प्रकारे बोलू शकत नाहीत, ज्यामुळे त्यांना निम्न पातळीवर बघण्याची या देशातील मध्यम वर्गामध्ये व्यापक प्रवृत्ती आहे ' जो विद्यार्थी अस्खलित इंग्रजी बोलू शकत नाही, त्याला सामान्यपणे एका 'अक्षम्य' विद्यार्थ्याच्या रुपामध्ये पाहिले जाते. इंग्रजी संस्था फक्त इंग्रजीमध्ये बोलण्यासाठी विद्यार्थ्यांना प्रोत्साहित करतात आणि, मातृभाषेच्या प्रयोगाला हतोत्साहित केले जाते. हा पूर्वग्रह व्यावसायिक क्षेत्रामध्ये पण आरोपित आहे. परिणामस्वरुप, यामुळे उच्च शिक्षण आणि व्यावसायिक क्षेत्रामध्ये स्थानीय भाषा माध्यम शाळेतील विद्यार्थ्यांना खूप संकटे येतात.

प्रश्न हा आहे की अनिल मीणाच्या जागेवर कोणी ग्रामीण गैर–इंग्रजी माध्यम पृष्ठभूमीतील तथाकथित सवर्ण मानल्या जाणाऱ्या जातीतील कोणी विद्यार्थी असतात तर एम्स सवर्ण एलिट इंग्रजी माध्यम व्यवस्थेने त्याच्या प्रति सहानुभूती ठेवली असती का? आणि फक्त एम्सच्या शिक्षण अधिगमासाठी स्वीकारल्या गेलेल्या इंग्रजी भाषेला लागून क्षेत्रीय भाषांमधून एम्समध्ये शिक्षण सुरू केले असते का?

किंवा कोणी अनुसूचित जाती–जमातीच्या शहरी उच्च मध्यम वर्गीय इंग्रजी माध्यम सांस्कृतिक पृष्ठभूमीच्या विद्यार्थ्याला पण इंग्रजीमाध्यम वर्गांमध्ये त्याच प्रकारे समस्या आली असती ज्याप्रकारे ग्रामीण क्षेत्रीय पृष्ठभूमीचा असल्यामुळे अनिल मीणाला आली. इंग्रजी माध्यम पृष्ठभूमीच्या या अनुसूचित जातीच्या वर्गालाही, वर्गातून पसार होऊन (क्लास बंक करुन) इंग्रजीच्या पाठ्यक्रमाला हिंदीमध्ये समजून घेण्यासाठी कोणत्यातरी दुसऱ्या आधाराची गरज पडली असती?

आजची अडचण काय आहे, प्रश्न फक्त परंपरागत जातीचा नाही, तर इंग्रजी माध्यम एक नवीन जाती बनली आहे जी की गैर–इंग्रजी भाषी लोकांवर वर्चस्व गाजवते.

द न्यू इंडियन एक्सप्रेस, मार्च 18, 2013.

कमी इंग्रजी कुशलतेमुळे अभियांत्रिकी (इंजीनियरिंग) विद्यार्थ्याच्या जीवनाचा अंत

आपल्या कमी इंग्रजी कौशल्यामुळे ग्रसित एका एकोणीस वर्षीय इंग्रजीच्या विद्यार्थ्याने बुधवारी एका ट्रेनसमोर उडी मारुन आत्महत्या केली. सूत्रांचे म्हणणे आहे की, प्रशांत अलगप्पा नगराच्या मलाई सामीचा मुलगा आहे आणि शिव काशीजवळ एका खाजगी महाविद्यालयामध्ये प्रथम वर्ष अभियांत्रिकीचा (इंजीनियरिंग) विद्यार्थी होता. प्रशांतने अकराशे अंकांबरोबर टी.व्ही.एस. सुंदरम हायर सेकेंडरी शाळेमधून आपली बारावी तमिळ माध्यमातून पूर्ण केली. तो कम्प्यूटर इंजीनियरिंग कोर्समध्ये आपल्या आई–बाबांच्या दबावामुळे सामिल झाला.

त्याने तमिळ माध्यमातून आपले शालेय शिक्षण पूर्ण केले. त्यांनी सांगितले की, त्याला महाविद्यालयामध्ये इंग्रजीमध्ये शिकविले जात असल्यामुळे अडचणींचा सामना करावा लागला. कारण कमी इंग्रजी ज्ञानामुळे तो चांगले प्रदर्शन करु शकला नाही. अन्य विद्यार्थ्यांनी पण त्याला वेगळे हाकणे सुरु केले होते आणि यामुळे तो उदास राहत होता, असे त्याच्याबरोबर शिकणाऱ्या मित्रांपैकी एकाने सांगितले.

शव जप्त केल्यावर पोलिसांना एक चिट्ठी मिळाली ज्यामध्ये उल्लेख केला होता की इंग्रजी माध्यम अभियांत्रिकी (इंजीनियरिंग) शिक्षणाबरोबर सामना न करु शकणे आत्महत्तेचे कारण होते. त्याने हेही लिहीले, "मी क्षमा मांगतो अम्मा", त्या अंतिम निर्णयासाठी आपल्या आईची माफी मागितली होती. पोलिस सूत्रांनी

सांगितले की, मागील तीन दिवसांमध्ये इथे आत्महत्या करणारा विद्यार्थी अभियांत्रिकी (इंजीनियरिंग) महाविद्यालयामधील तिसरा विद्यार्थी आहे.

प्रश्न उठतो की गैर अनुसूचित जाती जातीच्या पार्श्वभूमीतील तमिळ माध्यमाचा हा विद्यार्थी आत्महत्या करण्यासाठी का विवश झाला?

या क्षेत्रातील नेत्यांनी तर नारा दिला होता, ''हिंदी नाही इंग्रजी चालेल,हिंदी नाही इंग्रजी चालेल'' मग त्याच प्रदेशामध्ये लोक आज इंग्रजीमुळे आत्महत्या का करत आहेत? जर, त्यांनी इंग्रजी ऐवजी तमिळ तेलगुच्या बाजूने आवाज उठवला असता तर असे झाले नसते.

द हिंदू, चेन्नई, एप्रिल 12, 2012.

अन्ना विश्वविद्यालयामध्ये प्रथम वर्षाच्या विद्यार्थीनी द्वारा आत्महत्या–

अन्ना विश्वविद्यालयाच्या एका एकोणीस वर्षीय विद्यार्थीनीने मंगळवारी सकाळी वसतिगृहामध्ये फाशी लावून आत्महत्या केली. पोलिसांनी सांगितले की, ती आपल्या महाविद्यालयाच्या शिक्षणाबरोबर संघर्ष करण्यास सक्षम नव्हती आणि हेअंतिम पाऊल उचलण्याचा निर्णय घेताना तिने एक आत्महत्या पत्र सोडले होते.

एस. ध्रीया लक्ष्मी विल्लूपरम् जिल्ह्यातील के. वी. पलयम ची निवासी होती आणि गिंडीमध्ये सिव्हिल इंजीनियरिंगची प्रथम वर्षाची विद्यार्थीनी होती. ती एका खोलीमध्ये पाच विद्यार्थांनी बरोबर राहत होती.

मुलीचे वडील शक्तीवेल एक शेतकरी आहेत. त्यांनी फोनवर 'द हिंदू' ला सांगितले की ध्रीया लक्ष्मी त्यांची सर्वात मोठी मुलगी होती आणि तिने बारावीला ब्यान्नऊ व (92%) टक्के मिळविले होते. त्यांनी सांगितले की, 'मी एका बँकेचे कर्ज काढले आणि खूप संघर्ष करुन तिला महाविद्यालयामध्ये घातले. तिच्या वर्गमित्रांनी सांगितले की, तिने सकाळी वर्गात भाग घेतला होता. तिच्या मित्रांपैकी एकाने सांगितले होते की, ''तिला इंग्रजीमुळे हे शिक्षण कठीण आणि दुर्गम वाटत होते''.

ध्रीया लक्ष्मी ने पहिल्या सेमेस्टर मध्ये 7.85 सी.जी.पी.ए. प्राप्त केले आणि तिची 93 टक्कयांपेक्षा जास्त उपस्थिती होती.परंतु त्याने सांगितले की ती एका तमिळ माध्यमाच्या शाळेतून आली होती त्यामुळे तिला आंतरिक मूल्यांकन परीक्षा पास करणे कठीण वाटले. त्यापैकी एकाने सांगितले,''दोन आंतरिक मूल्यांकन राउंडमधील तिने एक दिलानाही आणि दुसऱ्यामध्ये वाईट परिणाम आला. हे तिला खूप त्रासदायक होते. तिला वाटत होते की वर्ष गमावले.''

द हिंदू, तिरुची, मे 6, 2013.

दलित विद्यार्थ्यांसाठी, इंग्रजीतून तमिळ माध्यमाची भयावह उडी–

आपले शालेय शिक्षण पूर्ण केल्यानंतर अधिकतर इंग्रजी शिकण्याच्या आवश्यकतेचा अनुभव करतात–

त्रिचि स्थित सेंट जोसेफ महाविद्यालयामध्ये शनिवारी मौखिक इंग्रजीच्या एका वर्गादरम्यान तमिळ माध्यमाच्या विद्यालयाची एक विद्यार्थीनी चंद्रा, जी बारावीच्या परीक्षेनंतर परिणामाची वाट पाहत आहे, म्हणते की जोपर्यंत मी मदुरई मध्ये अभियांत्रिकी (इंजीनियरिंग) च्या प्रवेश परीक्षेला बसले नव्हते तोपर्यंत इंग्रजीमध्ये बोलणाऱ्यांकडे तिरस्कृत नजरेने पाहत होते.

परीक्षेमध्ये सर्व निर्देश इंग्रजीभाषेमध्येच होते. माझ्या चारी बाजूंना बसणारे विद्यार्थी इंग्रजी भाषेमधेच प्रश्न विचारत होते.जरी माझ्या मनामध्ये काही शंका होत्या, परंतु मी त्यांना विचारण्यामध्ये भयाचा अनुभव करत होते. आपल्या विद्यालयामध्ये सर्व प्रथम स्थानावर राहणारी विद्यार्थीनी चंद्रा, इंग्रजी माध्यमाच्या अडचणीमुळे परीक्षा आपल्या तयारीनुसार देऊ शकली नाही.

शाळेतून महाविद्यालयामध्ये जाणे स्वतःमध्येच मोठी उडी मारण्याप्रमाणे आहे. परंतु एका निर्धन आणि दलित कुटुंबातील चंद्रा आपल्या कुटुंबातून महाविद्यालयाला जाणारी पहिली मुलगी आहे. तिच्यासाठी हे परिवर्तन एका भयानक दुःस्वप्नाप्रमाणे आहे. जॉन नावाच्या आणखी एका विद्यार्थ्याचे म्हणणे आहे की अधिकांश विद्यार्थी शालेय शिक्षण समाप्त केल्यानंतरच इंग्रजी शिकण्याच्या आवश्यकतेचा अनुभव करतात. शाळेमध्ये इंग्रजी फक्त एक विषय होता, परीक्षेनंतर सर्व जण महाविद्यालयाबद्दल बोलत होते. माझ्या एका संबंधिताने जेव्हा मला विचारले की, महाविद्यालयामध्ये सर्व विषय इंग्रजीमधून शिकविले जातील हे मला माहित आहे का? तेव्हा मी घाबरलो होतो. त्रीचीमध्ये सेंट जोसेफ महाविद्यालयात मौखिक इंग्रजीशी संबंधित एका आवासीय प्रशिक्षण कार्यक्रमामध्ये सम्मिलित विभिन्न जिल्ह्यातील विद्यार्थ्यांनी आपल्या वर्गामध्ये परस्पर विभिन्न विषयांना एका अनोळखी भाषा अर्थात् इंग्रजीमध्ये शिकविण्याबद्दल आपल्या चिंता व्यक्त केल्या, कारण ते त्या भाषेला जाणत नव्हते. काही विद्यार्थ्यांनी हे ही स्वीकार केले की ते तोपर्यंत इंग्रजीच्या त्या संज्ञेशी परिचित नव्हते.

सालेममधील एक विद्यार्थीनी, दीपा ने म्हटले की, शाळेमध्ये इंग्रजी केवळ एक तिषय असल्यामुळे ते इतक्या वर्षापर्यंत येन–केन प्रकारे उत्तीर्ण करु शकले.

मसूरीतील एक विद्यार्थी तिलक हे सांगतो की, यासाठी त्याचा सोपा उपाय हा असतो की, "मी वाक्याच्या क्रमांनुसार सर्व शब्दांना पाठ करतो, भले ही त्यांच्यामधील अर्ध्याहून अधिक शब्दांचा अर्थ मला समजत नाही, परंतु या पद्धतीची एक समस्या आहे की जरी मधला एक शब्दही मी विसरलो की पूर्ण वाक्यामध्ये गडबड होते".

विद्यार्थी मुख्यत्वे इंजीनियरिंग, मेडीसीन, कॉमर्स, बायोटेक्नोलॉजी आणि सीवील सर्विसेसचे करियर निवडतात पेरंबलूरच्या एका सरकारी शाळेतील विद्यार्थीनी सुजीताचे म्हणणे आहे की, शाळेमध्ये सर्व विषय आम्ही तमिळमध्ये शिकतो तर महाविद्यालयामध्ये तेच सर्व एका दुसऱ्या भाषेमध्ये का शिकवले जाते?

प्रश्न उठतो की जेवढा जोर दलित ग्रामीण पृष्ठभूमीच्या विद्यार्थ्यांना इंग्रजी शिकवण्यामध्ये लावला जात आहे, त्याचा अर्धा जोर जरी दलित भाषा आणि कार्याला शिक्षणाच्या केंद्रात आणण्यासाठी केला गेला असता तर दलित वर्णच नाही तर तमाम जातींचे लोक शिक्षणाच्या केंद्रावर असते. ही व्यवस्था विद्यार्थ्यांना इंग्रजी माध्यमामध्ये घडवण्याऐवजी स्वतःला त्यांच्या जनभाषेमध्ये का घडवत नाही? विडंबना ही आहे की छोटे छोटे देश पण आपल्या–आपल्या भाषांमध्ये सर्व प्रकारचे उच्च शिक्षण प्रदान करत आहे, परंतु भारत आपल्या अति समृद्ध भाषांना प्रोत्साहन न देऊन आपल्या जनसमाजाला पायदळी तुडवत आहे.

बी. फार्माच्या विद्यार्थ्यांचा आत्महत्येचा प्रयत्न

एकोणीस वर्षीय बी. फार्माच्या एक विद्यार्थीनीने आपल्या महाविद्यालयाच्या इमारतीच्या तीसऱ्या मजल्यावरुन उडी मारली. महाविद्यालयाच्या इमारतीवरुन उडी मारल्यानंतर अभियांत्रिकी (इंजीनियरिंग) आणि प्रबंधक सक्सेना संस्थानाची संबुल इशाक नामक विद्यार्थीनी गंभीर रुपाने घायाळ झाली होती, पोलिसांनी सांगितले.

तिचे वडील अबू इशाक यांनी पोलिसांमध्ये तक्रार नोंदवली आणि त्याची तपासणी चालू आहे. परंतु तिच्या वडीलांनुसार संबुलची महाविद्यालयामध्ये रॅगिंग केली जात होती. तिच्या सहपाठ्यांनी सांगितले की तिला महाविद्यालयामध्ये शिक्षणाच्या इंग्रजी माध्यमामुळे समस्यांचा सामना करावा लागत होता म्हणून ती निराश होती, कारण तिचा निरंतर उपहास केला जात होता.

उघड आहे की, प्रत्येक धर्म जातीच्या विद्यार्थ्यांची इंग्रजी माध्यमामुळे कुचंबना होत आहे. परंतु या भेदभावाला इंग्रजीच्या अनिवार्यतेच्या नावावर वाढवत जात आहेत.

"उच्चस्तरीय शिक्षणासाठी माध्यमाच्या रूपामध्ये इंग्रजीची जागा कोणत्याही भारतीय भाषेने घेतली पाहिजे."

– **ताराचन्द समिति (1948)**

भाग –2
एका नव्या विचाराची आवश्यकता

''कोणत्याही विदेशी भाषेला ज्ञान प्राप्तिचे माध्यम बनविणे शैक्षणिक दृष्ट्या अस्वास्थकर आहे. याकरिता विश्वविद्यालयीन स्तरावर क्षेत्रीय भाषाच शिक्षणाचे माध्यम असाव्यात.''

–विश्वविद्यालय आयोग

4. केवळ सांस्कृतिक नाही, आर्थिक हित सुद्धा

वर्तमान भाषा नीतीच्या मार्गाचे जर अशाप्रकारे अंधानुकरण चालु ठेवले तर पुढील 100 वर्षामध्ये हळू–हळू जवळपास सर्व भारतीय भाषा लुप्त होतील. भारताच्या काही एक शंभर वर्षांपूर्वी वसाहत बनलेला दक्षिण अमेरिका आज तिथल्या लोकांच्या सर्व स्थानीय भाषा आणि मौलिकता व्यावहारिक रुपाने गमावून बसला आहे. त्याला आपली वसाहत बनविणाऱ्या स्पेन आणि पोर्तुगालच्या भाषाच आज त्याच्या मातृभाषा बनलेल्या आहेत.

सरकार जरी भारतीय भाषांच्या सांस्कृतिक आणि साहित्यिक महत्त्वाच्या दृष्टीने त्याच्या संरक्षणाची गोष्ट सांगते परंतु आर्थिक, वैधानिक आणि तांत्रिक क्षेत्रांमध्ये इंग्रजीचे प्रभुत्व निरंतर बनले आहे. ही आपली मूर्खता आहे आणि दूरदर्शितेचा ही अभाव आहे. अवशेष आणि मृत वस्तू फक्त संग्रहालयामध्ये सुरक्षित ठेवण्यासाठीच असतात. भाषांचे प्रोत्साहन आणि त्याच्या प्रगतीसाठी त्यांना आर्थिकतेबरोबर अन्य सर्व क्षेत्रांमध्ये सक्रीय ज्ञानार्जनाशी जोडणे आवश्यक असते.

हा वसाहतवादी नीतीच्या अंधानुकरणाचाच परिणाम आहे की, आज लोकांच्या मन–मस्तिष्कावर इंग्रजीचाच प्रभाव आहे. मेकॉलेने घृणित आणि षड्यंत्रकारी अहवालामध्ये भारतीय भाषांना विज्ञान,तांत्रिकी क्षेत्र किंवा शिल्प विज्ञानासाठी अनुपयुक्त ठरवून कुत्सितपणे म्हटले होते की ''या जास्तीत जास्त फक्त साहित्याच्या भाषा बनू शकतात.''

परंतु जेव्हा आम्ही कल्पनेपेक्षा यथार्थ आणि सैद्धांतिक दृष्टीकोनानी पाहतो तेव्हा तर युरोपियनांची श्रेष्ठता खूप पुढे आहे'. सरकारची वर्तमान ''इ भाषा परियोजना'' मेकॉलेच्या त्या दुराग्रहावर आधारित आहे ज्यामध्ये भारतीय भाषांना पुरातन साहित्यापर्यंत मर्यादित ठेवण्याची गोष्ट सांगितली गेली आहे. या विपरीत इस्राइलद्वारे आपली भाषा हिब्रूच्या पुनरुद्धार हेतु एका स्पष्ट नीतीच्या प्रकाशामध्ये तुलनात्मक दृष्टीने पाहणे उपयुक्त होईल. 19व्या शतकापर्यंत हिब्रू साहित्याची भाषा ही नव्हती.इस्राइलमध्ये याच्या पुनरुद्धार हेतु हिब्रू माध्यमाचे अभियांत्रिकी (इंजीनियरिंग) महाविद्यालय, टेक्नियनची नीतीगत सुरुवात या दिशेने एक महत्त्वपूर्ण पाऊल होते.

भारतीय भाषांना एका दूरगामी नीतीद्वारे ठेच पोहोचवली गेली, ज्याचा प्रारंभ मेकॉलेने केला होता आणि दुर्भाग्यवश स्वतंत्र भारताच्या परवर्ती सरकारने त्याच

नीतीचे अनुकरण चालू ठेवले. परिवर्तन कष्टकारक जरुर असते, परंतु आपणास पिढया–न्–पिढया स्थितीला बदलण्यासाठी नीतीमध्ये स्पष्ट परिवर्तन आणावे लागेल. 'मेकॉले नीतीला'' आता निरोप द्यावा लागेल.

प्राच्य शिक्षण प्रणालीचे प्रशंसक हा तर्क देतात की जर आपण याला वैध मानतो तर हे परिवर्तनासाठी निर्णायक सिद्ध होईल. ते मानतात की, वर्तमान पद्धतीसाठी जन–विश्वास गहाण आहे. स्पष्ट दूरगामी नीतींच्या पुढाकाराबरोबर आपल्याला वर्तमान प्रणालीच्या वर उठणे आवश्यक होऊन जाते.

4.1 सांस्कृतिक आणि आर्थिक शाक्ती

(सॉफ्ट पॉवर) परियोजना

जगातील प्रमुख सभ्यता, अँग्लो सेक्सन, चीनी आणि ईस्लामी इथपर्यंत की फ्रेंच आणि स्पेन सुद्धा सांस्कृतिक आणि आर्थिक शक्तीच्या (सॉफ्ट पॉवर) प्रक्षेपणामध्ये भाषेच्या महत्वाला स्वीकार करतात.

जगभरामध्ये मंदारीनच्या प्रसार हेतु चीनने एक आक्रामक सुरुवात केली आहे. चीनी सरकार चीनमध्ये चीनी भाषा शिकणाऱ्या विदेशी विद्यार्थ्यांना पूर्ण व आंशिक शिष्यवृत्ती देते. शिष्यवृत्तीमध्ये चीनी भाषेच्या निःशुल्क अध्ययनाबरोबर प्रवास, आवास आणि भोजन भत्तेचाही समावेश आहे.

ईस्लामी सभ्येतेचे केन्द्र 'सौदी अरब' जगभरामध्ये मध्यपूर्वी आणि अरबी अध्ययनासाठी गुंतवणूक करते.पाकिस्तानमध्ये अरबीला द्वितीय भाषेच्या रुपामध्ये स्थापित करण्याच्या उद्देशाने प्रभावी प्रयत्न होत आहेत. (काही लोक तर पाकिस्तानला 'अल बाकिस्तान' म्हणतात कारण अरबी भाषेमध्ये 'प' ध्वनी नाही.) या प्रकारे फ्रांस जगभरामध्ये 'एलायंस फ्रैंकेस' सारख्या फ्रांसीसी संस्थानाच्या माध्यमातून आपल्या भाषेचा प्रचार करतो.

अमेरिका सॉफ्ट पॉवरच्या प्रसारामध्ये आपल्या संस्थेच्या माध्यमातून इंग्रजी भाषेच्या वैज्ञानिक साहित्यामध्ये मोठी गुंतवणूक करतो. ब्रिटनपण पूर्ण जगामध्ये इंग्रजी लेखकांना प्रोत्साहित करण्याच्या उद्देशाने साहित्यिक पुरस्कारांचे आयोजन करतो. पुन्हा तेच व्यक्ती भारतामध्ये हीरो किंवा महानायकाच्या रुपामध्ये प्रदर्शित केले जातात.

भारतामध्ये विडंबना ही आहे की इथे सरकारी समर्थनाच्या अभावामध्ये काही खाजगी प्रयत्नच झाले, ज्यांनी भारतीय भाषांना लोकप्रिय बनविले. बॉलीवुडने हिंदीला लोकप्रियता दिली आहे. भले ही मुख्यतः हिंग्लिशच्या रुपामध्ये एका

मिश्रित भाषेचे रुप राहिले आहे. योग क्रांतीने ही संस्कृत आणि देवनागरीच्या विषया एक आवड जागवली आहे. परंतु सॉफ्ट पॉवरच्या प्रभावाला विसरुन भारतवर्ष भारतीय भाषांना पुढे नेण्यामध्ये अयशस्वी झाला आहे.

वास्तविक आपल्या राष्ट्रामध्ये अस्पष्ट भाषानीतीच त्याचे मुख्य कारण आहे. आणि या प्रकारे भारत वेगाने अँग्लो सेक्शन सभ्यतेचे एक उपगृह बनण्याच्या प्रक्रियेमधून जात आहे. जोपर्यंत भारतामध्ये भारतीय भाषांना आर्थिक स्तरावर आणि सामाजिक स्तरावर पुढे आणले जात नाही, तोपर्यंत वर्तमान स्थितीच्या प्रभावाला बदलले जाऊ शकत नाही. आम्ही मेकॉले करणाच्या अभियानाच्या प्रक्रियेवर इंग्रजीला भारताच्या तथाकथित उच्च संस्कृतीच्या रुपामध्ये स्थापित करुन ठेवले आहे. भारतीय उच्च संस्कृतीची पूर्व भाषा संस्कृतप्रमाणे, इंग्रजीचा अन्य भारतीय भाषांची संस्कृती आणि सभ्यतेबरोबर ताळमेळ बसत नाही. उच्च संस्कृतीच्या रुपामध्ये भारत सरकारद्वारे शैक्षणिक आणि संस्थागत समर्थनाची सतत आपल्या राष्ट्रीय सभ्यतेसाठी एक दुःखद आघात आहे. या स्थितीला सुधारण्याच्या संधी आपल्या हातातून उत्तरोत्तर निसटून जात आहेत.

4.2 भारतामध्ये इंग्रजी आणि भारतीय भाषांच्या प्राविण्याचा दर्जा खालावणे–

भारतामध्ये शाळांचा प्रसार अनियोजित आणि वाईट विचार धोरणा अंतर्गत होत आहे. या स्थितीला जर सुधारले गेले नाही तर भविष्यामध्ये याचे दुःखद परिणाम पहायला मिळू शकतील. या दृष्टीने काही मुख्य बिंदू या प्रकारे आहेत–

1. जरी इंग्रजी प्रशिक्षित भारतीयांची संख्या वाढत आहे, परंतु सर्वेक्षणामध्ये बघितले गेले आहे की जगभरामध्ये जन्मापासून इंग्रजी न बोलण्याऱ्यांच्या 'इंग्रजी प्रवीणता सूचकांक तक्त्या'मध्ये भारतीयांचे स्थान तीव्रतेने खालच्या बाजूला सरकत आहे.
2. इंग्रजी माध्यमाचे विद्यार्थी आपल्या वर्गाच्या बाहेर इंग्रजी वातावरणाच्या अभावात, आपल्या स्वतःला धाराप्रवाह रुपात, न इंग्रजीत न आपल्या स्थानीय मातृभाषेत अभिव्यक्त करु शकतात.
3. गैर–इंग्रजी भाषी घरातील मुलांना अशा विद्यालयीन वातावरणात प्रवेश मिळवून देणे, जिथे मुख्य रुपाने शिक्षणाचे माध्यम इंग्रजी असेल हे त्यांच्या मन–मस्तिष्कावर, आत्मविश्वासावर आणि सृजनात्मक क्षमतांवर दुःखद प्रभाव टाकते.
4. अहवालातून समजते की देशी भाषा बोलणारे विद्यार्थी जे इंग्रजी द्वितीय

भाषेच्या रुपात शिकतात, आपल्या शैक्षिक वातावरणामध्ये सहजतेच्या कारणामुळे विषय वस्तुला अधिक चांगल्या प्रकारे आत्मसात करुन घेतात. त्यामुळे त्यांचा स्वाभाविक आत्मविश्वास आणि स्वतः कार्य करण्याची मनःस्थिती पुष्ट होते.

4.2.1 जग विचारते : इंग्रजी का हिंग्रजी – भारत काय निवडेल?

स्वाधीन भारतामध्ये भारतीय भाषांसाठी स्पष्ट नीतीच्या अभावामध्ये इंग्रजी आजपासून जवळ–जवळ दोनशे वर्षांपर्यंत ज्या प्रकारे आपल्यावर थोपवली गेली होती ठीक त्याचप्रकारे आज सुद्धा उच्च शिक्षण, आर्थिक सुसंधी (नोकरी) आणि प्रशासनाची भाषा बनली आहे. भारताच्या उच्च शिक्षित वर्गामध्ये तेच लोक येतात, ज्यांच्या कुटुंबातील मागील काही पिढ्यांनी इंग्रजी माध्यमातून शिक्षण घेतले आहे, आणि जिथे त्यांच्या कुटुंब व मित्रांद्वारे इंग्रजी बोलली जाते. परंतु अधिकांश भारतीय मुले त्या वर्गातील असतात जिथे प्राथमिक शिक्षण काळामध्ये त्यांच्या वर्गाबाहेर किंवा घरामध्ये इंग्रजी बोलली जात नाही. त्याच प्रकारे भारतामध्ये कॉन्वेंट शाळांसारख्या इंग्रजी भाषेच्या उत्साही ध्वज वाहकांचा अहवालसुद्धा हाच विलाप करतो की, काही तुटक वाक्ये जी मुले यंत्राप्रमाणे पाठ करुन शिकतात, त्या व्यतिरिक्त मुलांमध्ये इंग्रजी स्वाभाविक रुपाने मूळ धरत नाही. आश्चर्य वाटते, यावरही ते व्यर्थ आशा करत राहतात की काही पिढयांनंतर इंग्रजीचे कौशल्य त्यांच्यामध्ये अवतरित होईल. सन् 2012 च्या बी.बी.सी. चा एक अहवाल या प्रकारे आहे –

मी जेव्हा विद्यालयात हे पहायला पोहचलो की त्या मुलीला पैशाच्या मोबदल्यात त्या अनुरूप मूल्य शिक्षण प्राप्त होत आहे की नाही, तेव्हा मी पाहिले की बहुतेक विद्यार्थ्यांना शिक्षणाच्या माध्यमाची खूप कमी समज होती.

प्रातःकालीन सभेमध्ये ते पोपटपंचीच्या स्वरामध्ये शाळेची प्रार्थना गुणगुणत होते, ज्याला इंग्रजी मानने कठीण वाटते. मुख्याध्यापक, ज्यांना आदराने 'फादर गुडविल' या नावाने संबोधले जाते, 'काळावरच हे सर्व सोडून देणाच्या' स्वभावाचे वाटले. ते म्हणाले, 'इथे बहुतेक मुले अशा कुटुंबातून आहेत, जिथे इंग्रजी बोलली जात नाही, परंतु पुढील 50 वर्षांमध्ये इंग्रजी त्यांच्यामध्ये स्वतः अवतरित होईल'.

वरील अनुभवावरुन मला वाटले की या मुलांसाठी शिक्षण आपल्या मातृभाषेतून आणि इंग्रजी फक्त द्वितीय भाषेच्या रुपामध्ये शिकवणे श्रेयस्कर होईल.

4.2.2 इंग्रजी माध्यमामुळे परिणाम चांगला होतो का?

राष्ट्रीय स्तरावर शिक्षण अधिकाराच्या अधिनियमांतर्गत शाळेतील भरतीमध्ये वाढ, नोकरी, आर्थिक सुसंधी आणि सांस्कृतिक प्रक्रियेतून इंग्रजी माध्यमाच्या शिक्षणाची प्राथमिकता स्पष्टपणे समोर आली आहे. परंतु जवळच्या सरकारी शाळेमध्ये ही सोय उपलब्ध नसल्याने गरीब कुटुंब आपल्या मुलांना इंग्रजी माध्यमातील खाजगी शाळांमध्ये पाठवतात. यावर त्यांच्या उत्पन्नाचा एक तृतीयांश पेक्षा जास्त खर्च होतो. भारतीय भाषेमध्ये व्यावसायिक आणि उच्च शिक्षणाचा अभावच त्यांना मुख्य रुपाने इंग्रजी माध्यमाकडे ढकलतो. इंग्रजी विषयी पक्षपाताचाच प्रभाव आहे की मूर्खतेला बळी पडून याला चालू ठेवण्याची गोष्ट केली जाते. आणि यामुळेच आज सर्वजण इंग्रजी शिकू इच्छितात.

जरी इंग्रजी माध्यमाच्या शिक्षणा विषयी आग्रहामुळे परिक्षार्थींमध्ये प्रबलता पाहिली जाते तरी परीक्षणे आणि सर्वेक्षणांमध्ये इंग्रजी प्रशिक्षित भारतीय विद्यार्थ्यांची टक्केवारी, भाषाई प्रवीणतेचा स्तर खूप खाली पाहिला गेला आहे. अध्ययनानुसार, जगामध्ये (त्या देशांमध्ये जिथे इंग्रजी स्थानीय भाषा नाही) वर्ष 2012 पासून 2014 मध्ये भारतवर्ष 'इंग्रजी प्राविण्य सूचकांक'च्या तक्त्यामध्ये 14 पासून 21 व्या स्थानावर सरकला आहे.

अत्यधिक प्रावीण्य	अधिक प्रावीण्य	सामान्य प्रावीण्य	न्यून कमी प्रावीण्य	अतिन्यून खूब कमी प्रावीण्य
1. स्वीड्न	8. पोलेंड	18. स्लोवाकिया	29. उरुग्वे	44. चिली
2. नॉर्वे	9. हंगरी	19. अर्जेंटीना	30. श्रीलंका	45. मोरोक्को
3. नेदरलँड	10. स्लोवेनिया	20. चेक रिपब्लिक	31. रशिया	46. कोलंबिया
4. इस्टोनिया	11. मलेशिया	21. भारत	32. इटली	47. कुवैत
5. डेन्मार्क	12. सिंगापुर	22. हाँगकाँग	33. तैवान	48. इक्वेडर
6. ऑस्ट्रिया	13. बेल्जियम	23. स्पेन	34. चीन	49. वेनेजुएला
7. फिनलँड	14. जर्मनी	24. दक्षिणी कोरिया	35. फ्रांस	50. जॉर्डन

	15. लाटविया	25. इंडोनेशिया	36. यू.ए.ई.	51. कतार
	16. स्विट्जरलँड	26. जपान	37. कोस्टारिका	52.गुआटेमाला
	17. पोर्तुगाल	27. उक्रेन	38. ब्राझील	53. साल्वाडोर
		28. व्हिएतनाम	39. पेरू	54. लीबिया
			40. मेक्सिको	55. थाईलंड
			41. तुर्की	56. पनामा
			42. ईराण	57.कजाकिस्तान
			43. मिस्त्र	58. अल्जीरिया
				59. सौदी अरब
				60. इराक

अशाप्रकारे आपण भारताला ना केवळ स्पष्ट रुपाने मध्यम वर्गामध्ये पाहतो, परंतु इथे त्याच्या स्तराला वेगाने खाली सरकताना ही पाहतो. महत्त्वपूर्ण गोष्ट ही आहे की बी.बी.सी. च्या याच अहवालाने आपणास समजते की –

मराठी माध्यमाची एक शाळा, जिथे स्वयंसेवक बोली इंग्रजीचे (spoken English class) वर्ग घेतात, त्याच्या आयोजकांनी मला सांगितले की, त्यांना अधिक महत्त्वाकांक्षी इंग्रजी माध्यमातील विद्यार्थ्यांच्या तुलनेत इथे चांगले परिणाम मिळत आहेत.

म्हणून जेव्हा विद्यार्थी स्थानीय देशी भाषेतून परिभाषित वातावरणामध्ये अध्ययन करत होते तर त्यांनी ना केवळ स्वभाषा तर द्वितीय भाषेच्या रुपामध्ये इंग्रजीमध्ये सुद्धा चांगले भाषिक कौशल्य प्राप्त केले, त्याचवेळी इंग्रजीला प्रमुख माध्यमाच्या रुपामध्ये घेऊन शिकणाऱ्या विद्यार्थ्यांना सर्वात अगोदर इंग्रजी शिकण्यासाठीच संघर्ष करावा लागला. त्याच लेखामध्ये पुढे हे ही समजावले आहे–

ते म्हणतात, इंग्रजी शिकण्याच्या प्रथम पिढीचा आत्मबोध काही भग्न मानासिकता असलेला असतो. ते विचार तर आपल्या मातृभाषेतून करतात परंतु त्यांना आपल्या व्यावसायिक क्षेत्रामध्ये इंग्रजी वापरावी लागते.

ही भग्न भाषाई मानसिकता शेकडो नवीन भाषा शिक्षण केंद्रांसाठी अपार व्यावसायिक संधी उपलब्ध करवते, जिथे तरुण पांढरपेशे कर्मचारी इंग्रजी

शिकतात आणि सायंकालीन अशा वर्गांसाठी जवळ–जवळ अर्धा पगार खर्च करतात. इंग्रजीचे अर्धवट ज्ञान असणाऱ्या शिक्षकांच्या अशा केन्द्रातून निघणाऱ्या लोकांच्या इंग्रजी–बोधाचा आभास आपल्याला भारतीय कॉलसेंटरशी बोलल्यानंतर होतो.

निकृष्ट अध्यापनाच्या या जंगलातून हीच गोष्ट स्पष्टपणे समोर येते की, इथे इंग्रजी ऐवजी हिंग्रजी किंवा माझ्या पूर्व पिढीनुसार 'बाबू–इंग्लिश' कारकुनांची भाषा बोलणारे लोकच तयार होतात.

मुलाला अशा शैक्षणिक वातावरणात ढकलणे, जिथे कामकाजाची भाषा त्याच्या घराच्या स्थानीय बोली भाषेपेक्षा पूर्ण भिन्न असेल, त्याच्या मन–मस्तिष्क आणि बौद्धिक विश्वासावर हास्यास्पद प्रभाव टाकते. हे सक्रिय आणि संपूर्ण शिक्षणाच्या तुलनेमध्ये व्यावहारिक जीवनात विखंडित मानसिकतेला जन्म देते. लक्षात राहू दे की, वास्तविक असे करणे मस्तिष्काच्या द्विभागी विकासासाठी सकारात्मक प्रभावाच्या सर्वथा उलटे आहे. यामुळे अशा परिस्थितीचे निर्माण होत आहे, ज्यामध्ये मिश्रित भाषी (हिंग्रजी) तथाकथित शिक्षित भारतीय युवकांचे बाहुल्य आहे आणि जे कारकुन किंवा कॉलसेंटरचा हमाल या स्तराच्या पुढे नाही जाऊ शकत. आपल्यासाठी विशेष दुःखद गोष्ट तर ही आहे की मोठ्या प्रमाणावर मानव संसाधन विकासाच्या दृष्टीने हे निश्चित रुपाने सांस्कृतिक पतन आहे. हा नवशिक्षित तरूण ना स्थानीय देशी भाषेमध्ये कुशल असतो ना इंग्रजीमध्ये आणि व्यर्थ अशाप्रकारे आपण भारताला ना केवळ स्पष्ट रुपाने मध्यम वर्गात पाहतो, परंतु त्याचा दर्जा तीव्रतेने खालावताना सुद्धा पाहतो. महत्त्वपूर्ण गोष्ट ही आहे की याच बी.बी.सी. च्या अहवालामुळे व्यक्ती गरिबीच्या चक्रातून मुक्त होण्याच्या खोट्या आकांक्षा पाळत राहतो.

"शिक्षणाचे माध्यम प्राथमिक स्तरापासून उच्चस्तरापर्यंत एकच असायला हवे, आणि म्हणूनच भारतीय भाषाच उच्च शिक्षणाचे माध्यम बनविल्या जाव्यात."

– **शिक्षण आयोग (1964–66)**

5. गणित, विज्ञान आणि व्यापार

इंग्रजी माध्यमाच्या पक्षामध्ये मुख्य तर्क हा दिला जातो की ही गणित, विज्ञान आणि संगणक विज्ञान सारख्या विषयांची "स्वाभाविक" भाषा आहे. हा इंग्रजीच्या भ्रमाला पसरवण्याच्या कुचक्राचाच एक भाग आहे. जरी हे सत्य आहे की अधिक शोधपत्रे इंग्रजीमध्ये निघाली, परंतु वर्तमानात जागतिक स्तरावर अमेरिकेच्या प्रभावामुळे असे झाले आहे. उदाहरणार्थ, भारतामध्ये इंग्रजी माध्यमातून प्रशिक्षितांच्या तुलनेत जर्मनी, जपानी आणि हिब्रू मधील स्नातक पूर्व स्तरावर विज्ञान शिकणाऱ्या वैज्ञानिकांमध्ये नोबल पुरस्कार विजेते किती तरी जास्त संख्येमध्ये असतात. आंतरराष्ट्रीय शोध कार्यांच्या अध्ययनासाठी आवश्यक इंग्रजी ज्ञानाला प्रोत्साहित केले जाणे तर योग्य आहे, परंतु भारतात 65 वर्षांहून अधिक वर्षांपर्यंत फक्त इंग्रजी माध्यम असणारे अभियांत्रिकी व चिकित्सा विद्यालय आंतरराष्ट्रीय लेखांमध्ये ना काही विशिष्ट उपलब्धी देऊ शकले आणि ना ही भारतीय वैज्ञानिक कोणताही चमत्कारिक प्रभाव टाकू शकले. या कारणांच्या विवंचने अंतर्गत वारंवार हेच सत्य स्पष्टपणे समोर आले की मुलांना यथाशक्य उच्च स्तरापर्यंत त्यांच्या स्थानीय भाषेमध्ये शिक्षणाचा लाभ मिळायला हवा. याचा परिणाम भरीव आणि प्रासंगिक शोध, उच्च स्तरीय अनुसंधान व सृजनात्मक उपलब्धीचे कारण होऊ शकतो.

5.1 गणित आणि विज्ञान

बहुतेक आकडेवारी दर्शविते की, जे विद्यार्थी गणित आणि विज्ञान आपल्या मातृभाषेमध्ये शिकतात, ते अस्थानीय भाषांमध्ये या विषयांना शिकणाऱ्यांच्या तुलनेत अधिक मेधावी बनतात. जगातील विविध देशांच्या अध्ययनामध्ये या सत्याची सतत पुनरावृत्ती झाली आहे. मुले मातृभाषेमध्ये वैज्ञानिक अवधारणेला अधिक प्रभावी रुपाने ग्रहण करु शकतात आणि अशा प्रकारे प्राप्त ज्ञानाला व्यावहारिक जगताबरोबर सोप्या प्रकारे जोडण्यामध्ये अधिक सक्षम असतात.

यूनेस्कोचे निर्देशन विशेष रुपाने या गोष्टीवर भर देते.

"हे स्वयंसिद्ध सत्य आहे की मुलाच्या शिक्षणासाठी सर्वश्रेष्ठ माध्यम त्याची मातृभाषा असते. मनोवैज्ञानिक स्तरावर यामुळे अभिव्यक्ती आणि समज यांच्या दृष्टीने त्याच्या मन पटलावर स्वतःच अर्थपूर्ण संकेत कार्य करतात. समाज विज्ञानानुसार हे संबंधित समुदायाच्या सदस्यांमध्ये ओळखीचे साधन बनते.

शैक्षणिक दृष्टीने तो या माध्यमातून अपरिचित भाषा माध्यमाच्या तुलनेत अधिक वेगाने शिकतो'' आणि...''मातृभाषेचा वापर शिक्षणाच्या जास्तीत जास्त उच्च स्तरापर्यंत व्हायला हवा''.

तुर्कीमधील एका अध्ययनावरुन समजते की, विदेशी भाषेमध्ये विज्ञान शिकणाऱ्या विद्यार्थ्यांनी मातृभाषेमध्ये शिकणाऱ्यांच्या तुलनेत अधिक भ्रांती आणि सिद्धांतांना ग्रहण करण्यामध्ये कमतरता दर्शविली.

अशा प्रकारे भारतामध्ये शिक्षणासंबंधी विस्तृत ए.एस.ई.आर. अहवालामध्ये पाहिले गेले आहे की, आंध्रप्रदेशामध्ये खाजगी क्षेत्राच्या इंग्रजी माध्यम शाळांच्या तुलनेत स्वतःच्या क्षेत्रीय तेलुगु माध्यमाच्या शाळांमध्ये गणित, विज्ञान आणि सामाजिक शास्त्राचे निकाल खूप चांगले आहेत.

मातृभाषेमध्ये विज्ञान अध्ययनाशी संबंधित परिणाम स्पष्टपणे चांगले बघितल्या नंतरही भारतामध्ये इंग्रजी माध्यमाच्या शाळांमध्ये गर्दी राहते. जसे की आपण पाहू ही गर्दी असंगत भाषाई सरकारी नीतींचे फळ आहे, ज्या मध्ये भारतीय भाषांच्या विद्यार्थ्यांसाठी प्रगतीच्या उच्चतम स्तरावर त्यांच्या स्वतःच्या भाषा उपलब्ध करुन देत नाही. परिणाम स्वरुप ते विज्ञान आणि व्यवसाय मूलक उच्च शिक्षण इंग्रजीमध्ये करण्यासाठी विवश होतात आणि याची आवश्यकता त्यांची नशीब बनले आहे.

5.2 भारताचा इंग्रजी मोह संगणक प्रशिक्षणामध्ये बाधक

भारतामध्ये सॉफ्टवेअरच्या यशासाठी मुख्यत्वे इंग्रजी भाषेचे ज्ञान आवश्यक सांगितले जात आहे. जरी ही व्यवस्था अल्प काळासाठी ठीक असू शकते, परंतु भारतीय नीती–निर्मात्यांच्या इंग्रजी मोहाचा दूरगामी परिणाम घातक होणे निश्चित आहे. चीनमध्ये भारतापेक्षा संपूर्ण शिक्षण दर इंग्रजी भाषेच्या ज्ञानाच्या दरापेक्षा खूप कमी आहे. असे असूनही संगणक आणि इंटरनेट वापरामध्ये चीन भारतापेक्षा कितीतरी पटींनी पुढे आहे.

	चीन	भारत
शिक्षण दर	95 टक्के	74 टक्के
इंग्रजी भाषा	0.73 टक्के	12 टक्के (प्रवीणता 4 टक्के)
इंटरनेट प्रयोगकर्ता	40.1 टक्के	11.4 टक्के

स्त्रोत :विश्व इंटरनेट आकडेवारी, 2012 (मिनिवाट्स मार्केटिंग ग्रुप)

स्पष्ट आहे की, भारतामध्ये इंग्रजी माध्यम संगणक शिक्षणाच्या मार्गामध्ये अवरोधक आणि बाधा आहे. यापेक्षा अधिक रोचक आकडेवारी हे दर्शविते की, भारतामध्ये ही इंटरनेट वापरणाऱ्यांपैकी 42 टक्के लोक स्थानिक भाषांमध्ये इंटरनेट सामग्री शोधतात. हे या गोष्टीकडे बोट दाखविते की अधिकांश भारतीय ज्यांना इंग्रजीचे काही ज्ञान आहे, त्यांनासुद्धा वैकल्पिक परिस्थितीमध्ये सीनिक भाषेचा वापर उपयुक्त आणि सहज वाटतो.

खरंतर हा एक भ्रम आहे की भारतामध्ये सॉफ्टवेअर साठी इंग्रजी भाषेच्या ज्ञानाची आवश्यकता आहे, कारण याचे अनेक विरोधाभासी संकेत पाहायला मिळतात. दिल्लीपेक्षा ही कमी लोकसंख्या असलेला देश 'इस्राइल' हिब्रू (इस्राइलची भाषा) प्रयोगाच्या आधारावरच, प्रतिद्वंद्वी भारत असतानाही सॉफ्टवेअर उद्योग चालवत आहे. म्हणून निश्चित आहे की भारताच्या नीती–निर्मात्यांच्या इंग्रजीच्या मोहाचे दूरगामी परिणाम आपल्या राष्ट्रासाठी घातक असतील. चीनचे लोक संगणक आपल्या भाषेतच शिकतात व वापरतात. चीनमध्ये एक चांगला कंम्प्यूटर प्रोग्रामर (किंवा अभियंता, अकौंटंट, डॉक्टर, वकील इ.) बनण्यासाठी इंग्रजीची आवश्यकता नाही. इथपर्यंत की मक्तेदारी व्यवसायामध्येही (सॉफ्टवेअर आऊटसोर्सिंग) चीन भारताला मागे टाकण्याच्या मार्गावर अग्रेसर आहे. त्यांच्या कार्यपद्धतीमध्ये इंग्रजी बोलणारा एक प्रोजेक्ट मैनेजर एकटा जगाच्या सर्व बाहेरील ग्राहकांशी संवादासाठी पुरेसा आहे, जेव्हा की या प्रक्रियेमागे दहा चीनी भाषी प्रोग्रामर नियुक्त असतील. मी (कार्ल) मायक्रोसॉफ्टसाठी सॉफ्टवेअर सल्लागाराच्या रुपामध्ये कार्य केले आहे. माझ्या तटीय कार्यालयातील सर्व सदस्य चीनमध्येच जन्मलेले व शिक्षित होते. स्वतः माझा प्रबंधक जरी अमेरीकेचा स्वाभाविक नागरिक म्हणून राहत होता आणि कार्य करत होता, परंतु तंत्रज्ञान क्षेत्रामध्ये स्वतःला अद्ययावत अर्थात त्याच्या बातम्यांशी जुळवून ठेवण्यासाठी चीनी भाषी पुस्तकांवरच अवलंबून होता.माझी गैर–तटीय (ऑफ शोर) टीम शांघाईमध्ये होती, त्यांच्यापैकी काही लोकच इंग्रजीचे फक्त थोडेसे ज्ञानी होते. तेच माझ्याशी बोलत असत. गैर–तटीय टीमचे बाकी सदस्य इंग्रजी अजिबात जाणत व बोलत नव्हते. महत्त्वपूर्ण गोष्ट ही आहे की इंग्रजी जाणणारे उच्च आहेत, असे नव्हते, ते तर फक्त अमेरीकी आणि चीनी दलांमध्ये संपर्काच्या भूमिकेमध्येच होते. तांत्रिकी मुख्य आणि युवा टाइगर प्रोग्रामर सर्व गैर–इंग्रजी प्रवक्ते होते. अशा प्रकारे गैर–तटीय दलामध्ये माध्यमिक स्तरापर्यंतचा इंग्रजी बोलणारा सदस्य, ज्याच्या हाताखाली डझनभर लोक काम करत होते, विदेशी ग्राहकांशी समन्वयासाठी पुरेसा होता.

सॉफ्टवेअर संसाधनांच्या क्षेत्रात चीनची ही नीती त्याला भारताच्या तुलनेत अधिक वेगाने पुढे जाण्यामध्ये उपयोगी आहे. इंग्रजीला केंद्रबिंदु मानून चालणाऱ्या भारताच्या विचारांना चीनचे प्रोग्रामी क्षेत्रातील प्राविण्य भारताला मागे टाकण्यात सक्षम आहे.

म्हणून आमचे असे म्हणणे आहे की भारताला भारतीय भाषांमध्ये कम्प्यूटर प्रशिक्षणासाठी सगळ्या पातळीवर प्रयत्नांची आवश्यकता आहे. आम्ही आपल्या नीतीपरक शिफारसी अंतर्गत असे परीक्षण समोर ठेवू की, याला व्यावहारिकता बहाल करणे कसे सहज शक्य होऊ शकेल.

5.3 व्यावसायिक शाळा आणि बहुराष्ट्रीय कंपन्यांद्वारे गैर-इंग्रजी माध्यमाचा वापर

वर्ष 2001 च्या जनगणनेनुसार भारतात हिंदी बोलणाऱ्यांची संख्या 42 करोड पेक्षा जास्त आहे. जागतिक अनुमानानुसार स्थानीय भाषांमध्ये बोलणाऱ्यांच्या संख्येच्या दृष्टीने हिंदी 5 प्रमुख भाषांपैकी एक आहे. संपूर्ण जगभरात विभिन्न लोकांच्या स्थानीय भाषांमध्ये एम.बी.ए. पाठ्यक्रम उपलब्ध आहे. चीन, जपान, दक्षिण कोरिया आणि अन्य अनेक राष्ट्रांमध्ये बहुतेक लोक एम.बी.ए. ची पदवी (डीग्री) स्थानीय भाषेत प्राप्त करतात. असे पदवीधारी व्यक्तीच सैमसंग आणि टोयोटा सारख्या बहुराष्ट्रीय कंपन्यांचे नेतृत्व करतात. इथपर्यंत की फक्त 80 लाख लोकसंख्येच्या इस्त्राइल मध्ये हिब्रूद्वारे विश्वस्तरीय उन्नत एम.बी.ए. अभ्यासक्रम उपलब्ध आहे. परंतु हिंदी आणि अन्य भारतीय भाषांच्या विरुद्ध विशेष वर्ग हितैषी भेदभावपूर्ण सरकारी नीतीच्या आधारावर एम.बी.ए. च्या प्रवेश परीक्षांमध्ये इंग्रजीचा एकाधिकार आहे. ज्यामुळे भारताच्या जनसंख्येचा एक खूप मोठा वर्ग या संधीपासून वंचित राहतो. आशियाच्या मुख्य आर्थिक शक्ती जपान, दक्षिण कोरिया आणि तैवान सर्वच गैर-इंग्रजी माध्यमाची राष्ट्रे आहेत. त्यांचा व्यवसाय, अभियांत्रिकी, विज्ञान आणि अर्थशास्त्र सर्व आपल्या भाषांमध्ये चालतो. आशियाच्या प्रमुख 1000 बहुराष्ट्रीय कंपन्यांपैकी 792 फक्त याच देशांच्या आहेत. विश्व व्यापक होंडा, टोयोटा, सोनी, सैमसंग सारख्या बहुराष्ट्रीय कंपन्या आंतरिक रुपाने आपल्या भाषेचाच प्रयोग करतात. सैमसंगच्या प्रमुख कार्यकारी अधिकाऱ्याने (सी.ई.ओ.) एम.बी.ए. कोरियन माध्यमातून केले आहे. इंग्रजी आधारित भारतीय बहुराष्ट्रीय कंपन्यांची संख्या नगण्य आणि प्रभाव महत्व आहे.

हे विशेष रुपाने त्रासदायक आहे की, जगामध्ये 42 करोड पेक्षा जास्त बोलणाऱ्यांच्या संख्येच्या आधारावर हिंदी जरी द्वितीय मुख्य भाषा आहे, परंतु आपल्या देशात ही उपेक्षित आहे. जेव्हा की 7 करोड़ कोरियाभाषी जनसंख्येबरोबर कोरिया आणि फक्त 80 लाख जनसंख्या असलेला देश, इस्त्राइलमध्ये एम.बी.ए. चा उन्नत अभ्यासक्रम क्रमशः कोरियाई आणि हिब्रू भाषेमध्ये उपलब्ध आहे. भारतामध्ये एम.बी.ए. पाठ्यक्रमामध्ये इंग्रजीचा एकाधिकार विशेष वर्गाप्रति भेदभावपूर्ण सरकारी नीतीमुळेच आहे. गैर–इंग्रजी भाषी आर्थिक शक्तींमध्ये प्रमुख जपान, दक्षिण कोरिया, जर्मनी, स्पेन, फ्रांस, चीन मध्ये एम.बी.ए. त्यांच्या स्वतःच्या भाषांमध्ये शिकविले जाते. जगातील 20 प्रमुख आर्थिक शक्तींमध्ये भारत एकमात्र असे राष्ट्र आहे, जिथे याच्या बहुसंख्यक वर्गाला एम.बी.ए. चा अधिकांश अभ्यासक्रम मातृभाषांमध्ये अनुपलब्ध आहे

शाळेचे नांव	स्थान	स्तर	भाषा
त्सिंघुआ वि. वि.	चीन	चीन मध्ये दूसरा आशियात मध्ये 15वे	पूर्णकालिक एम.बी.ए. (चीनी) अंशकालिक एम.बी.ए (चीनी) अंतरराष्ट्रीय एम.बी.ए (इंग्रजीं)
वसेदा बिजनेस स्कूल	जपान	जपान मध्ये दूसरा अशिया मध्ये 33 वा	जपानी व इंग्रजी
सियोलराष्ट्रीय वि.वि	कोरिया	कोरियामध्ये पहिला	थोड्या इंग्रजीच्या बरोबरकोरियाई मध्ये
दोंग्गुक वि.वि	कोरिया	बौद्ध वि वि	कोरियाई कोरियाई माध्यमातील दोंग्गुकचा विद्यार्थीच सैमसंग चा प्रमुख आहे.
कामस	इस्त्राइल	इस्त्राईल मध्ये प्रमुख	हिब्रू
इंस्तितुतो डे	स्पेन	जगात चौथा	स्पॅनिश
एच इ सी पेरिस	स्पेन	युरोप मध्ये प्रथम	फ्रांसीसी (द्विभाषी विकल्प)
स डी ए बोक्कोनी	इटली	इटली मध्ये प्रमुख	इटली मध्ये कार्यकारी एम.बी.ए.

“शिक्षणाचा स्तर वाढविण्यासाठी आणि लाकांच्या सृजनशक्तीला क्रियान्वित करण्यासाठी क्षेत्रीय भाषांना उच्च शिक्षणाचे माध्यम बनविले पाहिजे.”

– राष्ट्रीय शिक्षण नीती (1968,1979,1986)

भाग –3
नीतीगत सल्ले

''जनभाषेशिवाय सामान्य जनतेबरोबर एकरूप झाल्याशिवाय कोणतेही राष्ट्र, कोणतीही संस्कृती विकसित होऊ शकत नाही, कोणतेही राष्ट्र विकास करू शकत नाही.''

— **मुन्शी प्रेमचन्द**

6. नव्या भाषा नीतीचे लक्ष्य आणि दृष्टीकोन

1. भाषा भेदभावाविना सर्व भारतीयांसाठी व्यावसायिक शिक्षणाला व्यापक स्तरावर संधी उपलब्ध करुन अर्थव्यवस्थेला प्रोत्साहित करणे.
2. सर्व शाळांमध्ये द्वितीय भाषेच्या रुपामध्ये इंग्रजीचा विस्तार करणे, आणि विशेष रुपाने इंग्रजी माध्यम उच्च शिक्षणाच्या सामाजिक पदानुक्रमाला कमी करणे.
3. न्यायालय आणि अन्य सर्व प्रशासनिक सेवा संस्थांनासाठी भारतीय भाषा माध्यमाच्या विद्यार्थ्यांसाठी समान संधी उपलब्ध करणे.
4. भारतीय भाषांना मजबूत बनवण्यासाठी आणि परंपरागत भारतीय ज्ञान मार्गांना पुनर्जिवीत करण्यासाठी राष्ट्रीय संस्कृत आधारित तांत्रिकी शब्दावली तयार करणे आणि अन्य भारतीय आणि आशियाई सभ्यतांबरोबर सखोल संबंध स्थापित करणे.
5. सामाजिक विज्ञानाच्या भारतीय समजुतीच्या विकासाला प्रोत्साहन देऊन आणि भारतीय भाषांच्या सामाजिक विज्ञान अध्ययनाच्या गुरुत्वाकर्षणाचे केंद्र बदलून प्रमुख पश्चिमी वर्चस्वाला कमी करणे.
6. गतिशील परिस्थिती तंत्रासाठी भाषांमध्ये राष्ट्रीय स्तरावर समन्वयाद्वारे वैश्विक प्रतिस्पर्धेमध्ये देशी भाषांना मजबूत करणे.
7. देशी भाषांच्या वाचनाचा आधार विस्तृत करण्यासाठी आणि पारस्पारिक अंतर्संबंधाना प्रोत्साहित करण्यासाठी विविध भारतीय भाषाना शिकण्यामधील (जसे विभिन्न लिपींच्या रुपामध्ये) अडचणींना नष्ट करणे.

"स्व भाषा म्हणजे उन्नति आहे,
सर्व उन्नतिचे मूळ."

– **भारतेन्दु हरिशचंद्र**

7. भारतीय भाषेवर आधारित तांत्रिक आणि व्यावसायिक शिक्षण

'फोर्ड फाऊंडेशन' वित्त पोषितांच्या अध्ययनामध्ये माहित झाले आहे की भारतामध्ये इंग्रजी न बोलणाऱ्यांच्या तुलनेत इंग्रजी बोलणाऱ्यांना वेतन जास्त मिळते. याला भारतीय शिक्षणाच्या इंग्रजीकरणाला पुढे वाढवण्याच्या मार्गाच्या रुपामध्ये वापरले आहे. हे मनोरंजक आहे की, हे अन्य क्षेत्रांमध्ये एकापासून दुसऱ्या प्रणालीच्या प्राकृतिक श्रेष्ठतेच्या भेदभावाऐवजी असमानतेसाठी उत्तरदायी ठरविले जाते. भारतामध्ये भारतीय भाषांप्रति भेदभावाचा सर्वात शक्तिशाली प्रकार हा आहे की, इथे पूर्णरुपाने अभियांत्रिकी (इंजिनियरिंग), चिकित्सा आणि व्यावसायिक शिक्षण इंग्रजीमध्ये दिले जात आहे. जगातील कितीतरी देशांमध्ये या विषयांचे शिक्षण गैर–इंग्रजी भाषांमध्ये दिले जात आहे. यामध्ये भारतीय भाषांच्या तुलनेत भाषाई स्तरावर खूप कमी लोकसंख्या असणारे बहुतेक देश सामिल आहेत.

तुम्ही अभियांत्रिकी (इंजीनियरिंग) चे शिक्षण तुर्कीमध्ये, थाईमध्ये, जपानीमध्ये कोरियाईमध्ये आणि इथपर्यंत की कातालानमध्ये घेऊ शकता. कातालान स्पेनच्या एका क्षेत्रामध्ये जास्तीत–जास्त एक करोड किंवा एक करोड वीस लाख लोकांद्वारे बोलली जाणारी भाषा आहे. परंतु हिंदीमध्ये तुम्ही असे नाही करु शकत, जी बोलणाऱ्यांची संख्या तीसपट जास्त आहे किंवा तमिळ जी कमीत कमी सात पट अधिक आहे. भारतामध्ये भारतीय भाषा शिकणाऱ्यांपेक्षा थोपवल्या गेलेल्या भेदभाव पूर्ण व्यवस्थेचा हा परिणाम आहे.

आम्ही प्रस्ताव ठेवतो की, अभियांत्रिकी (इंजीनियरिंग) आणि व्यावसायिक पाठ्यक्रमाचे संपूर्ण शिक्षण भारतीय भाषांमध्ये व्हावे. या हेतूसाठी या कागपत्रांमध्ये आम्ही भारतीय भाषेला परिभाषित करतो, जी संस्कृत आधारित वर्णमाला आणि व्याकरण प्रणालीचे अनुकरण करते. यामध्ये वेगवेगळे दृष्टीकोन असतील.

1. पाठ्यपुस्तके आणि तांत्रिक शब्दावलीचा अनुवाद– एका राष्ट्रीय तांत्रिक अनुवाद संस्थानाला सर्व भारतीय भाषांसाठी एक सामान्य संस्कृत आधारित तांत्रिक शब्दावलीची जबाबदारी दिली गेली पाहिजे. या संस्थानाने, अन्य भाषांबरोबर संस्कृत आधारित शब्द संग्रहामध्ये समृद्ध थाई, तिब्बती, लाओस, जावानीस, मलय आणि इंडानोशिया सारख्या देशांशी समन्वय केला पाहिजे.

क) भारतीय भाषेच्या तांत्रिक पाठ्यपुस्तकांच्या वाक्यांमध्ये इंग्रजी भाषेला समांतर संस्कृतची तांत्रिक शब्दावली सामिल केली पाहिजे.

ख) याचप्रकारे भारतामध्ये इंग्रजी भाषेच्या तांत्रिक पाठ्यपुस्तकांच्या वाक्यांमध्ये संस्कृत शब्दांना वाढविले पाहिजे, जेणेकरुन हे विद्यार्थी हा या नियमांच्या भारतीय समकक्ष शब्दांशी परिचित होऊ शकतील.

ग) चीनमध्ये जशी संयुक्त बहुभाषी पाठ्यपुस्तकांची उपलब्धता आहे, त्याच प्रकारचा एक विकल्प इथेही होऊ शकतो.

2. वर्तमान अभियांत्रिकी (इंजीनियरिंग), चिकित्सा आणि व्यावसायिक महाविद्यालयांमध्ये भारतीय भाषांच्या समानांतर कोर्सची व्यवस्था असायला हवी. उपलब्ध इंग्रजी महाविद्यालयांमध्ये अवांतर जागा आणि शिक्षक वृंद (स्टाफ) वाढविला पाहिजे, जो भारतीय भाषांमध्ये शिकवू शकेल, जिथे संपूर्ण शिक्षणाची व्यवस्था असेल. सुरुवातीला इंग्रजी तांत्रिक शब्दांबरोबर भारतीय भाषेचा वापर मौखिक निर्देशसनासाठी केला जाऊ शकतो, जोपर्यंत की भारतीय भाषा तांत्रिक शब्दावलीचा विस्तार न होईल.

क) प्राध्यापकांच्या एका कटिबद्ध समूहाच्या भरतीची आवश्यकता असेल. आम्ही सल्ला देतो की हा कार्यक्रम सर्वात अगोदर आय.आय.टी.मध्ये सुरु केला जावा. प्रत्येक आय.आय.टी. च्या क्षेत्रीय भाषेच्या शिक्षणाची भाषा ही तिथल्या प्रादेशिक भाषेच्या आधारावर निवडली जावी. आय.आय.टी. दिल्ली, जिथे मोठ्या संख्येमध्ये विद्यार्थ्यांचे ॲडमिशन होते, तिथे 'पायलट परियोजना' च्या स्तरावर जे.ई.ई. साठी हिंदी माध्यमाचा वापर केला जाऊ शकतो.

ख) याच प्रकारे एक किंवा दोन चिकित्सा (मेडिकल) महाविद्यालयांमध्ये चिकित्सा शिक्षणाचे सुरुवातीचे नेतृत्व प्रादेशिक भाषेने व्हावे हे प्रस्तावित आहे. आय.आय.एम.–अहमदाबाद हिंदी किंवा गुजराती माध्यमातून व्यवसाय प्रवाहा (बिझनेस स्ट्रीम) च्या सुरुवातीसाठी निवडले जाऊ शकते. अशाप्रकारे भारतीय शिक्षण तंत्रामध्ये व्यापक कार्यन्वयन केले जाऊ शकते.

3. उद्देश हा असेल की, भारताच्या सर्व अभियांत्रिकी (इंजीनियरिंग), चिकित्सा आणि व्यावसायिक महाविद्यालयांमध्ये इंग्रजी माध्यमाच्या जागांनुरुपच भारतीय भाषांच्या जागांना समान केले जावे. पाच वर्षांच्या अवधीच्या शेवटपर्यंत अनिवार्य रुपाने या संस्थानांची समग्र क्षमता दुप्पट होईल.

4. सर्व प्रवेश परीक्षांनी समान रुपाने भारतीय भाषांचे समर्थन केले पाहिजे. सर्व व्यावसायिक महाविद्यालयांमध्ये प्रवेशासाठी एका पाठ्यक्रमाच्या भागाच्या रुपामध्ये करण्याऐवजी आवश्यक रुपामध्ये भाषा शिक्षण दिले गेले पाहिजे. भारतीय भाषेच्या विद्यार्थ्यांना इंग्रजीच्या वर्गात भाग घेणे सक्तीचे असले पाहिजे, जरी इंग्रजीच्या तांत्रिक कागदपत्रांच्या भाषा शिक्षणासाठी अनुवादाची गरज नाही.

   अशाचप्रकारे, सर्व इंग्रजी माध्यम स्ट्रीमच्या विद्यार्थ्यांना भारतीय भाषेच्या अभ्यासासाठी त्या वर्गांमध्ये भाग घेणे सक्तीचे असले पाहिजे, जेणे करुन भारतीय भाषांच्या तांत्रिक कागदपत्रांना ते समजू शकतील. यामुळेही त्यांना संस्कृतमध्ये तांत्रिक शब्दावलीची संरचना लागू करण्यामध्ये मदत मिळेल.

5. अंतर्राष्ट्रीय शोध पत्रांची केंद्रीय स्तरावर खरेदी झाली पाहिजे आणि त्यांची स्वचालित लिपी बदलण्याची व्यवस्था व अनुवाद प्रणाली व्यापक स्तरावर ऑनलाइन उपलब्ध केली गेली पाहिजे. या शोध पत्रांचा इंग्रजी शिवाय जगभरातील अन्य भाषांमध्ये विस्तार केला पाहिजे.

6. भारतीय भाषांमध्ये तांत्रिक सम्मेलनाचे आयोजन केले गेले पाहिजे.

7. आय.आय.एम. ने ही भाषेच्या बाबतीत अशाप्रकारे मार्ग स्वीकारला पाहिजे. ज्या राज्यामध्ये आय.आय.एम. आहे किंवा जिथेपण त्यांचे कॅम्पस आहे तेथील प्रादेशिक भाषेमध्ये शिक्षण किंवा प्रवेशाची व्यवस्था व्हायला हवी. कॉमन ॲडमिशन टेस्ट (CAT) सर्व प्रमुख भारतीय भाषांमध्ये केले गेले पाहिजे.

7.1 संभावित आक्षेप आणि त्यांचे उत्तर

1. जर एका शाळेतील विद्यार्थ्याचे एका प्रादेशिक शाळेतून दुसऱ्या प्रादेशिक शाळेत किंवा एका व्यावसायिकाचे एका प्रादेशिक कंपनीतून दुसऱ्या प्रादेशिक कंपनीमध्ये स्थानांतरण झाले तर काय होईल? सामान्य इंग्रजी शिवाय उच्च शिक्षणामध्ये विद्यार्थ्यांचे विस्थापन आणि पलायन ही शक्य होणार नाही.

   सर्वात प्रथम, भारतामध्ये स्थानीयकरण अगोदरपासून बऱ्याच क्षेत्रांमध्ये सत्य आहे. आपण चिकित्सा क्षेत्रामध्ये हे पाहू शकतो, म्हणजे जसे हैद्राबादसारख्या चिकित्सा केंद्रामध्ये मुख्यतः परिचारिका तेलगूमध्ये बोलतात त्यामुळे आदेशाचे पालन करविण्यासाठी डॉक्टरांना तेलगू भाषी असले पाहिजे.

2. एक सामान्य संस्कृत आधारित शब्दावली बनविली जावी. ही एका क्षेत्रीय भाषेतून दुसऱ्यामध्ये बदलण्यासाठी मोठी झेप नाही. क्षेत्रीय अंतर–संचालनाची क्षमता या नवीन भाषा नीतींच्या प्राथमिकतांपैकी एक आहे. भारतीय भाषांमधील भाषाई फरक वाढवून–चढवून दाखविले जाते. याचे कारण आहे लिपींमधील अंतर आणि इंग्रजीवरील विश्वास. भारतीय भाषांच्या तांत्रिक शब्दावलीच्या मानकीकरणासाठी कोणताही केंद्रीकृत दृष्टीकोन ही नाही.

   म्हणून संस्कृत आधारित तांत्रिक शब्दावलीपासून जास्तीत जास्त लोकांपर्यंत क्षेत्रीय भाषांची पोच बनेल. या व्यतिरिक्त लॅटिन/इंग्रजीची अट पण कायम ठेवली पाहिजे. सर्व भारतीय स्नातक व्यावसायिकांना समान रुपाने दोन्ही भाषांची जाण असली पाहिजे.

3. क्षेत्रीय अर्थव्यवस्थांचा खूप विस्तार करण्याची गरज आहे आणि हे केवळ तेव्हा संभव आहे, जेव्हा स्थानीय शिक्षण प्रणालीची क्षमता वाढविली जाईल. क्षेत्रीय अर्थव्यवस्थेला प्रोत्साहन मिळाल्याने जास्तीत जास्त क्षेत्रीय प्रतिभांना संधी मिळेल.

   वर्तमानात इंग्रजी विशिष्टतेबरोबर जे होत आहे, ते हे आहे की इंग्रजीपासून वंचित पृष्ठभूमीच्या जास्तीत जास्त क्षेत्रीय श्रमिकांच्या क्षमतेचा उपयोग मर्यादित कक्षेमध्ये, मर्यादेमध्ये होऊ शकत आहे. गुणवत्तायुक्त इंग्रजी माध्यमांच्या शाळापर्यंत फक्त काही लोकच पोहोचू शकतात जे सामाजिक सोपान चढू शकतात. फक्त हेच लोक नंतर सर्व क्षेत्रांमध्ये गतिशील होतात. शिक्षणाचे नैसर्गिकीकरण मानव संसाधन विकासामध्ये एक मोठी झेप ठरेल आणि याचबरोबर अर्थव्यवस्थांचाही विस्तार होईल. जर आपण फक्त एकदा इंग्रजी चष्म्याला बाजूला ठेवले तर भारतीय भाषांना पूर्णपणे शिकणे सोपे आणि पारस्पारिक रुपाने सुगम आहे.

7.2 संस्कृत आधारित तांत्रिक शब्दावली

विज्ञान तंत्रज्ञान, मानविकी आणि कायद्यासाठी एका अखिल भारतीय तांत्रिकी शब्दावलीचा विकास करण्यासाठी संस्कृत सर्वात सोयीस्कर आहे. इंग्रजी तांत्रिक शब्दावली मोठ्या प्रमाणात लॅटिनवर आधारित आहे आणि त्यामध्ये जास्त करुन युरोपीय भाषांचा व्यापक समावेश आहे. लॅटिन व्याकरण आणि शब्दावली पण संस्कृतशी समानांतर आणि एकाच मुळातून उपजलेली आहे.

युरोपमध्ये ज्या प्रकारे लॅटिन भूमिका निभवत आहे, त्याचप्रमाणे भारतात संस्कृत ने भूमिका निभावली आहे. संस्कृत भारतीय भाषांबरोबर त्यांचे व्याकरण आणि शब्दावली ही प्रदान करते. हे लॅटीनशी ही संबंधित आहे. उदाहरणार्थ, 'डेंटल' शब्द मेडिकलच्या भाषेत लॅटिन आधारित आहे, परंतु खरंतर हा शब्द 'दंता' शब्दा सारखा आहे. संस्कृत 'दंता' हा शब्द आणि लॅटिन चा शब्द 'डेंटल' यांचे मूळ समान वाटते. या व्यतिरिक्त, संस्कृत व्याकरण एका प्रणालीचा ही समावेश करुन घेते, जी संस्कृतचे मूळ किंवा धातूंच्या आधारावर नव्या शब्दांचे निर्माण करते.

संस्कृतचा देशी भाषांबरोबर एक जैविक संबंध आहे आणि हे दोन्ही एकाच वेळी रचनात्मक भाषाई परिस्थितीकी तंत्राचा भाग आहेत. देशी भाषांमधून संस्कृतचे शब्द घेतले गेले आहेत. आणि व्यवस्थित करुन संस्कृत मध्ये समाविष्ट केले गेलेले शब्द पुन्हा देशी भाषांमध्ये बघितले जातात.

संस्कृतची मोठी उपलब्धी ही आहे की, संस्कृतने बृहत् अखिल भारतीय सभ्यताच नाही तर, तिबेट पासून व्हिएतनामपर्यंत, 'बहासा' मलय आणि इंडोनेशिया, सर्वच मोठ्या संख्येमध्ये संस्कृत शब्दांचे ऋणी आहेत. हे देश पण आपल्या भाषांमध्ये तांत्रिक शिक्षण सुरु करत आहेत. तांत्रिक संस्कृत आधारित शब्दावलीच्या सुरुवातीमुळे एक सामान्य शब्दावली बनेल आणि त्याच्या प्रभावाने पूर्ण भारतीय क्षेत्रामध्ये एक आणखी घनिष्ठ सहयोग बनण्यासाठी स्वीकृती मिळेल.

इंडोनेशिया, मलेशिया आणि ब्रुनेईने सामान्य वैज्ञानिक आणि तांत्रिक शब्दावलीच्या विकासासाठी एका संयुक्त आयोगाचे गठन केले आहे. त्यांनी जुन्या मलायामध्ये पुष्कळ संस्कृत शब्दावलीचा समावेश केला आहे.यामुळे आपणांस या देशांबरोबर समन्वय आणि पुरातन सांस्कृतिक संबंधांना मजबूत करण्यामध्ये मदत मिळेल.

7.3 संभावित आक्षेप आणि त्यांचे उत्तर

1. जर इंग्रजीला प्राथमिक आवश्यकता दिली जाते, तर मग उच्च शिक्षणापासून मोठ्या संख्येमध्ये लोक वंचित राहतात आणि उच्च–भ्रू वर्ग उत्पन्न होतो म्हणून संस्कृत शब्दावलीची सुरुवात करायला हवी. पण संस्कृतकरण सुद्धा उत्कृष्टतेचाच एक प्रकार आहे, त्यामुळेही उच्च–भ्रू वर्ग उत्पन्न होईल. मग दोन्हींमध्ये फरक काय आहे?

पहिला हा की, शिकण्याच्या पद्धतीमध्ये फरक आहे. संस्कृत खूपच संरचित

आणि गणितीय भाषा आहे आणि इंग्रजीच्या तुलनेत याचे शिक्षण जास्त तर्कसंगत आहे. संस्कृत शब्दावली अगोदर पासूनच दक्षिण भारतीय लोकांसहित सर्व भारतीय भाषांचा एक मोठा भाग आहे. संस्कृत शिकणे त्या नियमांना जाणण्याची गोष्ट आहे. जर प्राकृतिक शिक्षण पद्धती लागू केली जाते तर (उदाहरणार्थ, 'संस्कृत भारती' द्वारे संस्कृत बोलण्याची पद्धत आणली जाते) भारतीय भाषा बोलणाऱ्यांद्वारे स्वाभाविक रुपाने संस्कृत दक्षता प्राप्त केली जाऊ शकते. दुसरे, इंग्रजी कुठेही व्यवस्थित आणि तार्किक रुपामध्ये नाही. म्हणून कोणात्याही व्यक्तीची इंग्रजी बोलण्याची गुणवत्ता खूप प्रमाणात अग्लोंसेक्शन संस्कृतीमध्ये विलय आणि समाजीकरणावर अवलंबूनअसते, जी मोठ्या प्रमाणावर भारतीयांसाठी ताबडतोब उपलब्ध नाही. हे त्या काही भारतीयांच्या विरुद्ध आहे, ज्यांमुळे खूप मोठे नुकसान पोहोचते, ज्यांच्या कुटुंबाजवळ इंग्रजी शिक्षणाची ऐतिहासिक पृष्ठभूमी आहे किंवा जे महानगरीय क्षेत्रांमध्ये राहतात, त्यांच्यासाठी जास्त करुन भारतीयांच्या तुलनेत इंग्रजीचा वापर सोपा आहे.

दूसरे, संस्कृती सुद्धा एक कारक आहे, जसे की वर सांगितले आहे. संस्कृत आणि देशी भाषांमध्ये एक जैविक नाते आहे. संस्कृत आणि देशी भाषा, या अखिल भारतीय सभ्यतेचे विचार आणि संस्कृतीमध्ये रुजलेल्या आहेत. म्हणून भारताच्या कोणत्याही भागात देशी भाषा बोलणाऱ्यांना संस्कृत शिकण्यामध्ये कोणत्याही प्रकारे अडचण येणार नाही. या बरोबरच ते एका उच्च स्तरावरील भाषा शिकण्याचे सर्व फायदे मिळवू शकतील. दुसऱ्या बाजूला, इंग्रजी आणि त्याचे वाक्प्रचार, सरासरी भारतीयांसाठी विदेशी आहेत, जे काही असण्याच्या एका निश्चित भावनेला उत्पन्न करण्यामध्ये कारण बनतात, जे कोणाजवळही नाही, तर जे काही कोण्या व्यक्तीच्या पूर्वजांनी तयार केले, केवळ त्यांचाच फायदा वाढत आहे. म्हणून जास्त प्रमाणात भारतीय इंग्रजी शिकतात, जेणेकरुन एक नवीन भाषा शिकण्याचा फायदा होईल. ते मोठ्या काळामध्ये फायदा होण्याच्या बदल्यात सांस्कृतिक नुकसानीचा सुद्धा अनुभव घेतात.

''मी चांगला वैज्ञानिक यामुळे बनलो कारण मी गणित आणि विज्ञानाचे शिक्षण मातृभाषेतून प्राप्त केले होते.''

– **डॉ. ए.पी.जे. अब्दुल कलाम**

(भारताचे भूतपूर्व राष्ट्रपती)

८. राष्ट्रीय संस्थानांमध्ये भाषेची रुपरेशा

स्थिती ही आहे की, इंगजी भाषेने राष्ट्रीय संस्था आणि इस्पात(steel) ग्रिडमध्ये प्रवेश आणि प्रगतीसाठी एका अभिजात वर्गाला जन्म दिला आहे. वसाहतवादी अभिजात (एलिट) वर्गाच्या याच भाषेने सामाजिक भेदभावाला अवशेषाच्या रुपात सोडले आहे. फरक केवळ हा आहे की आता इंग्रजांचे स्थान भारतीयांनी घेतले आहे. आश्चर्य तर हे आहे की राजनैतिक आणि सामाजिक नेत्यांनी पण स्थितीमध्ये सुधार करण्यापेक्षा या भेदभावाला आणखी सुदृढ़ करत त्याला अजून बळ प्रदान केले आहे.

8.1.1 संघ लोक सेवा आयोगाच्या परीक्षा

संघ लोक सेवा आयोगाच्या (यू.पी.एस.सी.) लिखित आणि मौखिक परीक्षा सामान्यतः संविधानाच्या आठव्या परिशिष्टामध्ये वर्णित 22 भारतीय भाषांपैकी कोणत्यातरी एका भाषेबरोबरच, इंग्रजीमध्ये ही आयोजित होते. ही परीक्षा राष्ट्रीय, प्रशासनिक, पोलिस आणि विदेशी सेवा आणि अन्य नागरिक सेवांमध्ये प्रवेशासाठी निवड प्रक्रियेचे पहिला टप्पा आहे. देशभरातील विविध पृष्ठभूमीचे विद्यार्थी अनेक महिने आणि वर्षाच्या तयारीनंतर या परीक्षांना उपस्थित होतात.

5 मार्च 2013 ची ही घोषणा की, या परीक्षा आता फक्त इंग्रजी आणि हिंदी मध्ये होतील, हजारों परीक्षार्थ्यांसाठी एका मोठ्या चिंतेचा विषय बनून गेली होती. आपल्या क्षेत्रीय व मातृभाषेच्या अपमानाच्या व्यापक अनुभवा अतिरिक्त सीव्हील सर्विसेसच्या सामान्य परीक्षार्थ्यांमध्ये एक खळबळ माजली होती. संघ लोकसेवा आयोग आणि केंद्र सरकार विरुद्ध आयोजित प्रदर्शन या गोष्टीचा संकेत होता की विभिन्न भारतीय भाषांप्रति आत्मसन्मानाची भावना अजून समाप्त झाली नाही. या विषयाला घेऊन अनेक राज्यांच्या विधानसभांमध्ये ही गोंधळ झाला. शेवटी अडचणी आणि अपमान सोसल्यानंतर संघ लोकसेवा आयोगाने 5 मार्चला केल्या गेलेल्या आपल्या घोषणेला त्याच महिन्याच्या 22 तारखेला दुरुस्त केले. हे माहीत नाही होऊ शकले की क्षेत्रीय भाषेच्या पर्यायापासून परीक्षार्थींना वंचित करण्याच्या विचाराच्या उत्पत्तीचा स्त्रोत काय होता ? नीतीमध्ये वरील परीवर्तनामागे यू.पी.एस.सी. किंवा यु.पी.ए. सरकारमध्ये यासाठी कोण जबाबदार असेल, सांगणे कठीण होईल.

तसेही, आर.ए.एस., आय.एफ.एस. इ.च्या परीक्षार्थींना कठीण निवड प्रक्रियेतून बाहेर पडल्यानंतर प्रतिष्ठित प्रशिक्षण कार्यक्रम पार करावा लागतो, ही

पूर्ण प्रक्रिया व अभ्यासक्रम ब्रिटीश वसाहतवादी शासनकाळापासून कोणतेही परिवर्तन न करता जशीची तशी चालत आली आहे. इथपर्यंत की परिसर, वातावरण, अभ्यासक्रम, मनोवृत्ति आणि आचार–व्यवहारही बदलले नाहीत. या वातावरणात इंग्रजीला अगोदर पासूनच विशेष अधिकार प्राप्त आहेत. दूरदर्शितेने क्रमिक स्वदेशीकरणाच्या दृष्टीने या अभ्यास क्रमामध्ये, भारतीय भाषांना आतापर्यंत सम्मिलित करायला हवे होते. जेव्हा की स्वातंत्र्याच्या काही दशकानंतर ही हिंदीच्या फक्त सांकेतिक समावेशाच्या अपवादाला सोडले तर अन्य सर्व क्षेत्रीय भाषांना तिरस्कृत केले गेल्याचे प्रयत्न समोर येतात, हा बहुतेक आपल्या कुविचारित भाषा नीतीचाच परिणाम आहे.

भाषा नीती तयार करण्यामध्ये आमचे ध्येय आहे–भारतीय भाषांच्या विद्यार्थ्यांना इंग्रजी माध्यमाच्या लोकांबरोबर आणणे किंबहुना त्यांच्यापेक्षा सरस बनवणे. इंग्रजी योग्यतेला मानदंड बनविण्यापेक्षा आपणास भारतीय भाषांना समानतेच्या स्थितीमध्ये आणले पाहिजे. आणि आवश्यकता असल्यावर 'इंग्रजी' निवडीनंतर प्रशिक्षण अभ्यासक्रमाचा भाग असू शकते. जरी इंग्रजी ज्ञानाची परीक्षा घेतली जाते, प्राप्त गुणांना योग्यता निर्धारण्याचा आधार नाही बनविले गेले पाहिजे, किंबहुना अन्य प्रकारे निवड झाल्याच्या स्थितीमध्ये संबंधित व्यक्तीला केवळ इंग्रजी प्रशिक्षण कार्यक्रमासाठी नामांकित केले गेले पाहिजे.

8.1.2 सल्ले

1. यु. पी. एस. सी. परीक्षेमध्ये 300 गुणांच्या सक्तीच्या इंग्रजी या पेपरला समाप्त केले गेले पाहिजे.
2. इंग्रजीला निवड मापदंडाचा आधार असायला नको. निवडीनंतर इंग्रजीमध्ये प्राविण्यतेचा आवश्यकता असल्याच्या स्थितीमध्ये याला प्रशिक्षणपाठ्य कार्यक्रमांतर्गत सम्मिलित केले जाऊ शकते.

8.2 सशस्त्र सेना

सुरक्षा सेवांसाठी मान्यता प्राप्त विश्वविद्यालयाची पदवी एक अट आहे, विशेष करुन नौसेना आणि वायुसेना ॲकेडमीसाठी (दलासाठी) इंग्रजी आणि गणिताची पदवी. भारतामध्ये उच्च शिक्षण क्षेत्रांमध्ये ही स्थिती आहे की, इंग्रजी कौशल्याची आवश्यकता आपोआपच लागू होते, तरीही इंग्रजी प्राविण्याशी संबंधितस्थिती ही आहे की अधिकाऱ्यांना यासाठी परीक्षा द्यावी लागते, परंतु सशस्त्र दलांच्या खालच्या पदासाठी याची आवश्यकता नाही.

अधिकाऱ्यांकडून ही अपेक्षा केली जाते की, त्यांनी स्वतः देशी भाषेला ओळखावे आणि आपल्या जवळच्या लोकांशी बोलचाल ही देशी भाषेतच करावे. सशस्त्र दलांमध्ये ही दुटप्पी व्यवस्था अजूनही उच्च आणि निम्नचा भेदभाव करणारी पारंपारिक वसाहतवादी संस्कृती आहे. अशाप्रकारे भेदभावाचा आधार म्हणून इंग्रजी भाषा आता जातीचीच जागा घेत आहे अर्थात् भेदभावाचा आधार आता जाती नसून भाषा बनली आहे.

म्हणून यु.पी.एस.सी. प्रमाणे इंग्रजीच्या या स्थितीला समाप्त झाले पाहिजे. इंग्रजी भाषीय परीक्षेची अनिवार्यता अधिकाराऱ्यांच्या योग्यतेच्या निर्धारणाचा भाग नसली पाहिजे. आवश्यकतेनुसार इंग्रजी किंवा हिंदी भाषेचे परीक्षण नियुक्ती नंतर दिले जाऊ शकते. वर्तमानात अधिकारी आपल्या सैनिकांशी बोलतात तर हिंदीमध्ये, परंतु कार्यालयाचे कामकाज इंग्रजीमध्ये करतात. भाषेसंबंधी या दुटप्पी व्यवस्थेला क्रमाक्रमाने समाप्त करुन हिंदीला सशस्त्र सेनेच्या भाषेच्या रुपामध्ये स्थापित करण्याच्या दिशेने प्रयत्न व्हायला हवेत.

8.3 विधी व्यवस्था

ब्रिटनमध्ये विधी व्यवस्था 'इंग्लिश कॉमन लॉ' मुळे विकसित झाली. तिथे प्रथांच्या निरंतरतेला आणि प्रचलित मान्यतांना कायद्याच्या रुपामध्ये स्थापित केले गेले. भारतात आपण ना केवळ ब्रिटिश कायद्याला स्वीकारले तर त्यांच्या लिखित भाषेला ही स्वीकारले. यामध्ये कोणतेही आश्चर्य नाही की हा आपल्यावर थोपवल्या गेलेल्या एका विदेशी कायद्याची अनुभूती देतो.

भारतीय भाषा प्राकृतिक दार्शनिकतेचा आधार घेऊन चालतात, ज्यामुळे त्या अधिक प्रभावी आणि स्वीकार्य होतात. कायद्याला आपल्या अधिकार क्षेत्रामध्ये तेथील संस्कृतीशी निश्चित रुपाने जोडलेले असले पाहिजे. अशाप्रकारे नियम, तर्क, न्यायिक विवेक इत्यादि स्थानिक भाषेमध्येच सूत्रबद्ध होऊ शकतात.

8.3.1 उच्च न्यायालयामध्ये इंग्रजीचे बाहुल्य

सर्वोच्च न्यायालय आणि उच्च न्यायालयांमध्ये सर्व सरकारी कागदपत्रांमध्ये इंग्रजीचा वापर केला जातो. भारतात कायद्याची भाषा ही इंग्रजी आहे आणि ब्रिटिश अधीनस्थ सर्व क्षेत्रांमध्ये 1835 पासून हीच व्यवस्था अस्तित्वात आहे. सन् 1949 मध्ये स्वतंत्र भारताच्या संविधानाने कायदा आणि प्रशासनाच्या भाषेच्या रुपामध्ये इंग्रजीला चालू ठेवण्याचा निर्णय घेतला. अनुच्छेद 348 मध्ये ही व्यवस्था केली गेली आहे की, सर्वोच्च न्यायालय आणि सर्व उच्च न्यायालयांच्या

भाषेबरोबरच संसद किंवा कोणत्याही राज्याच्या विधानमंडळाद्वारे मंजूर सर्व विधेयक आणि संशोधन, अधिनियम, अध्यादेश, नियम आणि उपनियम इ. ची भाषा इंग्रजी असेल. प्रावधान हे आहे की, कोणत्याही राज्याचा राज्यपाल, राज्य प्रशासन किंवा त्या राज्याच्या उच्च न्यायालयाला स्थानीय भारतीय भाषेच्या वापराची परवानगी देऊ शकतो. निस्संदेह, संविधानात उल्लेखित निर्देशानुसार ही व्यवस्था आहे की 15 वर्षाच्या आत इंग्रजी भाषेच्या वापराला क्रमिकरुपाने समाप्त करुन हळू–हळू स्थानीय राष्ट्रीय भाषेला (ज्यासाठी हिंदीला निवडले गेले) लागू करण्याचा प्रयत्न व्हायला हवा.

आज अपीलीय स्तराच्या न्यायालयांमध्ये, जिथे साक्षीदार आणि वादींना प्रत्यक्षपणे ऐकले जाते, त्यांमध्ये राज्याच्या अन्य भाषांचा अधिकारिक उपयोग केला जाऊ शकतो. परंतु होते असे की, अपीलीय न्यायालयांमध्ये, केवळ वकीलच वादींचा पक्ष ठेवतात, जे अधिकांशतः परंपरेने इंग्रजीमध्ये सक्षम असल्यामुळे इंग्रजीमध्येच आपली बाजू मांडतात. कायद्याचे निर्माते उच्च न्यायालयामध्ये अन्य भाषेच्या वापराची अनुमती देऊ शकतात, परंतु, आतापर्यंत हिंदी भाषी राज्यांमध्ये केवळ चार उच्च न्यायालयांमध्येच – राजस्थान, बिहार, उत्तरप्रदेश आणि मध्यप्रदेश – अशी व्यवस्था झाली आहे. 2013 च्या एप्रिल मध्ये तमिळनाडुच्या मुख्यमंत्र्यांनी राष्ट्रीय कायदा निर्मात्यांना आव्हान केले की, चेन्नई उच्च न्यायालयामध्ये तमिळलाही अधिकृत भाषेच्या रुपामध्ये लागू करण्याची परवानगी दिली जावी.

उच्च न्यायालयामध्ये भारतीय भाषांना लागू करण्याच्या विरोधामध्ये काही क्षेत्रांनी हा तर्क दिला की बाकी अपीलीय न्यायालयांमध्ये चुकूनच भारतीय भाषांमध्ये सुनावणी होते. उच्च न्यायालयांमध्ये जास्तीत जास्त अपीलीय खटल्यांची कार्यवाही अशा अधिवक्ता आणि वकीलांद्वारे प्रस्तुत केली जाते, ज्यांनी सुरुवातीपासूनच इंग्रजीमध्ये कायदा शिकला. अशा प्रकारे इंग्रजी शिक्षित वकील आणि न्यायाधिशांमुळे उच्च न्यायालयांमध्ये देशी भाषांचा वापर मात्र सांस्कृतिक संरक्षणापर्यंत मर्यादित राहतो. परिणाम हा होतो की न्यायिक प्रक्रिये अंतर्गत सामान्य लोक स्वतःना कोणताही तर्क करु शकतात आणि ना ते त्यांच्याकडून दिल्या जाणाऱ्या तर्कांना समजू शकतात. या बरोबरच फक्त इंग्रजी शिकलेले वकील आणि न्यायाधीश गैर – इंग्रजी विद्यार्थ्यांना या पदांवर येण्यापसून थांबवतात. मलेशिया सारख्या देशाने आपल्या उच्च न्यायालयामध्ये बहासाला (भाषा) लागू करण्यासाठी व्यवस्थित प्रयत्न केले आहेत. तिथे निर्णय इंग्रजी किंवा

बहासा मध्ये लिहिले जाऊ शकतात. भारतामध्येच फक्त इंग्रजीची अयुक्ति पूर्ण नीती चालू आहे, जी 21 व्या शतकाच्या काळामध्ये ही मानवी हक्काचे उल्लंघन आहे.

8.3.2 शिफारसी – न्यायिक सुधारामध्ये भाषा उन्नयनाला अवश्य सम्मिलित झाले पाहिजे.

भारतामध्ये त्वरित न्याय उपलब्ध करण्यासाठी न्यायिक प्रणालीमध्ये ही सुधाराची आवश्यकता आहे. सामान्य संस्कृत शब्दावलीबरोबर न्यायिक प्रक्रिया आणि कायदा सर्व भारतीय भाषांमध्ये उपलब्ध व्हायला हवा. इंग्रजीतून भारतीय भाषा व भारतीय भाषांतून इंग्रजीत अनुवादाच्या तुलनेत भारतीय भाषांचा सामान्य वैचारिक मूलाधार आणि परस्पर अत्याधिक समानतेच्या दृष्टीगत त्यांमध्ये एका भाषेतून दुसऱ्या भाषेमध्ये अचूक अनुवाद जास्त सहजतेने केला जाऊ शकतो. भारतीय भाषांमध्ये सामान्य आधारावर बनलेले कायदे जास्तीत जास्त लोकांसाठी बोधगम्य आणि समजण्यामध्ये सोपे असतील. त्या स्थितीमध्ये कोणीही व्यक्ती देशी भाषेच्या माध्यमातून सोप्या प्रकारे कायद्याचे शिक्षण घेऊ शकतो.

आम्ही उच्च शिक्षणासाठी 'देशी भाषा आणि संस्कृतमध्ये प्राविण्य' या प्रकरणामध्येही हा सल्ला दिला आहे की कायदा आणि मानविकी सारख्या गैर–विज्ञान विषयांसाठी संस्कृत सक्तीची असली पाहिजे. याच्याशी यथास्थिती बनवून ठेवल्याने संबंधित तर्कांना कमी करुन न्यायामध्ये शीघ्रता आणण्याचे दूरगामी परिणाम मिळतील.

भारतात त्वरित न्यायाच्या व्यवस्थेसाठी न्याय प्रणाली मध्ये पटकन सुधाराची आवश्यकता आहे. कायद्याच्या प्रक्रियांबरोबरच कायद्यांना संस्कृतमध्ये पुन्हा संहिताबद्ध करुन भारतीय भाषांमध्ये याचा अनुवाद व्हायला हवा. तेव्हा कोणीही विभिन्न देशी भाषांमधून कोणत्याही एका माध्यमातून कायद्याचे शिक्षण प्राप्त करु शकतो.

जरी काही वर्षांपर्यंत उच्च न्यायालयांमध्ये इंग्रजीचा वापर चालू ठेवला जाऊ शकतो, परंतु कायद्याची शब्दावली आवश्यक रुपाने संस्कृतनिष्ठ व संस्कृत आधारित हवी, जिला 'भारतीय इंग्रजी' मध्ये स्वीकारले जाऊ शकेल. उदाहरणार्थ, 'सैक्युलरिज्म' जो एका भिन्न धर्मामध्ये भिन्न ऐतिहासिक अनुभवाच्या संदर्भांशी जोडलेला शब्द आहे, म्हणून भारतीय संदर्भामध्ये याच्या जागेवर 'धर्म–निरपेक्ष' शब्दाचा वापर केला जाऊ शकतो.

संशोधित शिक्षण नीती अंतर्गत न्यायाधीशाचे पद देशी भाषे अतिरिक्त संस्कृतमध्ये प्राविण्य लोकांसाठी राखीव असणे अपेक्षित आहे. कायद्यामध्ये अस्पष्ट तेच्या स्थितीमध्ये संस्कृतच्या मूळ पाठाला अधिकृत मानून त्याला प्राथमिकता दिली जावी.

प्रश्न उठतो की आपल्या बहुभाषी राष्ट्रामध्ये व्यावहारिक स्तरावर हे कसे संभव होईल? प्रथमतः वकीलांना/ अधिवक्त्यांना सुप्रीम कोर्टामध्ये राष्ट्रीय भाषांपैकी कोणत्याही एका आणि त्याच प्रकारे राज्याच्या उच्च न्यायालयांमध्ये राज्याच्या भाषांपैकी कोणत्याही एका भाषेमध्ये वकीली करण्याची परवानगी दिली गेली पाहिजे. आवश्यकता पडल्यावर न्यायिक अनुवादकांना अनुवादासाठी लगेचच उपलब्ध केले जाऊ शकते.

या व्यतिरिक्त उच्च न्यायालयांचा निर्णय कोणत्याही भारतीय भाषेमध्ये दिला जाऊ शकतो आणि अन्य अपेक्षित भाषांमध्ये त्याचा अनुवाद केला जाऊ शकतो. अनुवादाच्या क्षेत्रामध्ये प्रगतीबरोबर आपोआपच भारतीय भाषांमध्ये परस्पर अनुवाद करणे सुगम होईल. त्या स्थितीमध्ये या परियोजनेची कल्पना आणखीनच व्यावहारिक प्रतीत होते.

सिद्धांत व उद्देश हा आहे की सर्वांना मात्र एका भाषा विशेषासाठी बाध्य करण्यापेक्षा प्रत्येक व्यक्तीने आपली स्थानिक भाषा वाचण्या–लिहिण्यामध्ये सक्षम असायला हवे. अनुवादाच्या तांत्रिक आव्हांनावर विजय मिळवला जाऊशकतो, परंतु प्रत्येक व्यक्तीला फक्त एका भाषा–विशेषासाठी विवश करण्यामुळे होणाऱ्या मानवीय मोबदल्यावर नाही. म्हणून सर्व भारतीय भाषांच्या अनुवादासाठी मौलिक रचनेला उन्नत करुन बहुभाषी भाषा नीती अवश्य लागू व्हायला हवी. एक किंवा दोन पिढयांनंतर संस्कृत आणि भारतीय देशी भाषांमध्ये साक्षरता निश्चित रुपाने वाढेल. त्या स्थितीमध्ये अनुवादाची मौलिक रचना आपोआपच सोपी होईल.

8.4 संभावित आक्षेप आणि त्यांचे निराकरण

1. याला लागू करणे खूप अव्यावहारिक आहे. सिव्हिल सेवांचे वर्तमान अधिकारीगण आणि न्यायपालिकेचे सदस्य भाषेच्या विविधीकरणाला अत्यंत अडचणीचे समजतील.

उत्तर – क्रमिक परिवर्तनाचा विचार अजिबात गैरसोयीचा नाही. आपल्या समोर मलेशियाच्या रुपामध्ये एका देशाचे उदाहरण आहे, जिथे संपूर्ण न्यायिक व्यवस्थेला आपल्या देशी भाषेमध्ये बदलण्याची प्रक्रिया लागू केली गेली आहे. भारतातही याला एका पिढीतच सहजतेने लागू केले जाऊ शकते.

भारतामध्ये अगोदरच हे पाहिले गेले आहे की, उच्च न्यायालयांमध्ये हिंदी आणि तमिळच्या वापरासाठी राजनैतिक आणि जनतेचा दबाव राहिला आहे, परंतु सुसंगत बहुभाषी नीतीच्या अभावामध्ये हे राष्ट्रव्यापी नाही होऊ शकले. अशाप्रकारे सर्व क्षेत्रीय भाषांच्या आकांक्षांना एक आवाज देण्यासाठी एका केन्द्रीत निकायाचा उणीव मौलिक समस्या आहे. याला सुलभ करण्याची आवश्यकता आहे. एकदा सर्व भारतीय भाषांप्रति समान रुपाने 'पोच सिद्धांत' स्वीकारला जावा आणि बरोबरच अनुवाद सेवांनाही या प्रक्रियेचा एक भाग बनवला गेला, तर याची यश निस्संदेह आहे. एकदा जरी समान संधी उपलब्ध केली गेली तर लोकांची आवड आणि आकांक्षा स्वतः बलवती होईल.

2. भारतात इंग्रजी क्षमतेचा आणि योग्यतेचा एक स्तर दर्शविते. जर सिव्हिल सेवांमध्ये गैर–इंग्रजी भाषी व्यक्तींना घेतले गेले तर यामुळे त्याा सेवांचा दर्जा खालावू शकतो.

उत्तर – ही एक चुकीची धारणा आहे.व्यक्तीची क्षमता पूर्णपणे त्याच्या द्वारे प्राप्त शिक्षण आणि प्रशिक्षणाच्या गुणवत्तेवर अवलंबून असते. आकडेवारी सांगते की आय.आय.टी., जे. ई. ई. साठी मराठी आणि हिंदी भाषेमध्ये परीक्षा देऊन प्रवेश मिळवणाऱ्यांची संख्या इंग्रजी भाषेच्या परीक्षार्थींच्या तुलनेत जास्त राहिली आहे.

''कोणत्याही स्वतंत्र राष्ट्राच्या राजकार्याची आणि शिक्षणाची भाषा विदेशी भाषा असणे म्हणजे सांस्कृतिक दास्यता आहे.''

– **वॉल्टर चेनिंग**

9. प्राथमिक, माध्यमिक आणि उच्च शिक्षण

उच्च शिक्षण व्यवस्थेला भारतीय भाषांमध्ये एका झटक्यात आणणे संभव नाही, यासाठी योजनाबद्ध कार्यान्वयन कार्यक्रमाची रुपरेखा बनवून त्याला लागू करण्याची प्रक्रिया सुनिश्चित करुन पुढे चालविली पाहिजे. त्यानंतर सर्व हितधारक – शिक्षणवादी, उद्योगपती, समाजशास्त्री, सरकार आणि कर्मचाऱ्यांच्या सक्रिय प्रतिक्रियेच्या आधारावर पदोपदी त्याच्या पुन्हा मूल्यांकनाची आवश्यकता असेल. यासाठी वेळ मर्यादा निर्धारण करण्याच्या उद्देशाने अंतर्पिढीगत परिप्रेक्ष्याला समोर ठेऊन नीतीची रुपरेखा बनविली पाहिजे.

9.1 तर्क, स्तर आणि प्रक्रिया

नैसर्गिक भाषांना शिक्षण आणि प्रशिक्षणाचे माध्यम बनविण्याचे फायदे स्वाभाविक आहेत आणि हे अनेक प्रकारे प्रभावशाली होतात.या मागे मौलिक तर्क हे आहेत –

1. शिक्षणाच्या माध्यमाचा विद्यार्थी आणि त्यांच्या द्वारे अध्ययन केल्या जात असलेल्या विषयांमधील संबंधावर सखोल प्रभाव पडतो. हा सभ्यतेच्या भावी रचनात्मकतेवर दूरगामी प्रभाव टाकतो.
2. अनेक वैज्ञानिक अध्ययन हे स्पष्ट करतात की विद्यार्थ्यांना विभिन्न विषयांचे शिक्षण आपल्या भाषेमध्ये घेतल्याने निश्चित रुपाने फायदा होतो.
3. भारताच्या स्वीकृत देशी भाषांची संख्या मोठी आहे, ज्यामधील प्रत्येक भाषा एका क्षेत्र विशेषाचे आणि जनसंख्येचे प्रतिनिधित्व करते.
4. स्पष्ट आहे की शिक्षण माध्यमाच्या रुपामध्ये प्रासंगिक बनून राहण्याच्या उद्देशाने प्रत्येक भारतीय भाषेला संगठित आणि सतत निरीक्षण व्यवस्थेची आवश्यकता असते. जेणेकरुन अन्य देशी भाषांबरोबर पारस्पारिक गतिविधी बरोबर ती स्वतःला अद्ययावत आणि स्तरीय बनवून ठेऊ शकते.
5. जरी सर्व विषयांच्या विभिन्न भारतीय भाषामंधील अध्ययनाने राष्ट्रीय अखंडता आणि परस्पर अनुकूलतेच्या मुद्द्यांना उठवले गेले आहे, परंतु वास्तविक त्यांना आवश्यकतेपेक्षा कितीतरी जास्त हवा दिली गेली आहे. भारतीय, इंग्रजीची सुरवात होण्याअगोदर शतकांपर्यंत संस्कृत/देशी भाषांमध्ये एकमेकांशी वार्तालाप आणि संभाषण करत राहिले आहेत.

   एका सामान्य संस्कृत शब्दावलीच्या उपयोगाने विज्ञान संबंधी कार्यामध्ये समन्वय स्थापित केला जाईल, आणि यामुळे भारतीय भाषा अनुप्रेरित आणि

समृद्ध होतील. त्याचबरोबर स्थानीय भाषांच्या शब्दावलीचे मानकीकरण करुन त्यांना संस्कृतमध्ये समाविष्ट केले जाईल.

6. त्याचप्रकारे औपचारिक रुपाने भाषांमध्ये मानकीकरणाची अवस्था स्थापित करण्याची आवश्यकता असेल. राष्ट्रीय स्तरावर शीर्ष निकायाची स्थापना केली जाईल जी संस्कृत शब्दावलीसाठी सामान्य तांत्रिकी शब्दांच्या रचना कार्याचा समन्वय करेल. हे कार्य कठीण नाही, कारण विज्ञानाच्या लॅटीन आधारित शब्दावलीमध्ये जवळ–जवळ संस्कृतच्या समकक्ष धातू शब्द आहेत आणि संस्कृत व्याकरणामध्ये धातू किंवा मूळापासून सरळतेने शब्दांच्या रचनेची व्यवस्था आहे. या निकाय किंवा परिषदेत भारताच्या सर्व प्रमुख भाषांचे प्रतिनिधी असतील, जे आपल्या देशी भाषेबरोबरच संस्कृतमध्येही अनिवार्य रुपाने पारंगत असतील. ही परिषद अध्ययन योग्य विभिन्न क्षेत्र व पक्षांना घेऊन आयोजित होईल, ज्यामध्ये संबंधित विषयांच्या तज्ञांनाही समाविष्ट केले जाईल.

9.2 प्रथम पिढीचा प्रवेश

हे तर निश्चित आहे की, सर्वांमध्ये पहिल्यापासूनच मातृभाषेविषयी नैसर्गिक ओढ असते. लोक आपले मित्र व कौटुंबिक मंडळीबरोबर परस्पर वार्तालापामध्ये मुख्यत्वे मातृभाषेचा वापर स्वाभाविकतेने, सहजतेने आणि आनंदाने करतात. आपल्या भाषेविषयीच्या आकर्षणामुळेच ते लोकप्रिय संस्कृती आणि शास्त्रीय कलांचा आस्वाद घेत आपले मनोरंजन करतात. भारतामध्ये इंग्रजी संचार माध्यमाच्या दर्शकांच्या व वाचकांच्या तुलनेत विभिन्न भारतीय भाषांतील संचार माध्यमे, विभिन्न प्रकाशने, वर्तमानपत्रे आणि टी. व्ही.चैनल्स आणि त्यांच्या वाचकांची आणि दर्शकांची संख्या जास्त मोठी आहे. परंतु उच्चशिक्षण आणि व्यवसायामध्ये भारतीय भाषांचा विस्तृत वापर आणि त्याच्या स्वीकारतेला पाठिंबा मिळाला नाही.

म्हणून संपूर्ण शिक्षण प्रणालीमध्ये देशी भाषेच्या प्रवीण्य सक्तीचे बनविणे आवश्यक आहे. इथपर्यंत की शिक्षणाचे प्राथमिक माध्यम इंग्रजी ठेवणाऱ्या संस्थांमध्ये ही भारतीय भाषांच्या अभ्यासाची व्यवस्था असेल. यामुळे हे सुनिश्चित होईल की संपूर्ण पिढींचे लोक आपल्या प्राकृतिक भाषांमध्ये व्यवसाय करु शकतील आणि विज्ञान इत्यादीचे शिक्षण घेऊ शकतील. या शक्यतेची वास्तविकता अनुभव करु शकतील. यामुळे फायदा होणे स्वाभाविक आहे.

एका आकर्षक भाषा अभ्यासाच्या माध्यमातून विश्वविद्यालयांमध्ये युवकांना आणि शाळेमध्ये मुलांना हे व्यावहारिक रुपाने दिले जाऊ शकते. प्राथमिक आणि माध्यमिक शिक्षण, संगणक साक्षरतेसाठी एक अनुपालन दिशा निर्देश लागू करण्याची आवश्यकता असेल, ज्यामध्ये क्षेत्रीय भाषा, संस्कृत आणि इंग्रजी (किंवा कोणतीही अन्य विदेशी भाषा) यांना समाविष्ट करुन एक संतुलित आणि पर्याय आधारित सूत्रपण असेल.

9.3 देशी भाषांमध्ये संगणक साक्षरता

देशी भाषांमध्ये संगणक साक्षरतेला इंग्रजीच्या संगणक साक्षरतेबरोबर जोडून नाही पाहिले गेले पाहिजे. मुले इंग्रजीमध्ये संगणक शिकण्याच्या तुलनेत देशी भाषांमध्ये त्याला जास्त सहजतेने शिकू शकतील –

1. शाळेत भारतीय भाषांच्या लिपींवर आधारित कळ–फलक(की बोर्ड) द्वारे संगणक शिकविला गेला पाहिजे. संगणक निर्मात्यांना भारतीय लिपीच्या वापराला प्रोत्साहित करण्यासाठी अनिवार्य रुपाने कळ–फलका (की–बोर्ड) वर भारतीय भाषेतील अक्षर दिले पाहिजेत. यामुळे भारतीय भाषा आणि संगणकामधील मानसिक अननुबंधाला तोडण्यामध्ये मदत मिळेल.
2. इलेक्ट्रॉनिक्स, सेलफोन आणि कम्प्यूटरच्या उपकरण निर्मात्यांना भारतीय भाषांमध्ये वापरकर्ता सूचीपत्र (युजर मॅन्युअल) प्रदान करणे सक्तीचे केले पाहिजे.
3. आय.टी.आय. आणि अन्य व्यावसायिक प्रशिक्षण संस्थांनी भारतीय भाषांमध्ये आपले सॉफ्टवेअर अभ्यासक्रम उपलब्ध केले पाहिजेत..
4. भारतीय भाषांचा उपयोग करणाऱ्या तांत्रिक प्रशिक्षण संस्थांना कर अर्थसहाय्य (टॅक्स सब्सिडी) मिळाले पाहिजे.

9.4 देशी भाषा आणि संस्कृतमध्ये प्रवीणता

1. प्राथमिक विद्यालयांमध्ये शिक्षण अनिवार्य रुपाने स्थानिक भाषेमध्ये दिले गेले पाहिजे :

क) इंग्रजी किंवा संस्कृत किंवा अन्य कोणतीही भाषा, देशी भाषा माध्यम असणाऱ्या विद्यालयांमध्ये भले पर्यायात्मक असो, परंतु आवश्यक नाही.

ख) वर्तमान इंग्रजी माध्यमाच्या विद्यालयांमध्ये क्षेत्रीय भाषा, प्राथमिक विद्यालयाच्या स्तरापासूनच एक अनिवार्य विषय असला पाहिजे.

ग) संपूर्ण भारतात क्षेत्रीय भाषा–संस्कृत–इंग्रजी चे त्रि–भाषा सूत्र लागू केले पाहिजे. विद्यालयांमध्ये भेद फक्त इतका असेल की या तीनही भाषांशी संबंधित क्रम भिन्न असेल.

2. माध्यमिक स्तरापासून वरील विद्यालयांच्या पदवीमध्ये स्थानिक भाषा किंवा संस्कृतमध्ये सामान्य प्राविण्य उल्लेखित असायला हवी.

क) सामाजिक विज्ञान आणि विज्ञानाच्या अध्ययनामध्ये स्थानिक भाषा किंवा संस्कृतचा प्रवाह प्रदर्शित व्हावा, याच बरोबर हा प्रवाह भाषा अध्ययनाच्या संदर्भामध्ये ही प्रदर्शित व्हायला हवा.

ख) जर प्रवाह मुख्य रुपाने देशी भाषेमध्ये आहे तर संस्कृतमध्ये सामान्य वार्तालाप आणि व्याकरण कौशल्यालाही समाविष्ट करायला पाहिजे. जर संस्कृत भाषेमध्ये प्राविण्यतेचा स्तर 1,2,3, आणि 4 च्या बरोबर वर्गीकृत केला गेला असेल, तर उच्च विद्यालयाच्या स्नातकांसाठी संस्कृतमध्ये कमीत–कमी, स्तर–2 ची दक्षता असायला हवी.

ग) देशी भाषीय किंवा इंग्रजी माध्यम विद्यालय या सर्वांमध्ये संस्कृत तांत्रिक शब्दावली आणि इंग्रजी तांत्रिक शब्दावली दोन्ही बरोबरच शिकविली गेली पाहिजे.

3. त्याच आधारावर सर्व उपाधिपत्र (डिप्लोमा), स्नातक पदवी, स्नातकोत्तर आणि विद्यावाचस्पती (डॉक्टरेट) पदवींमध्ये आपली स्वैच्छिक देशी भाषेची प्राविण्य प्रदर्शित होऊ दे, उच्च शिक्षणासाठी संस्कृत प्राविण्यतेच्या नियंत्रणाविषयी उल्लेख खाली केला गेला आहे.

9.4.1 वैज्ञानिक आणि समाज-सांस्कृतिक अनुशासन

माध्यमिक विद्यालयाच्या स्तरापर्यंत संस्कृतच्या मौलिक ज्ञानार्जनानंतर उच्चतर शिक्षणामध्ये संस्कृतमधील प्राविण्याचा प्रश्न येतो. समाज आणि संस्कृतीमध्ये प्रचलित दोन प्रकारचे शब्द आणि संस्कृतीच्या आधारावर आपण याला दोन भागांमध्ये विभाजित करु शकतो:

1. प्रथम भाग विज्ञान, मानव–विज्ञान, कला आणि दुस-या व्यवसायांच्या तांत्रिक शब्दावलीशी संबंधित आहे.

2. जेव्हा की दुसरा, उप–संस्कृतीमध्ये अभिव्यक्त केले जाणारे विचार आणि वैयक्तिक अनुभव, मनोऐतिहासिक स्मृती, अंक–ज्ञान, समाज आणि राजनैतिक संबंध, लोक ज्ञान, क्रिया, शब्द–व्युत्पत्ति आणि समासाशी संबंधित समूहासाठी शब्दावली.

वरील दोन्ही वर्गांवर आधारित उच्चतर शिक्षणासाठी संस्कृत कौशल्य खालील प्रकारे निर्देशित केले जाऊ शकते:

क) व्यावसायिक शिक्षणाच्या विशिष्ट तांत्रिकीसाठी संस्कृतला एका पर्यायत्मक विषयाच्या रुपामध्ये ठेवले जाऊ शकते. विद्यार्थ्यांसाठी इतके पर्याप्त असेल की त्यांना क्षेत्रीय भाषांमध्ये या विषयांचे चांगले ज्ञान होईल आणि त्या क्षेत्रीय भाषेची शब्दावली संस्कृत आधारितच असेल, जेणेकरुन भारतात अन्य क्षेत्रीय भाषांबरोबर अनुकूलता बनून राहील.

ख) तरीही, स्नातक स्तराच्या वरील शिक्षणासाठी कायदा, समाज विज्ञान, राजनीती शास्त्र, पत्रकारिता, इतिहासाशी संबंधित मानव विज्ञानाच्या सर्व विषयांसाठी संस्कृतच्या प्रवीणतेमध्ये सतत सुधार अनिवार्य असेल.

9.5 समानांतर भाषा-मार्ग प्रवीणतेची आवश्यकता आणि त्याचे महत्व

इथपर्यंत की इंग्रजी माध्यमाच्या शिक्षणासाठी भारतीय भाषेतील प्राविण्य सक्तीचे बनवून, लोकसंख्येचा इंग्रजी पद्धतीने शिकलेला अधिक शिक्षित वर्ग संपूर्ण भारतात एका समान भाषा नितीला लागू करण्याच्या प्रक्रियेमध्ये महत्त्वपूर्ण हितधारकांच्या रुपामध्ये फायद्यातच राहील. नाहीतर, समाजामध्ये वर्ग भेदाची स्थिती उत्पन्न होते. जिथे भारतीय भाषांचे हितधारक इंग्रजी माध्यमातून शिक्षितांच्या तुलनेत वंचित किंवा नुकसानीत राहतात. हा एक स्वस्थ किंवा उपयुक्त मार्ग होऊ शकत नाही. हेच कारण आहे की, भारताची वर्तमान भाषा नीती विफलप्रायः आहे.

9.6 भारतीय भाषांसाठी सहायक व चांगल्या रोमन लिपीचे निर्माण करणे

भारतीय देशी भाषा, वर्तमानात मानकीकरणाशिवाय अव्यवस्थित रुपाने रोमनमध्ये (इंग्रजी) लिप्यंतरित केली जाते. हा गैर–स्तरीय दृष्टीकोन मोबाईल उपकरण आणि अन्य कार्यक्रमांमध्ये टाइपिंग दरम्यान देशी भाषांच्या वापरामध्ये वर्तनाच्या त्रुटींच्या रुपामध्ये दिसतो. म्हणून आम्हांला रोमन लिपीला भारतीय भाषांसाठी एक आधार प्रदान करण्याच्या दिशेमध्ये पुढे व्हायला हवे, आणि त्याच बरोबर भारतात इंग्रजीला संस्कृत शब्दावलीने समृद्ध बनवून तीला भारतीयतेच्या अनुषंगाने परिवर्तित करायला हवे. अशा प्रकारे इंग्रजीला भारतीय भाषा बनविण्याच्या दिशेमध्ये हे एक आवश्यक पाऊल असेल.

9.7 संभावित आक्षेप आणि त्यांचे निराकरण

. हे अत्यंत अव्यावहारिक आहे. उच्च शिक्षणामध्ये तांत्रिक विषयांना भारतीय भाषांमध्ये शिकविणारे चांगले शिक्षक, प्राध्यापक व प्रोफेसर कुठे मिळतील?

उत्तर – ही एक अंतर्पिढीगत योजना आहे. संपूर्ण भारतात सॅटेलाइटच्या माध्यमातून मुक्त अभ्यासक्रमांद्वारे वर्गांचे प्रसारण केले जाऊ शकते. दूरस्थ शिक्षणासाठी मूळ तांत्रिक साच्याचा प्रस्ताव अगोदर आहेच – आणि या प्रणाली मुळे देशात कोणत्याही क्षेत्राच्या शाळा किंवा महाविद्यालयांमध्ये सर्वात चांगल्या शिक्षक आणि प्राध्यापकांद्वारे शिकवले जाऊ शकेल. शिक्षणाच्या साच्यात मौलिक बदल शिवाय मानव संसाधनांचा योग्य उपयोग होईल. उदाहरणार्थ, भारतीय भाषांचे शिक्षक अनुवाद कार्याची जबाबदारी घेतील आणि विद्यार्थ्यांद्वारे विचारल्या जाणाऱ्या प्रश्नांची उत्तरे देतील. आवश्यक असल्यावर मूळ शिक्षक किंवा नेटवर्कद्वारे विषयाच्या विशेषज्ञांमार्फत हे शिक्षक कठीण प्रश्नांच्या उत्तरांची व्यवस्था करतील. अशाप्रकारे विद्येच्या कोणत्याही क्षेत्रातून शिक्षक व प्राध्यापक विद्या–वृक्षाच्या फांदीच्या रुपात कार्य करतील आणि स्थानीय विद्यार्थ्यांना पाठ्य सामग्रीचा अनुवाद उपलब्ध करवतील.

ही केवळ पिढीतील अंतराची समस्या आहे. हा संधिकाळ पूर्ण झाल्यानंतर भारतीय भाषांमध्ये विज्ञान अभ्यासाचे देशी वातावरण सुलभ होईल. जपानमध्ये ही विज्ञानाच्या पाठ्य–पुस्तकांचा भारतीय भाषांतून अनुवाद झालानाही, तर त्यांना स्थानिक जपानी वैज्ञानिकांनी मूळ रुपात जपानीमध्ये लिहीले आहे.

या व्यतिरिक्त यामुळे आपोआपच स्थानिक देशी भाषांमध्ये विभिन्न विषयांवर पुस्तके आणि अन्य संचार माध्यमांची मागणी वाढेल आणि स्वाभाविक आहे की शिक्षक, प्राध्यापकगण आणि प्रकाशन उद्योगाचे विशेषज्ञ त्या मागणीच्या पूर्तीसाठी पुस्तक लेखन, वृत्तचित किंवा अन्य संचार माध्यमाला उपलब्ध करवण्यासाठी बाध्य होतील. बाजाराच्या गतिशीलतेने चीन सारख्या इतर देशांमध्ये या प्रवाहाला निर्माण केले आहे. बाजाराच्या या गतिशीलतेला सरकारी नीतीने प्रोत्साहित ही केले जाऊ शकते.

भारतीय भाषेच्या वर्तमान मंचावर उच्च शिक्षण व्यवस्थेमध्ये परिवर्तन एका झटक्यात केले जाऊ शकत नाही, तर एका क्रमिक स्तरावर लागू करण्याच्या प्रक्रियेला सुगम बनविण्यासाठी चिन्हित केले गेले पाहिजे. प्रत्येक मैलाच्या दगडावर सर्व हितधारक, शिक्षाविद्, उद्योगपती, समाजशास्त्री, सरकार आणि कर्मचाऱ्यांच्या सक्रिय प्रतिक्रियेच्या आधारवर पुन्हा एकदा मूल्यांकन करण्याची आवश्यकता असेल. वेळ–निर्धारणाच्या बाबतीत नीतीगत साच्यात निश्चित स्तरावर एक अंतर पिढीगत परिप्रेक्ष्यामध्ये ठेवले पाहिजे.

''ज्या देशाला आपली भाषा आणि साहित्याविषयी गौरवाचा अनुभव नाही, तो उन्नत होऊ शकत नाही.''

– **डॉ.राजेन्द्र प्रसाद**
(भारताचे प्रथम राष्ट्रपती)

10. भारत सरकारचे प्रकाशन आणि संचार

केन्द्र सरकारची प्रकाशने वेबसाइट आणि पत्र व्यवहारांवर अगोदर पासूनच इंग्रजीचे प्रभुत्व आहे आणि कधी–कधी तर विशेष रुपाने इंग्रजीचा वापर होतो. याचा पुनर्प्रभाव बघितला जातो की, भारतातील अधिकांश लोक वंचित राहतात. अंकीय (डिजिटल) विभागणीच्या अभावाला दूर करण्याच्या दिशेमध्ये सरकारी प्रयत्नांबरोबर सरकारी वेबसाइटच्या सामग्रीला सर्व 22 भारतीय भाषांमध्ये सक्तीने लागू करण्यासाठी कायद्यामध्ये शिफारसीची आवश्यकता आहे.

असे करणे तेवढे कठीण नाही जेवढे वाटते. युरोपीय संघ सर्व सार्वजनिक संवाद आणि वेबसाइट सामग्री युरोपीय संघाच्या सर्व 24 भाषांमध्ये लागू करतो. कॅनडा सारख्या काही देशांमध्ये कायद्याने हे अनिवार्य केले गेले आहे की सरकार आणि कॉर्पोरेट वेबसाइट इंग्रजी आणि फ्रेंच, दोन्ही मध्ये बरोबरच (एकत्रच) लागू करेल. भारतात अनेकों सरकारी वेबसाइट सर्व भारतीय भाषांमध्ये उपलब्ध न होता फक्त इंग्रजीमध्ये आहे. जरी काही वेबसाइट हिंदी मध्ये आहेत, परंतु तिथे इंग्रजी शब्द रोमन मधून फक्त देवनागरी मध्ये लिप्यंतरित होतात. याचे कारण हे आहे की आपल्याजवळ संस्कृत आधारित तांत्रिक शब्दावलीच्या निर्माणामध्ये गुंतवणकीची कमी आहे.

10.1 संविधानिक निर्देश अपुरे आहेत

संविधानात भाषा नीतीला घेऊन स्पष्ट दिशा–निर्देश आहे की स्वातंत्र्याच्या 15 वर्षाच्या आत भाषा–नीती लागू केली जावी, परंतु त्या संविधानिक निर्देशाचा सन्मान नाही केला गेला. भारतीय संविधानाच्या अनुच्छेद 343 मध्ये स्पष्ट आहे की देवनागरी लिपीमध्ये हिंदीला संघाची राजभाषा म्हणून स्वीकारली आहे. हे खूपच घनिष्ठ कथ्य होते, कारण त्या वेळी अर्ध्या सांसदांनी संस्कृतला राजभाषा बनवण्यासाठी आपले मत दिले होते. हिंदीला अधिकृत रुपाने लागू होण्यामध्ये अनेक अडचणींचा सामना करावा लागला. हिंदीला संघाच्या राजभाषेच्या रुपामध्ये लागू करण्याच्या दृष्टिने गठित एका संसदीय समितीने सर्व सरकारी कामकाजासाठी याला क्रमाक्रमाने लागू करणे आणि क्रमिक कार्यक्रमाद्वारे हळू–हळू इंग्रजीला बाजूला काढण्याची शिफारस करायला हवी होती. परंतु संस्कृतच्या जागेवर हिंदीला निवडल्यामुळे ही एक राजनैतिक अडचण बनली.

याचप्रकारे त्याच अनुच्छेद 343 मध्ये हा ही उल्लेख आहे की इंग्रजीला क्रमिक कार्यक्रमाद्वारे बाजूला करण्याच्या 15 वर्षांच्या अवधीला संसदद्वारे वाढवले जाऊ शकते. याचा फायदा घेऊन इंग्रजीच्या वापरालाना केवळ अनिश्चित

काळासाठी वाढवले गेले तर भारतीय समाजाच्या सर्व क्षेत्रांमध्ये त्याचे वजनही वाढेले.

वर्तमानात, 1963 राजभाषा अधिनियम आणि 1976 च्या राजभाषा नियमांतर्गत (रोचक तथ्य हे आहे की, श्रीमती इंदिरा गांधींच्या नेतृत्वामध्ये कुख्यात आपातकालाच्या वेळी उक्त अधिनियमामध्ये संशोधन करुन या नियमांना मंजूर केले गेले होते) लागू दिशा–निर्देश आणि नियमानुसार सरकारी कार्यालयामध्ये विभिन्न सरकारी कामकाज व पत्र व्यवहारासाठी इंग्रजीला हिंदीच्या पर्यायी रुपामध्ये वापरण्याची परवानगी दिली गेली. वास्तविक, अंतरराज्य पत्राचारासाठी ज्या राज्यांनी हिंदीला आपली राजभाषा म्हणून स्वीकार केलेनाही, तिथे हिंदीमध्ये पत्राचाराच्या स्थितीमध्ये त्या बरोबर इंग्रजी अनुवादाची प्रत पाठवणे आवश्यक आहे.याचा अर्थ हा आहे की या अधिनियमाने ना केवळ हिंदीच्या बरोबरीने इंग्रजीच्या वापराला प्रोत्साहन दिले, तर त्याला वास्तविक हिंदीची किमंत चुकवून अखिल भारतीय संपर्क भाषेच्या रुपामध्ये स्वीकारण्यासाठी सत्तीचे ही कायदे आहे.

10.2 हिंदी की संस्कृत ?

संविधानात्मक प्रारुप समितीचे अध्यक्ष बी.आर. आंबेडकर यांनी आधुनिक भारताच्या संविधानाला आकार दिला होता. त्यांनीच राष्ट्रीय भाषेच्या रुपामध्ये संस्कृतचे दृढतेने समर्थन केले होते. वास्तविक ते आजीवन संस्कृतविषयी उत्साही राहिले आहेत आणि संस्कृतमध्ये संक्षेपात बोलणारे ते प्रथम सांसदही होते. संस्कृत आयोगाच्या अहवालामध्ये (1956–57) हे लिहीले आहे की संविधान सभेमध्ये चर्चेदरम्यान राष्ट्रीय भाषेच्या रुपामध्ये हिंदी ऐवजी संस्कृतला प्रतिष्ठित करण्यासाठी तीन महत्त्वपूर्ण क्षेत्रांचे समर्थन प्राप्त होते.

1. डॉ. बी.आर.आंबेडकर यांनी संस्कृतला भारताची राष्ट्रीय भाषा बनविण्याच्या पक्षामध्ये प्रबळ समर्थन केले होते.

2. मुस्लिम : श्री नजीरुद्दीन अहमद यांनीही (पूर्व मुस्लिम लीग) संस्कृतसाठी जोरदार आवाहन केले.

3. दक्षिण भारत : काही तमिळ सदस्यपण याच्या पक्षामध्ये होते.

शतकांपासून संस्कृत भारताची बौद्धिक क्रियाकलापांची भाषा होती. एका अनुमानानूसार आजही संस्कृतमध्ये तीन करोड़ पांडू लिपी आहेत, ज्या कोणत्याही इतर प्राचीन साहित्याच्या तुलनेत एक खूप मोठी संपत्ती आहे. संस्कृत ना केवळ

भारतीय भाषा तर मलेशिया, इंडोनेशिया, थायलंड आणि व्हिएतनाम सहित बृहद भारतीय सभ्यतेचा कणा आहे.

हिंदी बरोबर सर्व भारतीय भाषांना, समृद्ध बनविण्यासाठी इंग्रजी व अन्य आंतरराष्ट्रीय भाषांच्या समकक्ष आणून त्यांना प्रतिस्पर्धेयोग्य आणि सक्षम बनविण्यासाठी हे आवश्यक आहे की सर्वप्रथम यांचा मुख्य आधार अर्थात् संस्कृतला प्रमुखता दिली जावी. कायद्यामध्ये या गोष्टीचे प्रावधान करावे लागेल. ज्यामुळे एक व्यापक साचा तयार होईल आणि खालच्या स्तरावर या उद्‌देशांसाठी प्रयत्नांती हळू–हळू लोक समर्थन निर्मित होऊ शकेल.

10.3 संशोधित नीतींचे दिशा-निर्देशन

सर्वभाषांची शब्दावली संस्कृतने ओतप्रोत आहे. याचे व्याकरण त्यांपैकी बहुतेक भाषांना अनुप्राणित करते. याच्या व्यतिरिक्त संस्कृत एक संपूर्ण, आणि श्रेष्ठ भाषा आहे, ज्यामध्ये अर्थाला स्पष्ट करण्याची व्यापक क्षमता आणि सामर्थ्य आहे.संगणक (कम्प्यूटर) मशीन अनुवादामध्ये अर्थ मिळविण्यासाठी प्राकृतिक मानव भाषांचा अनुवाद एका मध्यस्थाच्या रुपामध्ये केला जातो. नुकतेच झालेले शोध सुचवितात की संस्कृत भाषा स्वतःमध्येच खूप सतर्क आणि उपयुक्त अर्थाचे प्रतिनिधित्व करण्यामध्ये अत्यंत अनुकूल आहे. स्वचालित अनुवाद मशीनद्वारे संस्कृतमधून कोणत्याही अन्य भारतीय भाषेमध्ये अनुवाद खूप सतर्क, युक्तीयुक्त आणि उच्च स्तरीय सार्थकतेबरोबर केला जाऊ शकतो. परंतु या प्रकारच्या सतर्कतेबरोबर इंग्रजी पाठाच्या मूळ स्त्रोताचा अनुवाद करणे वर्तमानामध्ये शक्य नाही.

उदाहरणासाठी, जर कायद्याला मूळ रुपामध्ये संस्कृत मध्ये निर्दिष्ट केले जाते, तर त्याच्या अर्थाचा बोध व सार पूर्णतेने त्यामध्ये समाविष्ट होऊ शकतो आणि अन्य सर्व भाषांमध्ये लगेच मशीनकृत अनुवाद ही शक्य होईल –

1. संस्कृतच्या अतिरिक्त प्रतीबरोबर वर्तमान कायदा बनून राहू शकतो. भारत सरकारचा संपूर्ण पत्र व्यवहार संस्कृतनिष्ठ हिंदीबरोबर अतिरिक्त रुपाने संस्कृतच्या प्रति–लिपीबरोबर पाठवला गेला पाहिजे. संस्कृत संस्करणालाच अधिकृत मानले जावे आणि मग अतिरिक्त रुपाने त्याचा इंग्रजी अनुवाद लागू केला जाऊ शकतो.
2. समस्त पत्र व्यवहार, सर्व सरकारी वेबसाइटवर मशीनकृत अनुवादाच्या व्यक्तिगत तपासणी नंतर उपलब्ध केले गेले पाहिजेत, ज्यामुळे त्यांना सर्व भारतीय भाषांमध्ये एकत्र पोहोचवले जाऊ शकेल.

3. भारत सरकारची समस्त प्रकाशने आणि राजभाषा नियमांमध्ये वर्णित पत्र–व्यवहार व संवादाची संस्कृत प्रत लिखित किंवा सर्व भारतीय भाषांच्या वर्ल्ड वाइड वेब अर्थात नेटवर्क वर उपलब्ध व्हायला हवी.
4. एक मर्यादा,समजा 15 वर्षे, निर्धारित व्हायला हवी, ज्या अंतर्गत इंग्रजीच्या मूळ प्रतीनांही क्रमिक क्रमाने समाप्त किंवा निर्मूळ करायला हवे. संस्कृतला प्रमुख प्रशासनिक भाषेच्या रुपामध्ये स्थापित करण्याच्या उद्‌देशाने त्याचप्रकारे हिंदी प्रतीनांही हळू–हळू समाप्त केले जाऊ शकते.
5. कोणत्याही स्थितीमध्ये निर्धारित अवधीमध्ये पुन्हा विस्ताराची परवानगी न दिली जावी.

10.3.1 अगोदरच्या तुलनेत आता खूप सोपे

हे तर मानावे लागेल की अशा अधिनियमांचे परिणाम तितके निश्चित नाही होऊ शकत, जेवढे साठ वर्षांपूर्वी वाटत होते. आज कोणत्याही भाषेमध्ये इलेक्ट्रॉनिक संवाद फक्त एक बटन दाबल्याने दुसऱ्या भाषेमध्ये अनुवादित केला जाऊ शकतो. अशाच प्रकारे संस्कृतचा इलेक्ट्रॉनिक संवाद अन्य देशी भाषांमध्ये सटीक अनुवाद एका बटनाच्या क्लिक बरोबर केला जाऊ शकतो आणि इंग्रजी अनुवादाच्या गुणवत्तेमध्ये ही हळू–हळू सुधारणा होत आहे.

संस्कृत आणि भारतीय भाषांसाठी तांत्रिक समर्थन वाढल्याने त्यांची मागणीपण वाढेल आणि त्यांना शंभरपेक्षा अधिक अन्य आंतर्राष्ट्रीय भाषांसाठी प्रदान केल्या गेलेल्या मदतीच्या स्तरावर आणून ठेवेल.

बहुतेक असे वाटेल की संस्कृतचे पुर्नआगमन कठीण आहे, परंतु शतकापूर्वीच्या हिब्रू भाषेच्या तुलनेमध्ये संस्कृत आज कितीतरी सजीव आहे. तरीही हिब्रू आज विज्ञान, तंत्रज्ञान आणि उच्च शिक्षणामध्ये पूर्णपणे कार्यशील आणि समकालीन भाषेच्या रुपामध्ये वाढत आहे. (इस्त्राइलवर केस स्टडी पहा)

10.4 राज्य सरकार प्रकाशन

कॅनडामध्ये क्यूबेक राज्याच्या गोष्टीवर विचार करु. राष्ट्रीय स्तरावर कॅनडा इंग्रजी भाषी बहुसंख्यक राष्ट्र आहे, ज्यामध्ये केवळ 'क्युबेक' फ्रेंच भाषी प्रांत आहे. तरीही तिथल्या कायद्यानुसार हे सक्तीचे आहे की, कॅनडाच्या कोणत्याही राज्यामध्ये सरकारी वेबसाइट द्विभाषी म्हणजेच इंग्रजी आणि फ्रेंचमध्ये असायला हवी. जर कोणत्याही सरकारी वेबसाइटवर फ्रेंच प्रत उपलब्ध नसेल तर त्याला अवैध मानले जाते.

भारतामध्ये आज ही केंद्र सरकार किंवा राज्य सरकारची वेबसाइट फक्त इंग्रजीमध्ये असणे बेकायदेशीर नाही आणि हे ही तेव्हा जेव्हा की इंग्रजी बहुसंख्यक लोकांची भाषा नाही.

भारतामध्ये स्थिती ही आहे की, राज्य सरकार आपल्या राजभाषेला सोडून परिपत्र, जाहिराती व अन्यान्य सामग्री फक्त इंग्रजीमध्ये प्रकाशित करते.

कायद्याद्वारे हे अनिवार्य असायला हवे की सर्व सरकारी प्रकाशने, संबंधित राज्याची राजभाषा आणि संस्कृतमध्ये असावी. मागच्या प्रकरणामध्ये दिल्या गेलेल्या केन्द्र सरकारसाठी स्वीकारल्या जाणाऱ्या नीतीच्या अनुकरणामध्ये राज्य प्रकाशने, वेबसाइट आणि संवाद इत्यादींनाही त्यानुरुप परिवर्तित केले जाऊ शकते. पत्र किंवा इलेक्ट्रॉनिक, कोणत्याही रुपामध्ये राज्य सरकारचे सर्व संभाषण व जाहिराती प्रथमतः त्या राज्याची राजभाषा आणि संस्कृतच्या प्रतीबरोबर असायला हवी. इंग्रजीला विकल्पाच्या रुपामध्ये ठेवले जाऊ शकते.

10.5 संभावित आक्षेप आणि त्यांचे निराकरण

1. संस्कृत सहित राष्ट्रीय भाषेला घेऊन राजकीय स्तरावर समस्यांना उठविले जाईल. इंग्रजीबरोबर तडजोड करावी लागत आहे.

उत्तर– क्षेत्र–निरपेक्ष भाषेच्या रुपामध्ये संपूर्ण भारतात संस्कृतची व्यापक स्वीकृती आहे. जसे की वरती उल्लेख केला गेला आहे, ही गोष्ट स्वतः संविधानसभेमध्ये समोर आली होती.तमिळ भाषेमध्ये 42 टक्के पेक्षा जास्त शब्द मूळ संस्कृतचे आहेत –'हो' या शब्दासाठी तमिळ भाषेत असलेला 'आम' हा शब्द सुद्धा संस्कृतमधूनच आला आहे. संस्कृतबरोबर खोल जैविक संबंध असणाऱ्या अधिकांश भारतीय भाषांसाठी ही गोष्ट खरी आहे.

दूसरे, कोणतेही विशेष असे क्षेत्र नाही, जिथल्या लोकांना संस्कृत शिकण्यात महत्त्वपूर्ण फायदा नाही. तथाकथित 'उत्तर–दक्षिण चा भेद' ही संस्कृतसाठी लागू होत नाही. काही असो, अरबी अथवा फारसी शब्दांशी प्रभावित हिंदी किंवा पंजाबीच्या तुलनेमध्ये अधिकांश दक्षिणी भाषांमध्ये व्यापक संस्कृत शब्दावली आहे.

तीसरे, संस्कृत नेहमी सर्व क्षेत्रीय भाषांच्या शब्दांना समाविष्ट व संशोधित करत राहिली आहे. ही प्रक्रिया चालू राहील, आणि म्हणून क्षेत्रीय भाषेची भूमिका ग्रहणकर्त्याबरोबर देणाऱ्यांची पण होईल.

2. काही राजकीयशक्ती संस्कृत लागू करायला तथाकथित खालच्या जातींवर रावर्ण जातीच्या प्रभुत्वाच्या रुपात बघतात ? त्यामुळे उदाहरणाच्या रुपात

भारताचा दलित वर्ग या प्रस्तावाला नकार देईल.

उत्तर– जसे की वरती उल्लेख केला गेला आहे, डॉ. आंबेडकर स्वतः संस्कृतला राष्ट्रभाषेच्या रुपात लागू करण्याच्या पक्षात वकीली करत राहिले. भारताच्या दलितांसाठी त्यांच्यापेक्षा अधिक विशिष्ट आणि चांगल्या प्रकारे विचारपूर्वक आवाज आणि दूरदृष्टी कोणाची होऊ शकते ? या दृष्टीपेक्षा अधिक महत्त्वपूर्ण गोष्ट ही आहे की इतिहासात संस्कृत साहित्याच्या महान कृतींमध्ये काही कृती तर तथाकथित 'खालच्या जाती' द्वाराच संकलित केल्या गेल्या आहेत. तार्किक आधारवर संस्कृतला कोणत्याही जातीबरोबर जोडले जाऊ शकत नाही.

दूसरा, जर आम्ही व्यावहारिक दृष्टीने पाहिले तर तथाकथित सवर्ण जातींच्या लोकांना खालच्या जातींच्या आपल्या बांधवांच्या तुलनेत आजसुद्धा संस्कृत भाषा शिकण्याचा फायदा होईल असे आढळत नाही. यापेक्षा वरील दोघे ही वर्ग कुठून येतात या गोष्टीवर विचार केला तर आम्हाला सापडेल की दोघेही इंग्रजी शिकण्यात काही जास्त तोट्याच्या स्थितीत असतील.

केन्द्र सरकारच्या प्रकाशनांवर, वेबसाइटवर आणि संचारमाध्यमांवर पहिल्यापासून इंग्रजीचा प्रभाव आहे आणि कधी–कधी इंग्रजीचा विशेष रुपाने उपयोग केला जातो. यांपासून भारताच्या अधिकांश भागात गैर–मुक्त होण्यासारखा प्रभाव बघितला गेला आहे. डिजिटल डिवाइसला विभागण्याच्या दिशेमध्ये सरकारी पुढाकाराबरोबर सरकारी वेबसाइटच्या सामग्रींना सर्व 22 भारतीय भाषांमध्ये अनिवार्य रुपाने प्रकाशित (रिलीज) करण्यासाठी कायदा बनविण्याची आवश्यकता आहे.

असे करणे कठीण नाही, युरोपीय संघ सर्व सार्वजनिक संचार आणि वेबसाइटस्ना युरोपीय संघाच्या 24 भाषांमध्ये लागू करतो. कितीतरी देशांमध्ये जसे कॅनडा सारख्या देशांमध्ये कायद्याद्वारे सक्तीचे केले गेले आहे की, सरकारी आणि कॉर्पोरेट वेबसाइट इंग्रजी आणि फ्रेंचमध्ये प्रकाशित करायची आहे. असे असून सुद्धा भारतात कितीतरी सरकारी वेबसाइट केवळ इंग्रजीमध्ये आहेत आणि सर्व भारतीय भाषेत उपलब्ध नाहीत. इथपर्यंत की ज्या वेबसाइट हिंदीमध्ये उपलब्ध आहेत, त्या सुद्धा इंग्रजीच्या स्क्रिप्टला देवनागरीमध्ये भाषांतर करीत आहेत. कारण हे आहे की, आमच्या जवळ संस्कृत आधारित तांत्रिक शब्दावलीच्या निर्माणामध्ये निवेशाची कमी आहे.

"विचार परिपक्व असणे त्याच वेळी शक्य होते, जेव्हा शिक्षणाचे माध्यम प्राकृतिक मातृभाषा असते."

– **पं. गिरधर शर्मा**

11. खाजगी क्षेत्रासाठी नीतीगत सल्ला

जेव्हा बहुराष्ट्रीय व्यापारी संघटना युरोपमध्ये आपले सामान विकते, तर त्या भारतीय प्रदेशांपेक्षा ही काही छोट्या युरोपच्या देशांच्या व क्षेत्रांच्या आपल्या–आपल्या भाषेनुसार त्या सामानांवर लेबल लावतात. जेव्हा मी स्पेनच्या बार्सिलोना शहरात गेलो तेव्हा मला आढळले की इथे तर कातालान भाषेचा प्रयोग होतो. तिथे कायद्याने कातालानी भाषेचा प्रयोग सक्तीच्या आहे. देशोदेशी आपल्या भाषेला प्रोत्साहन देण्यासाठी असे कायदे लागू केलेले आहेत. सुरक्षा, सुविधा आणि संस्कृती तिन्ही कारणांसाठी सामानावर लेबल लोकभाषेत लावणेच उपयुक्त आहे. सुरक्षा आणि सामान्य समज यादृष्टीने हे अपेक्षित आहे की, उत्पादनावर लावले जाणारे लेबल त्या उपभोक्तांच्या सोयी आणि सहजतेसाठी त्यांच्या भाषेतच असायला हवे.

11.1 उपभोक्ता सामग्री आणि लेबल

चीनने आताच 'वॉलमार्ट' कंपनीला दंड दिला. कंपनीचा गुन्हा हा होता की, ती जे उत्पन्न विकत होती त्यावर चीनी भाषेत लिहीले जाणारे अक्षर इंग्रजी भाषेच्या तुलनेत छोट्या आकाराचे होते.

भारतात आज आम्ही बघतो की, गैर–इंग्रजी भाषी उपभोक्त्यांची खूप मोठ्या संख्येची उपेक्षा करुन इथे नियमांच्या अभावामुळे कोणत्याही उत्पादनावर अनियमित रुपाने इंग्रजीतच लेबलिंग होते. याचा प्रभाव सुरक्षा, उच्च–नीचतेच्या भावनांवरही पडतो जिथे इंग्रजीला उच्च समजले जाते, या संबंधी नियम हे असायला हवेत–

1. सर्व उत्पादनांवर लेबलिंग राज्य भाषेतच व्हायला हवे आणि जरी इंग्रजी अक्षरांचा उपयोग करायचाच असेल तर स्थानीय भाषेचे अक्षर, आकार आणि महत्त्व इंग्रजीच्या तुलनेत कमी असायला नको.
2. सरकारी अथवा निगम (कार्पोरेट) क्षेत्रातील सर्व सार्वजनिक बोर्ड इ. नी एक समान नियमांचे पालन करायला हवे.
3. फिल्म निर्मात्यांनी सेंसर बोर्ड द्वारा मंजूर झालेल्या नियमांचे समान रुपाने पालन करावे. भारतीय भाषेच्या सिनेमांमध्ये इंग्रजीचा वापर होत असेल तर तेव्हा स्थानीय भाषेमध्ये त्याचे उपशीर्षक दिले गेले पाहिजे.
4. 'कोक' सारखे ब्रँड नाव, जो लोगो (logo) चा एक भाग आहे, इत्यादींना सोडून, सर्व उत्पाद लेबल्सना भारतीय भाषेच्या नियमांचे पालन करणे सक्तीचे असायला हवे.

5. किरकोळ व्यवसायासारख्या दुकानांमध्ये यासारखे बहुभाषी सूचक परिवर्तन करण्यासाठी प्रोत्साहित केले जाऊ शकते, त्यामुळे त्यांना जास्त खर्च करावा लागणार नाही.

11.2 खाजगी क्षेत्रांमध्ये देशी भाषांचे अनुकरण

राज्याच्या राज्यभाषेला अन्य वैकल्पिक भाषेबरोबर निम्नलिखित क्षेत्रांमध्ये वैध रुपाने आवश्यक असायला हवे–

1. भाषाई सेवा (लोकांच्या सोयीसाठी ज्या भाषेच्या माध्यमाचा उपयोग होतो, तो मुख्य रुपाने देशी भाषेचाच होवो.)
2. वणिज्यिक करारासाठी (देशी भाषेची आवश्यकता).
3. श्रम संबंधित आणि व्यापाराची भाषा (राज्याबरोबर सौदा करण्यासाठी इच्छुक व्यावसायिकांनी देशी भाषांना लागू करण्यासंबंधित कार्यक्रमांसाठी आवेदन करायला पाहिजे.)
4. भाषाई माध्यमाच्या दृष्टी निर्देशनाची भाषा (प्राथमिक स्तरावर देशी भाषेच शिक्षण अनिवार्य असायला हवे, भले ते इंग्रजी माध्यमाचे विद्यालय असो वा कोणी इतर. इंग्रजी माध्यमाला हतोत्साहित केले गेले पाहिजे आणि प्राथमिक स्तरावर इंग्रजी माध्यमाच्या शिक्षणावर कर लावले गेले पाहिजे.

   मुलांना आपल्या भाषेत दिले जाणारे शिक्षण आणि वैज्ञानिक अनुसंधानचे समर्थन केले पाहिजे, तिथेच इंग्रजीला दुसऱ्या किंवा तिसऱ्या भाषेच्या रुपात शिकविले पाहिजे.
5. कायद्यांद्वारे कंपनींना राज्याच्या मूळभाषा बोलणाऱ्यांच्या विरुद्ध भेदभाव करण्याच्या स्थितीत राहायला नाही पाहिजे. भाषा विशेषाच्या नोकरी अतिरिक्त उम्मीदवारांना परवानगी भले ही दिली जाऊ शकते, परंतु त्यांना राज्याच्या भाषेत साक्षात्कार देणे आवश्यक असायला नको.
6. कायदा आणि न्याय यांची भाषा (अस्पष्टतेच्या स्थितीत भारतीय भाषेच्या मूळ पाठाला प्राथमिकता दिली गेली पाहिजे.)

   जशी की पूर्वी व्यवस्था होती, बाजाराच्या 'स्थानीयकरण' हेतु मानदंडांना परिभाषित करण्याच्या उद्देशाने सार्वजनिक क्षेत्रांमध्ये प्रांतीय भाषेला विस्तारित केले पाहिजे. संपूर्ण भारतीय संघ, स्थानीय व राष्ट्रीय बाजार (मार्केट) तथा राष्ट्रीय आणि आंतराष्ट्रीय बाजारांमध्ये पारस्पारिक संभाषणाच्या सोयीच्या दृष्टीने संस्कृतला द्वितीय भाषेचे स्थान द्यायला हवे आणि तिला त्यादृष्टीने प्रोत्साहित केले गेले पाहिजे.

'शिक्षण व्यवस्थेमध्ये संस्कृतची प्रविष्टि' संबंधित अनुभागाला सुद्धा बघा. याच्या मागे उद्देश हा आहे की संस्कृत द्वारा प्रांतीय भाषांना समृद्ध बनवून त्यांना आंतरराष्ट्रीय बाजाराबरोबर असलेल्या त्यांच्या संबंधाना सुदृढ बनविणे.

स्थानीय जनसांख्यिकीय मध्ये संस्कृतची भूमिका पूर्णपणे अशा मंचाला अथवा वातावरणाला उपलब्ध करण्याची असेल की ज्यामध्ये स्थानीय भाषा भरभराटीला येऊ शकतील. अशा प्रकारच्या जागरूक भूमिकेमध्ये हिला केवळ राज्य सरकारांद्वारे सन्मानित केले गेले पाहिजे. भारतीय देशी भाषा आणि संस्कृत परस्परांना समृद्ध बनणे आणि बनविण्यात योगदान करते. त्यांमध्ये परस्पर न केवळ प्रक्रियात्मक संबंध आहे आणि याप्रमाणे न केवळ एक–दुसऱ्यांना समृद्ध करतात. तर दोघंही वेगवेगळ्या प्रकारे समानांतर रुपाने सभ्यतेच्या सैद्धांतिक विकासातही योगदान करतात.

11.3 संभावित आक्षेप आणि त्यांची उत्तरे

प्रश्न– कंपन्यांना विविध भाषांमध्ये आपल्या उत्पादनाचे स्थानीयकरण करण्यासाठी अत्याधिक अवांतर ओझे वाहून घ्यावे लागेल?

उत्तर – विश्व भरात नियमित सर्वोत्कृष्ट आचरण संहितेच्या अंतर्गत कंपन्या पहिल्यांदाच विभिन्न भाषांमध्ये उत्पादनाचे स्थानीयकरण करतात. (कृपया परिशिष्ट 1 बघा, बहुभाषी कारणासाठी तांत्रिकी समर्थन) आणि आपले विविध उत्पादन भारताच्या विविध भाषांमध्ये लागू करण्यात पूर्णपणे सक्षम आहेत.

दूसरा, ही तांत्रिकी पहिल्यापासूनच उपलब्ध आहे, जी या देशी भाषाईकरण कार्यावर किंचित अवांतर ओझं टाकते. खरंतर कंपनींच्या या प्रकारच्या पावलांमुळे त्यांना आपल्या बाजाराला अजून विस्तृत करण्याचा फायदा मिळेल.

तिसरं, भारताच्या अनेक शहरांमध्ये ही प्रक्रिया पूर्वीपासूनच स्थानीय भाषांमध्ये चालू होती. उदाहरणार्थ, हैद्राबाद आणि पंजाबमधील अनेक शहरांमध्ये सर्व दुकानांना आणि व्यावसायिक उद्योग संस्थांना स्थानीय भाषांमध्ये आपले नामपट प्रदर्शित करणे आवश्यक आहे. परंतु याला विस्तृत पातळीवर गंभीरतापूर्वक लागू करण्याची आवश्यकता आहे, शेवटी या पुस्तकाच्या माध्यमातून सर्व भारतीय भाषांकरिता आमचा उद्देश एका सामान्य लिपीच्या विकल्पांना शोधण्याचा पण आहे. यामुळे विभिन्न क्षेत्रातील बाजारांमध्ये नियमांच्या पालनाची क्लिष्टता मोठ्या प्रमाणात कमी होईल.

प्रश्न– इंटरनेट आधारित विक्रीच्या बाबतीत काय व्हायला पाहिजे?

उत्तर – ई–व्यापार करणाऱ्या कंपन्या आपल्या ग्राहकांना विकल्प देऊ शकतात किंवा राष्ट्रीय भाषांमध्ये स्वतः लेबलींगची व्यवस्था ठेऊ शकतात. यामुळे सुद्धा स्थानीय भाषेवर आधारित 'इ–कॉमर्स पोर्टल'च्या निर्माणामध्ये प्रोत्साहन मिळेल.

''आपल्या भाषेतून शिक्षण प्राप्त करणे जन्मसिद्ध अधिकार आहे.''

– रविंद्रनाथ टागोर

12. लिपी एकीकरण

लिपी सुद्धा वेळ, स्थान, तांत्रिकी आणि राजकारणाच्या बदलाबरोबर परिवर्तित होत जाते. अर्थशास्त्र, शिक्षण आणि राजकारणाचा सुद्धा याच्यावर प्रभाव पडतो. राजनैतिक, सांस्कृतिक आणि तांत्रिकी कारणांमुळे वेळोवेळी भारतीय लिपी विकसित झाल्या आहेत. प्राचीन ब्राह्मी लिपी, आणि तमिळ आणि देवनागरी सहित अनेक भाषा भारतीय लिपीचा आधार बनल्या. मराठी भाषेसाठी पूर्वी मोडी लिपीचा प्रयोग होत होता आणि विसाव्या शतकामध्ये त्याला बदलले केले गेले.

प्रतिलेखनाच्या निमित्ताने प्रयुक्त होणाऱ्या तांत्रिकीच्या आधारावर सुद्धा लिपी विकसित झाली आहे. दक्षिण भाषांमध्ये प्रतिलेखन करण्यासाठी ताडपत्रांच्या पानांच्या प्रयोगामुळे गोलाकार लिपी विकसित झाली. खजुराच्या पानांवर गोलाकार व घुमावदार शैलीमध्ये लिहिण्याची परंपरा विकसित झाली. खजुराच्या पानांवर सरळ रेषेच्या अनुरेखनांद्वारे पानाच्या फाटण्याची शक्यता राहत होती, म्हणून त्या पत्रांवर गोलाकार व घुमावदार शैलीमध्ये लिहिण्याची परंपरा विकसित झाली.

लिपी आणि भाषा दोघीही पृथक–पृथक विषय वस्तू आहेत, कोणत्याही भाषेला अनेक वेगवेगळ्या लिपींमध्ये लिहिले जाऊ शकते. भारतामध्ये राजनैतिक आणि सांस्कृतिक एकीरणाच्या दृष्टीकोनातून संपूर्ण भारतीय स्तरावर एका लिपीलाच मुख्य लिपी बनविण्यासाठी ही उपयोगी वेळ आहे.

12.1 भारतामध्ये लिपींचे महत्व

व्यावहारिक दृष्टीकोनातून भारतातील लिपींमध्ये मानकीकरणाचे दूरगामी परिणाम होऊ शकतात. इतिहास या गोष्टीचा साक्षी आहे की अत्याधिक भाषांची विविधता असलेल्या चीन देशामध्ये सुद्धा तिथल्या सर्व भाषांना एक समान चित्रात्मक लिपी 'हान' मध्ये गुंफले गेले आहे, जी सहस्त्र वर्षांपासून तेथील ओळख आहे. (चीनवर केस स्टडीसाठी परिशिष्ट बघा). चीनमध्ये अशा भाषा आहेत ज्या परस्परांमध्ये दुर्बोध अर्थात एक–दुसऱ्यांना समजण्यामध्ये अनाकलनीय आहेत. मात्र सामान्य चित्रलेखन प्रणालीच्या लिपीने वर्षांपासून जोडलेल्या आहेत.

भारतीय भाषा अनेक भिन्न–भिन्न लिपींमध्ये लिहिल्या जातात. लिपींमध्ये भिन्नता असल्यामुळे एकमेकांना वाचण्यासाठी अवघड जातात. लॅटिन लिपीच्या (रोमन), ज्यामध्ये इंग्रजी लिहिली जाते, तुलनेत भारतीय लिपींमध्ये पर्याप्त समानता आहे. आणि तेच चीनी भाषा लिहिण्यासाठी मोठ्या संख्येमध्ये चीनी/ कांजीच्या

संयुक्त अक्षरांच्या समूहाचा वापर होत आहे. इथे सर्व भारतीय भाषांच्या लिपींमध्ये एक अंतनिर्हित एकता आहे, मतभेद तर कृत्रिम आहे.

सर्व भारतीय लिपी (तिब्बती, बर्मी आणि अन्य शेजारी लिपी) मुख्यतः पाणिनीच्या संस्कृतच्या व्याकरणामध्ये निर्दिष्ट वर्णमालेवरच आधारित आहेत. ही गणितीय व्युत्पन्न वर्णमाला शरीर रचना विज्ञानावर आधारित आहे. उदाहरणा साठी क वर्गा (क पासून ङ) चा ध्वनी कंठातून उत्पन्न होतो, म्हणून क– वर्गाच्या व्यंजनांना 'कंठव्य' म्हणतात. च–वर्ग (च पासून ञ) पर्यंत वर्गाची ध्वनी टाळुच्या स्पर्शामुळे होते त्यामुळे 'तालव्य' अशाच प्रकारे क्रमशः 'ट'–वर्ग (ट पासून ण) पर्यंत 'मूर्धन्य', त –वर्ग (त पासून न) 'दंतव्य' आणि प–वर्ग (प पासून म) ध्वनींचा समूह जो ओठांच्या स्पर्शाद्वारे उत्पन्न होतो त्यामुळे 'ओष्ठव्य' इ. आहे. एवढेच नाही, वर्णमालेतील प्रत्येक क्रमिक व्यंजनसुद्धा व्यवस्थित पद्धतीवर आपल्या पूर्व व्यंजनाद्वारे घेतला गेला आहे. उदाहरणासाठी 'ख', 'क' च्या महाप्राण ध्वनीचा उच्चारण आहे. याचप्रकारे 'फ' ची ध्वनी 'प' पासून आली आहे इ. रोमन लिपींमध्ये अक्षरांचा आकस्मिक क्रम आणि चीनी भाषेच्या चित्र लिपीच्या लेखनावर आधारित होण्याच्या उलट भारतीय लिपी वैज्ञानिक, सुरुचिपूर्ण, सुसंगत आणि ध्वन्यात्मक आहे. तमिळ सहित सर्व भारतीय लिपी पाणिनीच्या मुलभूत नियमांचे अनुसरण करतात.

12.2 एका सामान्य लिपीची व्यवहार्यता आणि आवश्यकता

अखिल भारतीय स्तरावर एका सामान्य लिपीचे खूप लाभ आहेत–

1. विभिन्न मार्ग आणि स्थानांच्या नावांना दर्शविणारे संकेतक आणि सूचनापट इ. एका लिपीमध्ये असल्यामुळे संपूर्ण भारतात कुठेही यात्रेसाठी सहजता आणि सुगमता संभव होईल.
2. भारतीयांसाठी अनेक भारतीय भाषा शिकण्यामध्ये येणाऱ्या अडचणींना कमी केले जाऊ शकेल. भारतीय भाषांमध्ये पर्याप्त समानता आहे आणि संस्कृत आधारित एक सामान्य शब्दावली आहे. सर्व भाषांसाठी एक सामान्य लिपी असल्यामुळे या भाषांच्या अभ्यासाचा स्तर वाढविणे सोपे होईल आणि लोकांना वेगवेगळ्या क्षेत्रांमधील साहित्य वाचण्यामध्ये सहजतेची अनुभूती होईल.
3. यामुळे कमी बोलल्या जाणाऱ्या भारतीय भाषांच्या साहित्याची मागणी वाढेल. मग काय हे एक सुखद आश्चर्य नसेल, जर अपेक्षित प्रशिक्षणानंतर भारत

वर्षातील लोक तमिळमध्येच तिरुवल्लूवरच्या मौलिक रचनांचा आनंद घेऊ शकतील आणि समकालीन भारतीय परस्पर एकमेकांना त्यांच्या भाषेमध्ये वाचू व समजू शकतील?

भारताच्या काही विशेष क्षेत्रांमध्ये विशुद्ध रुपाने कार्यात्मक उपयुक्ततेच्या आधारावर एका विशेष लिपीला अवश्य लागू केले गेले. उदाहरणार्थ, गुजरातच्या सौराष्ट्र क्षेत्रातील काही लोक स्थानांतरित होऊन शतकांपासून तमिळनाडूमध्ये स्थायी रुपाने राहू लागले, त्या भाषाई अल्पसंख्यक लोकांनी आपल्याच भाषेला लिहिण्यासाठी तमिळ लिपीचा वापर करणे सुरु केले. आधुनिक काळापूर्वी अशाप्रकारचा व्यावहारिक प्रयोग भारताच्या विशिष्ट क्षेत्रांपर्यंतच मर्यादित होता. आज तेच कारण संपूर्ण भारतामध्ये मोठ्या संख्येमध्ये प्रवासी कर्मचारी आणि एकीकृत शिक्षण प्रणालीमुळे लागू होते.

राष्ट्राच्या कोणत्याही क्षेत्र विशेषात प्रशासनिक आणि राजनैतिक एकरुपता बनवून ठेवण्याच्या उद्देशाने ही एका सामान्य लिपीला स्वीकारण्याची आवश्यकता राहते. सन् 1950 नंतर मराठी भाषिकांद्वारे देवनागरी लिपी स्वीकारण्याचे एक चांगले उदाहरण समोर आहे. त्या अगोदर मराठीसाठी मोडी लिपीचा वापर केला जात होता. इस्लामिक काळापूर्वी सिंधी आणि मारवाडी भाषांसाठी सुद्धा मोडी लिपीचा प्रयोग होत होता.

कम्प्यूटरकृत कॅरेक्टर–सनकोडींग च्या माध्यमातून आज फक्त कळ–फलकाचे (की–बोर्डचे) एक बटन दाबल्याने हे शक्य आहे की वर्णमाला आधारित कोणत्याही एक किंवा सर्व लिपींमध्ये लिप्यंतरण शक्य आहे. ही प्रणाली व्यवस्थित झाल्यानंतर एकातून दुसऱ्या लिपीमध्ये परिवर्तित करण्यासाठी केवळ एक निश्चित संख्यात्मक शिफ्ट करावा लागेल. आणि हे तसेच होईल जसे आपण व्यावहारिक रुपामध्ये मुख्यत्वे इंग्रजी वर्ण सेटमध्ये फॉण्ट बदलण्यासाठी करतो. हे चीनी किंवा जपानी लेखन प्रणालींची कम्प्यूटरकृत एनकोडींग जी खूप त्रासदायक आहे, त्यापेक्षा खूप वेगळे आहे.

संशोधित रोमन वर्णमालेला एका सामान्य लिपीच्या रुपामध्ये स्वीकारणे सामान्यशी गोष्ट आहे. जसे व्हिएतनाम, मलेशिया आणि इंडोनेशिया सारख्या काही देशांनी केले आहे. परंतु भारतासाठी याला स्वीकारणे उपयुक्त व अनुकूल नाही, कारण रोमन लिपी भारतीय भाषांच्या वर्णमालेला आणि वैचारिक साचाला अनुकूल नाही. शास्त्रोक्त बृहद् भाषा सभ्यते अंतर्गत येणाऱ्या भाषा आणि त्यांच्या वैचारिक अवधारणाबरोबरही याचा मेळ बसत नाही.

तेच भाषेचे भारतीय स्वरुप आणि त्याच्या प्रतिनिधित्वामध्ये दुसऱ्यांच्या तुलनेत गणितीय आणि मनोध्वनिक गुण आहेत, जे वरील तर्काला पुष्ट करतात. या व्यतिरिक्त, आंतरराष्ट्रीय बाबतीत एका विशिष्ट भू–राजनैतिक ध्रुवाच्या रुपामध्ये भारतीय स्थितीच्या दृष्टीगत आपली पाणिनी आधारित विशिष्ट लिपी वाचवून ठेवणे अजूनच महत्त्वपूर्ण आहे. विशेषकरुन तेव्हा, जेव्हा की त्या जगाच्या अन्य लिपींच्या तुलनेत कितीतरी जास्त वैज्ञानिक आहेत. या व्यतिरिक्त, जगामध्ये सभ्यतेच्या केंद्ररुपामध्ये भारताच्या भूमिकेतून श्रेष्ठत्वाचे संरक्षण याचे सांस्कृतिक दायित्व आहे. अशाप्रकारे मानवता आणि विविधतेच्या विकासामध्ये हे भारताचे योगदान असेल.

स्थानिक बनून राहण्याची योग्यता आणि राष्ट्रीयकरणा मधील अंतराला आज क्षेत्रीय भाषीय संकेतकां व्यतिरिक्त इंग्रजी भाषेच्या संकेतकांद्वारा पूर्ण करण्याचा प्रयत्न दिसतो. आणि जिथे देवनागरीचा प्रयोग केला जात नाही, तिथे सांकेतिक तीन भाषांमध्ये राहतात. या मध्ये खूप अपव्यय होतो. यामुळे स्थान आणि एकरुपता विकृत होते.

सामान्य लिपी असल्यामुळे केवळ एक परंपरागत अस्थायी गैरसोय होईल. देशभरामध्ये खूप काळापासून वापरल्या जाणाऱ्या इतर बऱ्याच लिपींबरोबर विभिन्न कारणांनी क्षेत्रीय भावना जोडलेल्या आहेत. तरीही, जसे की मागच्या अनुभागामध्ये उल्लेख केला गेला आहे, भारतीय लिपींचे डिजिटलीकरण आणि तांत्रिकी बरोबर असाधारण मेळ असल्यामुळे, वास्तविक यामुळे हानी होणार नाही. सांस्कृतिक किंवा धार्मिक क्षेत्रांमध्ये क्षेत्रीय लिपींचा वापर चालू ठेवला जाऊ शकतो. सार्वजनिक स्थानांवर एका सामान्य लिपीचा वापरच आमचा मुख्य उद्देश आहे.

जिथपर्यंत अस्थायी असुविधेची गोष्ट आहे, तर एका 'ब्राउजर टूल बार' च्या निःशुल्क डाऊनलोडने तत्काळ एका लिपीतून अन्य लिपींमध्ये लिप्यंतरण केले जाऊ शकते. हा एक तात्पुरता उपाय असेल, जो कोणत्याही प्रकारच्या प्रतिरोधाचे निर्मूलन करेल.

12.3 सामान्य लिपीचे विकल्प

सामान्य लिपीचे मुख्यरुपाने तीन विकल्प आहेत, जे खालील प्रकारे आहेत–

12.3.1 विस्तृत देवनागरी

संख्येच्या दृष्टीने अधिकांश भारतीय देवनागरी लिपीचा वापर करतात. हिंदी

आणि मराठी भाषांद्वारे मुख्यरुपाने याचा वापर करण्याव्यतिरिक्त काश्मिरी, सिंधी, नेपाळी, मैथिली आणि आधुनिक संस्कृतनेही याला स्वीकारले आहे. उत्तरी राज्यांपैकी काहींमध्ये हिंदीचा विस्तार झाला आहे. आपल्या लोकप्रिय संस्कृतीच्या माध्यमामुळे ही भाषा देशभरात व्याप्त झाली आहे. इथपर्यंत की तमिळनाडूसारख्या राज्यामध्ये हिंदी मुख्यत्वे खूप कमी बोलली जाते, तिथे कन्याकुमारी सारख्या स्थानांमध्येही देवनागरी लिपी पहायला मिळते. गोव्यामध्ये कोकणीही देवनागरी लिपीमध्ये लिहिली जाते.

स्पष्ट आहे की, ही लिपी खूप जास्त वापरली जाते आणि संस्कृत भाषा ही या लिपीचा वापर खूप काळापासून करत येत आहे. म्हणून केंद्राद्वारे मान्यताप्राप्त सर्व भाषांसाठी सर्वसामान्य लिपीच्या रुपामध्ये विस्तृत देवनागरीला स्वीकारणे एक सोपा पर्याय असेल.

अधिकांश भारतीय लिपींमध्ये देवनागरी वर्णाचे प्रतिरुप आहे. अपवाद स्वरुप तमिळ आणि अन्य भाषांच्या काही विशिष्ट ध्वनींना देवनागरी अक्षरांमध्ये अतिरिक्त रुपाने जोडले जाऊ शकते. अरबी आणि फारसी मूळांच्या शब्दांना लिहिण्यासाठी देवनागरीमध्ये अगोदर पासूनच नुक्ताच्या वापराचे प्रावधान आहे. याप्रकारे, 'देवनागरी' अर्थात विस्तृत देवनागरीच्या निर्माणाने भारतीय उपमहाद्वीपाच्या अतिरिक्त ध्वनींना समाहित केले जाऊ शकते.

सांस्कृतिक दृष्टीने देवनागरी लिपी उत्तरी आणि दक्षिणी लिपींबरोबर जोडलेली आहे. राजनैतिक स्तरावर उत्तरमध्ये या लिपीच्या पुर्नवापरापूर्वी एका अवधीपर्यंत याला दक्षिणेच्या विजय नगर साम्राज्यामध्येच आश्रय प्राप्त होता.

12.3.2 प्राचीन भारतीय लिपी (वर्तमानमध्ये उपयोगात नाही)

एक तर्क हा असू शकतो की भारतात अधिक महत्त्वाच्या काही जुन्या लिपी सुद्धा आहेत. ज्या वर्तमानात प्रयोगात नाहीत, परंतु यामुळे सभ्यतेची उपलब्धी प्रतिबिंबित होते. संभावना ही पण आहे की विस्तृत देवनागरीच्या प्रयोगामुळे राजनैतिक विरोध उत्पन्न होईल. त्या स्थितीमध्ये, राष्ट्रीय स्तरावर जुन्या लिपींच्या विद्वानांची थेट परिचर्चा केली जाऊ शकते, जेणेकरुन जुन्या आणि काळातीत लिपींचा विकास केला जाऊ शकेल आणि वर्तमानासाठी एका सामान्य लिपीवर सहमती बनविली जाऊ शकेल.

भारतीय समाजामध्ये जुन्या लिपींचा संशोधित रुपामध्ये प्रयोग करुन त्यांना पुनर्जिवीत करण्याची नियमित प्रथा राहिली आहे. सीख गुरुंच्या द्वारे प्राचीन

'शारदा लिपी' पासून 'गुरुमुखी' लिपी निर्माण करण्याचे उदाहरण आपल्या समोर आहे.

भारतामध्ये सिद्धम, रंजना, शारदा आणि अन्य ब्राह्मीक इ. जुन्या लिपींची विविधता राहिली आहे. नेपाळमध्ये ही आपल्या सांस्कृतिक संबंधाच्या फलस्वरुप कितीतरी अशा लिपींना समर्थन प्राप्त आहे. विभिन्न क्षेत्रातून भारतीय ही, सांस्कृतिक सौंदर्य व अन्य अशाच उद्देशांपासून अशाप्रकारे रचनात्मक निर्णय घेऊ शकतात. शेवटी निवडल्या जाणाऱ्या लिपीच्या मानकीकरण आणि विस्ताराची आवश्यकता असेल, ज्यामध्ये सर्व क्षेत्रीय ध्वनींना समाविष्ट केले जाऊ शकेल.

12.3.3 अनेक सोयींनी संपन्न सामान्य लिपी

हा सर्वात अभिनव, व्यावहारिक आणि भावी विकल्प आहे. भारतामध्ये लिपी सदैव, अस्तित्वात असणारे तंत्र आणि लेखन सामग्रीच्या उपलब्धतेच्या आधारावर निवडली गेली आहे. उदाहरणासाठी, दक्षिणमध्ये लेखन कार्य अधिकतर ताडपत्रावर केले जात होते आणि म्हणून सरळ आकाराच्या लेखनीने त्यांना फाटल्या जाण्यापासून वाचविण्यासाठी गोलाकार लेख उपयुक्त वाटले. उत्तर–पश्चिममध्ये लेखन लाकडाच्या पृष्ठभागावर होत होते आणि म्हणून सरळ आकार आणि फर्राटे योग्य समजले गेले.

आज डिजिटल युग आहे, ज्यामध्ये अक्षरांची रचना लेखन सामग्रीपेक्षा कि–बोर्ड / कळ–फलकावरुन केली जाते आणि आता संभाषण/ ध्वन्यात्मक पद्धतीवर आधारित तंत्राच्या (आवाज ओळखून लेखनात रुपांतरण) दिशेमध्ये तीव्रतेने कार्य पुढे जात आहे. ऑप्टिकल कॅरेक्टर, लिखावट, भाषणाच्या ओळखीने लेखन किंवा पाठामध्ये रुपांतरण, गॅइस सिंथेसिस अर्थात आवाजाचे लेखन / पाठामध्ये रुपांतरण आणि याप्रकारचे अन्य तंत्र काळाची मागणी आहे. भारतीय लिपी संतोषजनक प्रकारे या दिशेमध्ये काही विशेष करु शकल्या नाहीत. भारतीय बहुभाषी सोयी असणारा पहिला स्मार्ट भ्रमण भाष्य (स्मार्टफोन) आता नुकताच बाजारामध्ये आला आहे.

भारतीय भाषांसाठी वरील तंत्रावर कार्य करणाऱ्या वैज्ञानिक समुदायामध्ये सर्व भारतीय भाषांसाठी एका नव्या सामान्य लिपीचा विचार उत्पन्न झाला आहे. या विचाराच्या आधारावरच सामान्य लिपीच्या उद्देशाने काही प्रस्ताव प्रस्तुत केले गेले आहेत, जे पेटंट होण्याची वाट बघत आहेत. त्यामध्ये खालील गुण असणे अपेक्षित आहे :

1. तिला वर्तमान आणि भविष्याच्या तंत्राबरोबर सर्वात जास्त सुसंगत असायला हवे.
2. जन साक्षरतेच्या ध्येयाला प्राप्त करण्याच्या दृष्टीने तिने पटकन शिकण्यायोग्य असायला हवे.
3. सर्व भारतीय भाषेमध्ये अंतर्निहित सार ध्वन्यात्मक साचावर आधारित असायला हवे.
4. क्लिष्ट सम्मिलिनीकरणा विना कमी खर्चात बनणारी रुपरेषा असावी.
5. सुंदर, रचनात्मक आणि द्रुतलेखनामध्ये(कर्सिव) आपल्या मूळ तत्त्वांना स्वतः समाविष्ट करु शकेल.
6. कमीत कमी कळ–फलक (की–बोर्ड) चिन्हांबरोबर लिहिणे किंवा टाइप करण्यामध्ये सक्षम असायला हवे.
7. दिसण्यामध्ये अनेक भारतीय भाषांपासून विशेषता असणाऱ्या आकारावर स्मृती सहायक बनायला हवे.

जसे की, वर संकेत दिले गेले, वैज्ञानिक समुदायने अगोदरच कमीत–कमी एका अशा सामान्य लिपीचे निर्माण केले आहे. आय.आय.टी. मद्रासमध्ये डॉ.व्ही. श्रीनिवास चक्रवर्ती, जैव तंत्रज्ञानचे प्राध्यापक आहेत, ज्यांनी कम्प्यूटेशनल तंत्रिका विज्ञान आणि आकृतीबंध (पैटर्न) ओळखीवर काम केले आहे. तांत्रिकी अपेक्षांच्या प्रत्युत्तरामध्ये ॲडव्हान्स कम्प्यूटिंगच्या विकासासाठी केंद्रामध्ये (सीडॅक–पुणे) त्यांनीही नवाचार विकसित केले. तेव्हा त्यांनाही डिजिटल तंत्रज्ञान बरोबर वर्तमान भारतीग लिपींच्या अनुकूलतेच्या आव्हानांचा सामना करावा लागला. ही लिपी संस्कृत वर्णमालेवर आधारित आहे परंतु अधिक अमूर्त आणि प्रारंभिक स्तरावर आहे. त्यांनी या लिपीचे नाव 'भारती' ठेवले आहे.

या लिपीमध्ये प्रवाह लेखन सहजतेने केले जाऊ शकते आणि वर्तमान अधिकांश लिपींच्या तुलनेत ही आशु लिपी प्रमाणे असेल. परंतु ध्वन्यात्मक प्रतिनिधित्वाच्या दृष्टीने ही तमिळ लिपीच्या तुलनेत जास्त अचूक असेल. लिपीच्या प्रवाह प्रकृतीमुळे ही स्वतःच सुलेखन डिजाइन करण्यामध्ये सहायक आहे.

12.4 सामान्य लिपी सुरूकरण्यासाठी महत्वपूर्ण उपाय

समाजामध्ये एका सामान्य लिपीला समानांतर रुपाने एका पिढीच्या काळाच्या दरम्यान लागू करायला हवे. शिक्षणाच्या क्षेत्रामध्ये माध्यमिक शालेय स्तरापासून वर सर्व अभ्यास क्रमामध्ये पुढे याला तत्काळ लागू केले जावे माध्यमिक शाळेतून

कोणत्याही श्रेणीने उत्तीर्ण होणाऱ्या विद्यार्थ्यांचे या उद्देशाने परीक्षण व्हायला हवे. सामान्य लिपीच्या प्रयोगाला सार्वजनिक स्थानांमध्ये वाणिज्यिक, जाहिरात, उत्पादन लेबलिंग, सार्वजनिक संकेतक, दूरसंचार उपकरणे आणि सरकारी लोगो (logo) व कागपत्रांसाठी क्रमिक रुपाने लागू करण्याचे निर्देश दिले जावे, त्याचबरोबर आवश्यक असल्यावर समांनांतर रुपाने अन्य लिपींच्या वापराची परवानगी असावी.

सामान्य लिपीच्या व्यापक प्रसारानंतर तिचा स्वीकार होण्याला प्रोत्साहित करण्यासाठी केंद्र सरकार द्वारा शैक्षणिक अनुदान आणि सशर्त सरकारी अर्थसहाय्य (सब्सीडी) दिले जाऊ शकते.

जसे की या पुस्तकाच्या पूर्व भागामध्ये सांगितले गेले आहे, वर्तमानात जिथे पाठ्यसामग्री केवळ इंग्रजीमध्ये (वास्तविक सामान्य भाषा लिपी) आहेत, तिथे उच्च शिक्षणासाठी पाठ्यसामग्री भारतीय भाषांमध्ये उपलब्ध करविण्याची आवश्यकता असेल. असे झाल्यावर सर्वप्रथम उच्च शिक्षणासाठी सर्व मानकीकृत पाठ्यक्रमाची सामग्री अगोदर सामान्य क्षेत्रीय भाषा, परंतु सामान्य लिपीमध्ये प्रकाशित केली जाऊ शकेल. विभिन्न राज्य सरकार, जर वाटले तर आपल्या जुन्या लिपींमध्ये याला इलेक्ट्रॉनिक माध्यमाने लिप्यंतरित करण्याचा विकल्प स्वीकारु शकतात. येणाऱ्या दिवसात इलेक्ट्रॉनिक कागद पत्रांचे रुपांतरण सुलभ होऊन जाईल. उच्च गुणवत्तेच्या मुद्रित सामग्रीला सामान्य लिपींमध्ये उपलब्ध करविल्या नंतर केंद्राद्वारे आर्थिक मदत दिली जाऊ शकते.

सामान्य लिपीला लागू करण्यासाठी प्रोत्साहन देण्याव्यतिरिक्त हे ही अंतर्निहित असेल की, जर कोणी राज्य सरकार प्रदेशाच्या विद्यार्थ्यांना व्यावहारिक रुपाने सामान्य लिपी स्वीकारण्यापासून वंचित करतात, त्या स्थितीमध्ये हे दंडनीय असेल. याचा सरळ–सरळ अर्थ हा असेल की तेथील युवक देशभरामध्ये नोकरीच्या प्रतिस्पर्धेच्या दृष्टीने नुकसानीच्या स्थितीत असतील. याचप्रकारे याचा अर्थ हा ही असेल की, त्या राज्यामध्ये गुंतवणकीच्या इच्छुक व्यापाऱ्यांना स्थानीयकरणाचा अतिरिक्त खर्च झेलावा लागेल.

12.5 संभावित आक्षेप आणि त्यांचे निराकरण

1. विभिन्न क्षेत्रीय भाषा बोलणारे आपल्या परंपरागत लिपीशी जुळलेले असतात. नवीन लिपी स्वीकारण्याने त्यांच्या भावनात्मक आपुलकीला ठेच तर नाही पोहोचणार?

उत्तर– अगोदरच्या पिढींच्या तुलनेत आजचा युवक कितीतरी जास्त भविष्यवादी

आणि व्यावहारिक आहे. तो सर्व गोष्टी राष्ट्रीय आणि इथपर्यंत की जागतिक दृष्टीने पाहतो. तो अधिक रचनात्मक पण आहे. एकदा जर हे समजण्यात आले की भूतकाळामध्ये ही क्षेत्रीय भाषांनी वेळोवेळी लिपीला बदलले आहे, तर एका सामान्य लिपीला स्वीकारण्याच्या तर्काला अपेक्षेप्रमाणे समर्थन मिळणे स्वाभाविक आहे. नंतर लिपी एकीकरणाच्या प्रयत्नांतर्गत सामान्य लिपीला क्रमिक पद्धतीने प्रथम पिढीला प्रशिक्षण देण्यापासून सुरुवात केली जाऊ शकते. असे ही शक्य आहे की, काही काळासाठी आपणास विपरीत पद्धतीने विचार करावा लागेल.

दूसरे, क्षेत्रीय संरक्षणवाद/क्षेत्रवाद कधीही क्षेत्रीय भाषांना या दृष्टीने सक्षम बनवत नाही की त्या अन्य विश्व–सांस्कृतिक आणि इथपर्यंत की बहुसंख्यक भाषा हिंदीच्या दबावाचा सामना करण्यामध्ये समर्थ होतील. सामान्य ज्ञान हे सांगते की, राष्ट्राने सर्व भाषांना राष्ट्रांबरोबर विकसित आणि समृद्ध बनविण्यासाठी सर्व क्षेत्रीय शक्तींना संघटीत आणि एकजूट होण्याचा दृष्टिकोन स्वीकारला पाहिजे. सामान्य ध्वन्यात्मक लेखन प्रणालीच्या बळावर एका सार्वभौमिक लिपीचे निर्माण या दिशेने सर्वात मोठे पाऊल असेल. सर्व भारतीय भाषा पाणिनी वर्णमालेच्या आधारावरच बनलेल्या आहेत, तर तमिळ लिपी या प्रणालीमध्ये अन्य भाषांच्या तुलनेत एका स्तरापर्यंत जास्त अमूर्त आणि वेगळी आहे.

परिशिष्ट - 1
स्थानिक भाषा सक्षम करण्यासाठी कायदेशीर पावले

13. 'भारतीय भाषांसाठी समान संधी' कायदा

भारतीय भाषांना प्रोत्साहन देण्याच्या उद्देशाने भारतीय संसदद्वारे कायदा बनविण्यासाठी रुपरेषा

13.1 पृष्ठभूमी

संविधान सभेमध्ये चर्चेसाठी राष्ट्रभाषेचा मुद्दा प्रमुख विषय होता इंग्रजी एक अस्थायी प्रशासनिक भाषा म्हणून प्रयुक्त होणार होती आणि कालांतराने ती जागा हिंदीला देण्यात येणार होती. 1976 मध्ये आपातकालीन परिस्थिती दरम्यान इंग्रजीला स्थायी केले गेले.

सन् 1947 नंतर परिस्थिती बदलली आहे. इंग्रजीला महत्वाकांक्षांच्या पूर्तीमध्ये सहायक मानले गेले आहे. तिच्या विषयी आंधळया शर्यतीमुळे आज सर्व भारतीय भाषांचे अस्तित्व धोक्यात आहे. दुसरीकडे इंग्रजी माध्यमाकडे बळजबरीने ढकलल्या जात असलेल्या विद्यार्थ्यांसंबंधी अनेक आत्महत्येच्या बातम्या मिळतात, जिथे त्यांना अनेक समस्यांचा सामना करावा लागतो.वेगवेगळ्या संशोधनांमधून निरंतर असे संकेत मिळतात की, मुलांच्या बौद्धिक, सामाजिक आणि सांस्कृतिक विकासासाठी मातृभाषेमध्ये शिक्षण व्यवस्था सर्वश्रेष्ठ असते. उच्चतम स्तरापर्यंत आपल्या मातृभाषेतून शिक्षण प्रत्येक मुलाचा अधिकार आहे, आणि प्रत्येक प्रौढ व्यक्तीला कायदा आणि प्रशासनिक कार्यासाठी आपल्या भाषेच्या वापराचा अधिकार आहे. सर्वप्रमुख विकसित राष्ट्रे, विज्ञान, तंत्रज्ञान, उच्च शिक्षण, वाणिज्य आणि न्यायासाठी आपल्या आपल्या भाषांचा वापर करतात. सर्वसाधारणपणे राष्ट्रे आपल्या भाषेचे संरक्षण आणि तिच्या प्रगतीसाठी विशेष वैधानिक प्रावधानांची व्यवस्था करतात. उदाहरणासाठी कॅनडामध्ये सर्व वेबसाईट्ना कायद्याने इंग्रजी आणि फ्रांसीसी भाषेमध्ये असणे सक्तीचे आहे. फ्रांसमध्ये सरकार कोणत्याही अशा सॉफ्टवेअरला तोपर्यंत विकत घेत नाही जोपर्यंत त्याला स्थानीयता प्रदान होत नाही आणि फ्रान्सीसी भाषेमध्ये त्याची सूचना पूस्तिका उपलब्ध करवली जात नाही, चीनमध्ये वॉलमार्टला यासाठी दंडीत केले गेले होते कि तेथे त्याच्या उत्पादनांवर लावलेले चीनी भाषेमधील लेबल आकारामध्ये इंग्रजीलेबलपेक्षा छोटे होते. बळजबरीपूर्वक इंग्रजी भाषेला लादणे आपल्यासाठी आर्थिक आणि सांस्कृतिक दृष्टीने विध्वंसकारी आहे आणि परिणामस्वरुप भारतीय भाषांचे अवमूल्यन आणि त्यांचा नाश होण्याची स्थिती येऊ शकते. भारतामध्ये इंग्रजी तीन कारणांसाठी लादली जात आहे :

1. योजनापरक राज्यनीती, जसे सर्वोच्च न्यायालय आणि अधिकतर उच्च न्यायालय, प्रशासनिक सेवा आणि सेनेमध्ये फक्त इंग्रजी भाषा ठेवणे.
2. फक्त इंग्रजी भाषीय उच्चस्तर शिक्षण संस्थांना सरकारकडून आर्थिक मदत.
3. भारतामध्ये खाजगी क्षेत्रातील संस्थांनाद्वारे इंग्रजीमध्ये प्रावीण्याची मागणी जेव्हा की जगभरामध्ये एम.एन.सी. कंपन्यांद्वारे त्यावेगवेगळया देशांमध्ये तेथील स्थानिक भाषेची समजूत असलेल्या लोकांचीच भर्ती होते.

याबरोबरच तथ्य हे पण आहे की याचे उत्तर केवळ हिंदीचा विकास करण्यामध्ये नाही. दक्षिणेच्या भाषांना इंग्रजीचे आव्हान अगोदरच समोर आहे त्यामुळे तिथे हिंदीला आपला विरोधाचा परिणाम भोगावा लागतो. केंद्र सरकारला सर्व संविधानिक भाषांना राजभाषा (सरकारी भाषा) मानण्याचा कार्यक्रम आपल्या हातात ध्यायला हवा ज्यामुळे सर्व भाषांसाठी समान संधीचा सिद्धांत स्थापित होऊ शकेल. भारताच्या विविधतेचा सम्मान आणि आर्थिक प्रगतीचा हा एक मात्र पर्याय आहे. विज्ञान आणि तंत्रज्ञान स्वभाषेमध्ये ग्रहण करणे सर्वोत्तम असते नाहीतर हे एक विदेशी प्रत्यारोपण बनून राहते.

आज तंत्रविज्ञानामुळे आपल्याला ते सर्व समाधान सुलभ आहेत जे सन 1947 मध्ये उपलब्ध नव्हते. तरीही राज्याची अकर्मण्यता किंवा निष्क्रियता भाषेच्या या विषयाला रचनात्मक रूपाने सोडविण्यामध्ये अडचण आहे, उदाहरणासाठी वेब टेकनॉलॉजीने कोणतीही सूचना/माहितीला एकाच वेळी अनेक भाषांमध्ये प्रकाशित करण्याची संधी आहे. भविष्यामध्ये मशीनी अनुवाद टेकनॉलॉजीसुद्धा शक्य आहे.

जरी भारत एक राष्ट्र आहे तरीही याची स्थिती एका महाद्वीपाप्रमाणे आहे. आशियाला सोडले तर याची लोकसंख्या कोणत्याही महाद्वीपापेक्षा जास्त आहे. भारताची लोकसंख्या युरोपीय संघाच्या तुलनेत त्याच्या दीडपट आहे. येथील भाषांच्या संख्येधिकतेमुळे याचे समाधानसुद्धा महाद्विपीय स्तराचे असायला हवे. हिंदी इंग्रजी किंवा कोणतीही एक भाषा याचे समाधान नाही युरोपीय संघामध्ये तेथील सर्व 24 भाषा अधिकाधिक मान्यत प्राप्त आहे आणि सर्व 24 भाषांमध्ये संवाद स्वीकार्य आहे. भारतासाठी हाच दिशा–निर्देश आहे. ऑनलाईन प्रक्रिया व अनुवाद विभागाद्वारे मशीनी अनुवादाच्या संवर्धनाने हे कार्य सुलभ होऊन जाईल, यामुळे भारतीय भाषांना आणि त्यामधील नोकऱ्यांना प्रोत्साहन मिळेल.

13.2 'भारतीय भाषांमध्ये समान संधी' विधेयक

संविधानाच्या आठव्या अनुसूचीमध्ये उल्लेखित भाषांमधून (राजभाषांमधून) आपल्या इच्छित भाषेच्या वापराद्वारे प्रगतीच्या समान संधी सुनिश्चित करण्यासाठी बिल.

13.2.1 'केंद्र सरकारच्या सेवा आणि न्यायालय'

1. केंद्रसरकारने हे प्रावधान करायला हवे कि सर्व नागरिक सरकारी सेवा आपल्या भाषेमध्ये प्राप्त करतील. केन्द्र सरकारच्या सर्व वेबसाईट्स सर्व राजभाषांमध्ये उपलब्ध व्हायला हव्यात. सरकारच्या सर्व विभागांनी सर्व राजभाषांमधील पत्राचार ना केवळ स्वीकार करायला हवा तर त्याचे उत्तरही त्याच भाषेमध्ये द्यायला हवे. सर्व ऑनलाइन प्रपत्र सर्व राजभाषांमध्ये उपलब्ध व्हायला हवीत. वित्तीय समावेशनाच्या दृष्टीने बँकेबरोबरच सर्व सरकारी उपक्रम कार्यालयांनी सर्व भाषांमध्ये सुविधा उपलब्ध करायला हव्यात.
2. सर्व उच्च न्यायालनांमध्ये वाद आणि निर्णय संबंधित प्रदेशाची राजभाषा व भारतीय संघाच्या राजभाषेमध्ये व्हायला हवा.
3. सर्वोच्च न्यायालयामध्ये कोणत्याही राजभाषेमध्ये वादाची अनुमती असायला हवी आणि न्यायाधीशांना कोणत्याही राजभाषेमध्ये आपला निर्णय देण्याचे प्रावधान असायला हवे.
4. केंद्र सरकाच्या सर्व परीक्षा व मुलाखती उमेदवाराच्या इच्छेनुसार कोणत्याही भाषेमध्ये व्हायला हव्यात. जर एखाद्या सेवाकार्याच्या आवश्यकतेनुसार कोणत्याही विशेष भाषेची जाण अपेक्षित असेल तर त्या संदर्भात त्याला सेवा कार्या दरम्यान प्रशिक्षणाच्या माध्यमातून पूर्ण करायला हवे. ज्यामुळे त्या भाषेची नोकरीच्या प्रवेशामध्ये अडचण राहणार नाही.
5. मशीनी अनुवादाने बहुभाषीय व्यवस्थेला बनवून ठेवणे सोपे झाले आहे. भारतामध्ये मशीनी अनुवादासाठी संस्कृत भाषा, आधार स्वरुप किंवा माध्यमाच्या रूपामध्ये प्रयुक्त झाली आहे. जर नियम आणि कायदे इ. संस्कृतमध्ये बनवले जातात तर फक्त एक बटण दाबल्याने ते सर्व भाषांमध्ये उपलब्ध करविले जाऊ शकतात. म्हणून आमचा प्रस्ताव आहे की संस्कृत, कायदा बनविण्यामध्ये प्रयुक्त होणारी भाषा बनू दे.

6. विश्वविद्यालय अनुदान आयोगाने इंग्रजी शिवाय राजभाषांमध्ये पुस्तकांच्या लेखन कार्याला प्रोत्साहित करावे आणि या सर्वांची गणना प्रशासकीय उपलब्धींमध्ये हो.

13.2.2 खाजगी क्षेत्र

7. एक हजारापेक्षा जास्त घाऊक दरातील सर्व उत्पादनांसाठी सर्व राजभाषांमध्ये सूचना पूस्तिका उपलब्ध व्हायला हव्यात.

8. अखिल भारतीय स्तरावरील प्रत्येक अशी कंपनी, जीची पूर्ण विक्री 500 करोड़ रूपये किंवा त्यापेक्षा जास्त असेल तर तीच्यासाठी आपल्या सेवा आणि वेबसाईटस सर्व राजभाषांमध्ये उपलब्ध करविणे शक्तीचे असायला हवे (जर एखादी कंपनी कोणत्याही एका प्रदेशामध्येच व्यापार करते तर तीने त्या राज्याची भाषा आणि स्वेच्छेनुसार अन्य कोणत्याही अतिरिक्त भाषेला आधार बनवायला आहे.) अशा कंपन्यांमध्ये मुलाखतीसाठी उमेदवारांना त्यांच्या ऐच्छिक भाषेचे स्वातंत्र्य असायला हवे आणि निवडीनंतर आवश्यकतेनुसार प्रशिक्षणाची व्यवस्था असायला हवी.

9. भारतामध्ये विक्री होणाऱ्या सर्व संगणकांमध्ये संबंधित राजभाषेचे भाषाई कळफलक (की–बोर्ड) असायला हवेत, किंवा की–बोर्डसाठी त्या भाषेतील टीकाऊ स्टीकर्स असायला हवेत.

13.2.3 शिक्षण

10. भारतीय विश्वविद्यालयांमधून निघणाऱ्या सर्व पद वीधारकांनी इंग्रजी व्यतिरिक्त कोणत्याही भाषेमध्ये प्राविण्य प्रदर्शित करायला हवी.

11. वैज्ञानिक संशोधनांनी समजते की मुले आपल्या मातृभाषेमध्ये सर्वोत्तम अध्ययन करू शकतात. सर्व मुलांना व्यावसायिक अभ्यासक्रमाबरोबर उच्चतम स्तरापर्यंत मातृभाषेमध्ये अध्ययन करण्याच्या संधी मिळायला हव्यात.

12. केंद्र सरकार जागतिक स्तरावरील विश्वविद्यालयांना आपले विषय सर्व राजभाषांमध्ये शिकविण्याच्या व्यवस्थेसाठी आर्थिक सहयोग देईल. सरकार जागतिक स्तरावरील संस्थांना सर्व राजभाषांमध्ये वैद्यकीय, कायदा, वाणिज्य आणि तांत्रिकी इत्यादि बरोबर उच्चतर आणि व्यावसायिक शिक्षणासाठी आर्थिक योगदान करेल. या विश्वविद्यालयांमध्ये संख्या आणि पदांना भाषाई जनसंख्येच्या आधारावर सुनिश्चित केले जाईल. परंतु हे ही

प्रावधान असायला हवे की, प्रत्येक राजभाषेचे कमीत कमी एक असे विश्वविद्यालय असावे.

13. जेव्हा मुलांना शाळेमध्ये संगणकाचा वापर शिकविला जाईल तेव्हा हे पहायला हवे कि यासाठी ते संबंधित भारतीय भाषेमध्ये टाईप करायला शिकतील.

13.2.4 निर्देशक सिद्धांत

1. सामान्य किंवा संपर्क भाषेच्या रूपामध्ये जास्त करून इंग्रजी किंवा हिंदीचा वापर होतो यासाठी संस्कृतकडे प्रवृत्त होणे हाच उद्देश असायला हवा.
2. संस्कृत भूतकाळामध्ये सुद्धा संपर्काची भाषा राहिली आहे आणि आंबेडकरांनी सुद्धा याचीच वकीली केली होती.
3. सरकार मातृभाषेमध्येच सर्व सेवा आणि सर्व भारतीय राजभाषांमध्ये कौशल्य विकास आणि उच्चतम स्तरापर्यंतचे शिक्षण उपलब्ध करविण्यासाठी प्रयत्न करेल.

परिशिष्ट-2
भाषा तंत्रज्ञान

14. बहुभाषी बाजारांसाठी तांत्रिकी समर्थन

1. बहुभाषीत्व ही वैश्विक वास्तविकता आहे. ही वास्तविकता इंग्रजी सहित कोणत्याही एका भाषेच्या प्रभुत्वापासून कितीतरी दूर आहे. जगाच्या एकूण लोकसंख्येच्या 91.5 टक्के लोक पहिल्या अथवा दुसऱ्या भाषेच्या रुपात इंग्रजी बोलत नाहीत.
2. या वास्तविकतेबरोबर सर्व महाद्वीपांमध्ये कार्पोरेट कंपन्यांनी अगोदरपासूनच कोणत्यातरी विशेष बाजारामध्ये प्रवेश करण्यासाठी आपल्या उत्पादनाच्या 'स्थानीयकरणाची' परंपरा सुरु केली आहे. हे पहिल्यापासूनच जगभरामध्ये मानकेच्या स्तरावर व्यवहारामध्ये आणले गेले आहे. म्हणून कायदा केला गेला तर भारतामध्ये सुद्‌धा अपवाद होणार नाही.
3. याच्या व्यतिरिक्त माहिती तंत्रज्ञानाने पहिल्यापासूनच बहुभाषी वातावरण आणि इंटरफेससाठी व्यासपीठ (प्लॅटफार्म) बनविण्याच्या दिशेमध्ये वेगाने प्रगती केली आहे. संबंधित सॉफ्टवेअर उत्पादनांसाठी सॉफ्टवेअर विकास सुद्‌धा केला गेला आहे. हे बहुभाषी समाजाला द्रुतगतीने अभूतपूर्व आणि सोप्या तांत्रिकी मदतीचा पुरवठा करते.

   काळाच्या बदलाबरोबर राज्याच्या तंत्रज्ञानाने कायमच भाषेच्या इतिहासाला प्रभावित केले आहे. भले तो व्यापाराचा मामला असो किंवा राजनैतिक प्रभावाचा, त्याच्या लिहिण्यासाठी वापरली गेलेली लिपी आणि पद्‌धतींचा भाषा अनुवाद केला गेला. तांत्रिकी उपकरणे आणि उपलब्ध प्रशिक्षण कौशल्यावर अवलंबून राहून भाषा एकतर वर्तमान समीकरणांमुळे प्रभावाच्या माध्यमाने विकसित झाल्या किंवा सुधाराच्या सामूहिक प्रक्रियांबरोबर व्यवस्थित मानकीकरणाच्या माध्यमाने विकसित झाल्या.

   आताच्या युगामध्ये आम्ही कुठे आहोत, चला एक नजर टाकू याः

(क) तंत्रज्ञान उपलब्ध आहे,

(ख) बहुभाषी इंटरफेसवर तंत्रज्ञान नीती निर्देश, आणि

(ग) उपभोक्तावाद तसेच संस्कृतीच्या या पैलूंवर प्रतिक्रिया आणि बाजाराची मांगणी?

14.1 जागतिक (ग्लोबल) वास्तविकतेवर एकांगी दृष्टीकोन

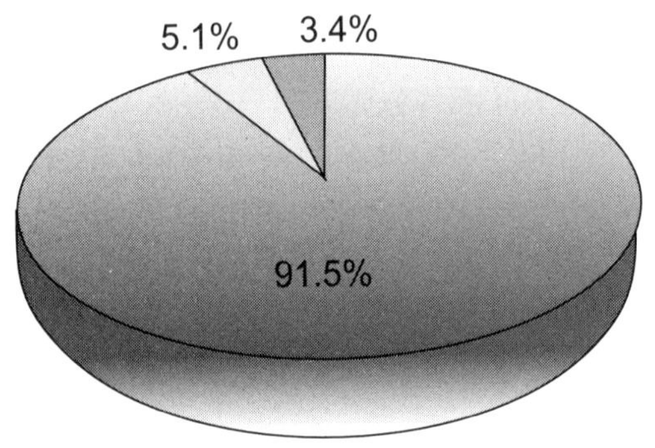

भारतीयांच्या एका खास वर्गामध्ये 'जागतिकीकरणला' वरचेवर चुकून राष्ट्र आणि संस्कृतीचा भक्षक मानले जाते. हा विहिरीतल्या बेडकाप्रमाणे बौद्धिक भ्रम असू शकतो. याच बरोबर, सांस्कृतिक आळससुद्धा आहे. जगामध्ये आणि भारतामध्ये भाषेचे उपयोग आणि मागणीचा वास्तविक अनुभव प्रस्तुत आहे. खालील पाय चार्टमुळे (pie-chart) जागतिक स्तरावर इंग्रजी बोलणाऱ्यांच्या स्थितीची (ज्यांच्यासाठी इंग्रजी पहिली अथवा दूसरी भाषा आहे) माहिती मिळते – हे अल्पसंख्येमध्ये इंग्रजी बोलणारे जगामध्ये प्रभावशाली नाहीत आणि भारताला सोडून, ना ही होण्याची शक्यता आहे. (स्त्रोतः माइक्रोसॉफ्टचा 'गो ग्लोबल डेवलपर सेंटर', तांत्रिकी विनिर्देश.)

14.2 विश्व बाजारामध्ये 'अंतरराष्ट्रीयकरण' आणि 'स्थानीयकरण'

मोठ्या कंपन्यांचा विचार तांत्रिकीकरणाचा नाही. यामध्ये दूरदर्शक लोकांद्वारा 'जागतिकीकरणाला' वेगळ्या नजरेने बघितले जाते, जे सर्वात मोठ्या कंपन्यांमध्ये तांत्रिकी नीतीला सिद्ध करतात आणि त्यानुसार दिशानिर्देश लागू करतात. उदाहरणासाठी खालील गोष्टींवरुन समजले जाऊ शकते की, माइक्रोसॉफ्टच्या आधिकारिक मानकांचे कसे पालन होते–

जागतिकीकरण मानक हे इंगित करते की एका सीमा क्षेत्राच्या बाहेर काम करण्यासाठी एका मंचाची आवश्यकता आहे. म्हणून एका स्वतंत्र मंचाच्या प्रति काम करणे अपरिहार्य होऊन जाते. जेणेकरुन, सर्व विविध संस्कृतींसाठी तटस्थ भाषा सेटला चिन्हीत केले जाऊ शकेल.

'स्थानीयकरण' मानकाचा अर्थ आहे की, 'स्थानीय उपभोक्त्यापर्यंत पोहोचण्यासाठी उपभोक्ता वस्तु आणि सांस्कृतिक उत्पादनांना सोपे बनविणे' जेणेकरुन त्यांच्या बदल्यात स्थानीयकरणाच्या किंमतीमध्ये कमी येईल. याला 'जागतिकीकरण' पुढाकाराद्वारे नियोजित संसाधन इंटरफेसच्या कुशल उपयोगाने पूर्ण केले जाऊ शकते. स्थानीयकरण एका विशिष्ट स्थानीय बाजारासाठी कार्यक्रम स्वीकारण्याची प्रक्रिया आहे, ज्यामध्ये सुविधांच्या अनुरुप इंटरफेसचा अनुवाद सुद्धा (जर आवश्यक असेल) समाविष्ट आहे. परीक्षण परिणाम हे सुनिश्चित करते की उत्पादान त्या उद्देशाची पूर्ती करेल. काही स्थानांमध्ये जागतिकीकरण विकल्पाच्या रुपामध्ये अथवा इतर स्थांनामध्ये 'जागतिकीकरण + स्थानीयकरण' च्या रुपामध्ये वापरले गेले. जगभराच्या संदर्भामध्ये एका उत्पादनाला सर्वोत्कृष्ट करणाऱ्या सर्व क्रियाकलापांचे वर्णन करण्यासाठी आंतर्राष्ट्रीयकरण संज्ञेचा (टर्मचा) सर्वोत्कृष्ट वापर केला जातो.

14.3 आवश्यकतेवर प्रतिक्रिया - उपलब्ध तंत्रविज्ञान

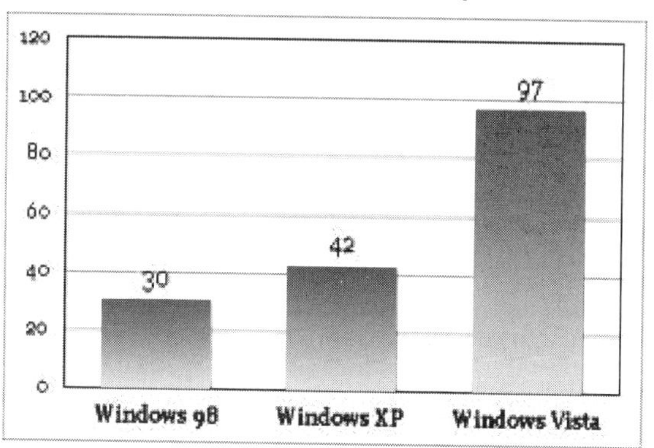

(स्त्रोतः माइक्रोसॉफ्ट चा 'गो ग्लोबल डेवलपर सेंटर' तांत्रिकी)

''जागतिकीकरणाच्या वाढत्या रुचीच्या व्यतिरिक्त भाषा, संस्कृती आणि बाजाराची विशेषता अजूनही आंतरराष्ट्रीय उपयोग कर्त्यांसाठी खूपच प्रासंगिक आहे.

सर्व जगभराच्या गोष्टी केल्या तर एकूण 193 देश आहेत आणि आज त्यामध्ये 350 पेक्षा अधिक प्रमुख भाषांचा उपयोग केला जातो.

निश्चितच इंग्रजी सर्व जगामध्ये व्यापारी भाषेच्या रुपामध्ये आपली भूमिका बजावते. या व्यतिरिक्त पहिल्या किंवा दुसऱ्या भाषेच्या रुपामध्ये ही केवळ 8.5 टक्के लोकांद्वारे बोलली जाते. जागतिक लोकसंख्येच्या 94 टक्के लोकांना देशी भाषेतच माहिती दिली जाते. ही माहिती जगभरातील 347 भाषांमध्ये उपलब्ध करण्याची आवश्यकता असेल, जिथे कमीत– कमी 10 लाखांची लोकसंख्या आहे. हे विशेष रुपाने तेव्हा आहे, जेव्हा जागतिकीकरणाच्या रुचीने त्यांच्या बाजारामध्ये उपयोग कर्त्यांच्या संबंधित तंत्र आणि त्यांच्या उपलब्धतेबरोबर अपेक्षा उंचावल्या असतील.

माइक्रोसॉफ्ट विडोंज 'विंडो 98'ने जवळ–जवळ100 आणि 'विंडो विस्थ'ने 30 भाषांना पाठिंबा दिला आहे –

तांत्रिकी दिग्गज भाषेच्या त्या बाजारांमध्ये उन्मुख होत आहेत, जिथे कमीत कमी दहा लाख वक्तासुद्धा मिळत आहेत. ही खूप आश्चर्याची गोष्ट आहे की, त्या लोकांद्वारा जपानी, चीनी, हिंदू इ.च्या तुलनेत इथपर्यंत की प्रमुख भारतीय भाषांनासुद्धा शीर्ष प्राथमिकता दिली जात नाही. स्पष्ट आहे, विशेष रुपाने व्यावसायिक आणि शैक्षणिक वातावरणामध्ये अनुवाद कसा केला जावा याची अस्पष्ट भाषा नीती आणि त्यांच्या उपयोगाच्या कारणामुळेच आहे.

एस्टोनियन बरोबर अन्य भाषांनी काही वर्षा अगोदर पासूनच मदत केली आहे. (एस्टोनियाईची लोकसंख्या केवळ 12,90000 आहे –भारतामध्ये एका छोट्या शहराच्या तुलनेत कमी लोकसंख्या) हिब्रू (एक भाषा, ज्याला 60 वर्ष अगोदर पर्यंत 'मृत' मानले जात होत), तातार (रुस आणि नंतरच्या सोवियत राज्यांमध्ये जी अल्पसंख्यक लोकांद्वारा बोलली गेली, परंतु त्यांचा स्वतःचा एक वेगळा देश नाही.) अशा भाषांमध्ये आफ्रिकी देशांमध्ये हौसा, अम्हारिक आणि अफ्रीकांस इत्यादीसुद्धा समाविष्ट आहेत.

कितीतरी भारतीय भाषासुद्धा वर्तमानामध्ये कंप्यूटिंग इंटरफेसेज (त्याच्या वाढत्या उपयोगामुळे प्रत्याशामध्ये) साठी समर्पित भाषांच्या सूचीमध्ये समाविष्ट आहेत. इथे आंतरराष्ट्रीय भाषांमधले फक्त काहींचे तक्ते प्रस्तुत आहेत. याबरोबरच सर्व भारतीय भाषांची सूची सुद्धा जी प्रत्येक, वर्तमानमध्ये देशी वक्त्यांच्या संख्येने समर्थित आहे.

कंप्यूटिंग इंटरफेससाठी कंप्यूटिंग इंटरफेसला समर्थित भाषा आणि समर्थित भारतीय भाषा	मूळ निवासी बोलणाऱ्यांची संख्या मूळ भाषा बोलणाऱ्यांची संख्या (लाखामध्ये)	कंप्यूटिंग इंटरफेससाठी कंप्यूटिंग इंटरफेसला समर्थित भाषा आणि समर्थित भारतीय भाषा	मूळ निवासी बोलणाऱ्यांची संख्या मूळ भाषा बोलणाऱ्यांची संख्या (लाखामध्ये)
एस्टोनियाई	1.29	कोकणी	7.4
फिनिश	5.00	असमिया	16
हिब्रू	5.3	नेपाळी	17
टाटर	5.4	सिंहल	17
क्रोएशियाई	5.5	उरिया	33
डेनिश	5.6	गुजराती	50
अफ्रिकी	7.2	उर्दू	65
चेक	10	तमिळ	70
थाई	20	मराठी	73
अम्हारिक (इथियोपिया)	25	तेलुगू	75
फिलिपिनो	28	पंजाबी	100
हौसा (लैटिन लिपि)	35	हिंदी	180
तुर्की	63	बांग्ला व बंगाली	210

भारतीय दूरसंचार आणि स्मार्टफोनच्या बाजारामध्ये सर्व भाषांचे संकेतक आहेत. प्रौद्योगिक कंपन्या बहुभाषी इंटरफेस प्रदान करण्यासाठी प्रतिस्पर्धा करत आहेत. उदाहरणासाठी, मोटोरोला 'मोटो जी' आणि 'मोटो ई' उपकरणे सफल झाल्यानंतर मायक्रोमॅक्सने 'युनिट 2' सुरु केले, जो संस्कृतबरोबर कितीतरी देशी भाषा आणि बहुभाषांचे समर्थन करतो. केवळ हाच फोन या देशात 21 भाषांचे समर्थन करणारा बनला, ज्याला प्रत्येक भारतीयाच्या उद्‌देश पूर्तीसाठी बनविले गेले. हे उपकरण इंग्रजी, हिंदी, गुजराती, पंजाबी, मल्याळम्, तेलुगू, कन्नड, उडीया, बंगाली, आसामी, मराठी, नेपाळी, बोडो, डोगरी, कोंकणी, मैथिली, मणिपुरी, संस्कृत आणि सिंधीचेही समर्थन करते.

14.4 तंत्रज्ञानाचे भविष्य

खालील नकाशाची (road-map) कॉर्पोरेट सॉफ्टवेअरदिग्गजांद्वारे परिकल्पना केली गेली आहे – हे ते तांत्रिक प्रतिमान आहे, जे या डिजीटल युगामध्ये प्रत्येक दुसरा उद्योग बदलते आणि त्या क्षेत्रामध्ये प्रवेश करते.

- प्राकृतिक भाषा प्रचालन तंत्रा (language-natural operating system)बरोबर बहुभाषी वापरकर्ता आंतरफलक (MUI- Multilingual User Interface)च्या निर्माणासाठी समर्थन करणे.
- बहुभाषी परिदृश्यांचे समर्थन करण्यासाठी कॉन्फिगर करण्यायोग्य पॅकेजिंग तयार करणे, त्यांचा विकास आणि स्थापना करणे.
- अनेक भाषांसह एकल प्रतिमा उपयोजन. (single image deployment)
- एक उन्नत सेवारत मॉडेल बनेल, जिथे निष्पादन योग्य संकेतावली (executable code)पासून स्वतंत्ररुपाने संसाधनांना अद्ययावत केले जाऊ शकेल.
- बहुभाषी अनुप्रयोगांच्या (applications) निर्माणासाठी विकासकाचे समर्थन.

परिशिष्ट- 3
देशामध्ये अभ्यासाची काही प्रकरणे

15. ईस्त्राइल - हिब्रूचा पुनरुद्धार

आधुनिक काळामध्ये भाषा पुनरुद्धाराच्या उल्लेखनीय उदाहरणांमध्ये एक आहे हिब्रू. हिब्रू एके काळी फक्त यहूदी लोकांच्या पवित्र साहित्याची भाषा होती. हिंदू धर्मामध्ये तीच स्थिती संस्कृतची होती. 20वे शतक निघून गेल्यानंतरही संस्कृत दररोज बोलली जाणारी भाषा बनू शकली नाही. व्यवस्थित प्रयत्नाने हिब्रूला पुनर्जीवित केले गेले होते. याची पहिली सुरुवात समकालीन हिब्रू साहित्याच्या लेखकांपासून झाली. यहुदी प्रवासी जगातल्या वेगवेगळया देशांमध्ये पसरले गेले. ते ज्या देशांमध्ये गेले, त्या देशाच्या भाषांमध्ये सुद्धा ते बोलू लागले. तसे तर युरोपीय यहूदी सुद्धा 'यिद्दीश' मध्ये बोलत होते. या भाषेची शब्दावली हिब्रू शब्दांच्या मिश्रणाबरोबर जर्मनपासून उत्पन्न आहे. इथपर्यंत की यहूदी रुसी, पोलिश आणि अन्य भाषांमध्ये सुद्धा बोलत होते. त्या देशांची भाषा बोलत होते जिथे ते राहत होते.

कितीतरी दृष्टिकोनातून संस्कृत आज ज्या स्थितीमध्ये आहे, त्याच्या तुलनेमध्ये हिब्रू अधिक मृत होती, त्यावेळी संस्कृतमध्ये विशाल भारतीय भाषांची शब्दावली एक प्रकारे प्रभावशाली होती, जी की हिब्रू मध्ये उपलब्ध नव्हती. तरीसुद्धा हिब्रूला मृतप्राय स्थिती अथवा पवित्र भाषेपासून पुनर्जिवीत करुन त्याला एक साहित्यिक आणि सामान्य बोलचालीची भाषा बनविले गेले नंतर याला ईस्त्राइलमध्ये व्यापार, अभियांत्रिकी (इंजीनियरिंग) आणि चिकित्सेच्या भाषेच्या रुपामध्ये सुद्धा निवडले गेले.

जसे की थिओंगो अथवा नुगूगू सांगतात की, वसाहतवादी प्रथा तोडण्यासाठी इस्त्राइलने उलटी प्रक्रिया अवलंबिली. वसाहतवादी समाजामध्ये आपल्याला वेगवेगळे अनुभव मिळाले आहेत. आपल्या घरामध्ये दैनंदिनीसाठी उपयोगी भाषा आणि जनभाषेला, वसाहतवादी भाषा 'इंग्रजीपेक्षा' खालच्या दर्जाची आणि अपर्याप्त मानले जाते. आपल्या इथे घर आणि कार्यालयामध्ये किंवा धार्मिक क्रियाकलाप आणि सामान्य जागांवर वापरल्या जाणाऱ्या भाषेमध्ये काहीच संबंध नाही. इस्त्राइलने यहुदीची धार्मिक भाषा हिब्रूला राज्यनीतीच्या द्वारे प्रोत्साहन देत गतिरोधाला नष्ट केले. भारताने एका प्रकारे धार्मिक भाषा संस्कृतला आणि भारतीय भाषा दोघांना नामंजूर केले. मुलांना पहिले दैनंदिनीची भाषा शिकावी लागते.

आम्ही धार्मिक भाषा, दैनंदिनी बोलचालीची भाषा आणि कार्यालयामध्ये वापरल्या जाणाऱ्या भाषेमधील संबंधाला तोडून दिले. इस्त्राइल स्थित बहुराष्ट्रीय

कंपन्या व्यापारासाठी संचार माध्यमाच्या रुपात हिब्रूचाच वापर करतात. जेव्हा मी हाइफा, इस्त्राइलमधील कार्यालयला भेट दिली, तेव्हा हे जाणून आश्चर्यचकित झालो की कार्यालयामध्ये पावरपॉइंटची प्रस्तुती हिब्रू मध्येच दिली गेली. सर्व कळ–फलकांमध्ये (की–बोर्ड) मध्ये हिब्रू वर्णमालेची सुविधा होती.

इस्त्राइलमध्ये हा सर्व स्पष्ट विचार आणि नीतीचा परिणाम होता. सन् 1913 मध्ये जेव्हा फिलिस्तीनच्या यहुदींसाठी एक अभियांत्रिकी (इंजीनियरिंग) महाविद्यालय स्थापित केले जाणार होते, तेव्हा जर्मन यहुदी जाहिरात एजेंसीने याला जर्मन माध्यमामध्ये सुरु करण्याचा प्रस्ताव दिला होता. तेव्हा जर्मन, विज्ञान आणि इंजीनियरिंगसाठी प्रमुख भाषा होती. याउलट फिलिस्तीनमध्ये वसलेल्या सर्व यिशुव म्हणजेच यहूदींच्या समुदायाने टेक्नियनचा विरोध केला होता आणि हिब्रू माध्यमातून शिकवण्याची शिफारस केली होती. या तथ्याव्यतिरिक्त, त्याकाळी हिब्रूमध्ये विकसित तांत्रिकी शब्दावली नव्हती. इथपर्यंत की हिब्रूमध्ये तांत्रिकी शब्दावली संस्कृतमध्ये आज उपलब्ध तांत्रिकी शब्दावलीच्या तुलनेमध्ये कमी विकसित होती. तरीसुद्धा टेक्नियनमध्ये हिब्रू माध्यमात शिक्षण सुरु झाले. आता हे आय.आय.टी.मध्ये तांत्रिकी शिक्षण संस्थानांमध्ये शीर्ष स्थानावर आहे इस्त्राइलमधून भारत शस्त्र प्रणाली आयात करतो, ज्यांना हिब्रू माध्यमाच्या चर्चा आणि कागदपत्रांच्या माध्यमाने विकसित केले गेले आहे. इथे त्या छोट्या देशाची, इस्त्राइलची चर्चा होत आहे, ज्याची पूर्ण लोकसंख्या दिल्लीच्या लोकसंख्येपेक्षा कमी आहे.

16. संयुक्त राज्य अमेरिका - इंग्रजी प्रभुत्वा विषयी व्यवस्थित नीती

16.1 अमेरिका आणि भारत-विविधता तथा बहुसंस्कृतीवादाचे विभिन्न विचार

आर्थिक आणि तांत्रिकी महाशक्तीच्या रुपामध्ये संयुक्त राज्य अमेरिका आज इंग्रजी भाषेची प्रमुख बनून राहिली आहे. भारत अमेरिकेच्या बरोबर इंग्रजी भाषेच्या वारशामध्ये योगदान करत आहे, अथवा कमीत–कमी आंशिक रुपाने आंतरराष्ट्रीय गोष्टींमध्ये अमेरिकेच्या प्रबलतेसाठी इंग्रजीच्या उपयोगाला प्रोत्साहन देऊन कर्ज फेडत आहे. या व्यतिरिक्त, भारत आणि अमेरिका पण एक लोकतांत्रिक राजनीतीक संस्कृतीचा भाग आहे. यापेक्षा जास्त महत्त्वपूर्ण गोष्ट ही आहे की, अमेरिका पण भारताप्रमाणे बहुसांस्कृतिक देश आहे अथवा बहुसंस्कृतीवाद आणि विविधतेच्या बरोबर एका रचनात्मक प्रयोगाचा कमीत–कमी एक भाग आहे.

भाषा–नीतीशी संबंधित या संक्षिप्त लेखामध्ये अमेरिकेशी जुळलेल्या काही प्रमुख बिंदुंवर प्रकाश टाकला गेला आहे, जो हे दर्शवितो की –राष्ट्रीय आणि आंतरराष्ट्रीय शक्तीसाठी भाषेला एका साधनाच्या (टूल) रुपात प्रयोग करण्यासाठी अमेरिकेकडून पुष्कळ सामाजिक आणि राजनीतीक दबाव निरंतर टाकला जात आहे. भारताच्या इंग्रजी बोलणाऱ्या कुलीन वर्गामध्ये लोकप्रिय धारणांच्या उलट 'विविधता' आणि 'बहुसंस्कृतीवाद' ची अमेरिकेची समजूत भारतीय दृष्टीकोनाशी मौलिक रुपाने वेगळी आहे. आणि विद्यमान भारतीय प्रारुपाच्या तुलनेमध्ये अमेरिकी वसाहतवादाचे लक्षण शतकांपासून मौलिक रुपाने वेगळे करत आहे

आम्ही हे मानून घेतो की, भाषेची संरचना जैविक रुपाने विकसित होते आणि भारतात इंग्रजीचा विकास स्वाभाविक रुपाने जैविक मागणीचा परिणाम आहे. परंतु वस्तुस्थिती तर ही आहे की हा विचार सत्य नाही. इथपर्यंत की इंग्रजी भाषेच्या प्राथमिकतेला घेऊन जगाचा सर्वात शक्तीशाली देश संयुक्त राज्य अमेरिकेच्या बाबतीत सुद्धा सत्य नाही. अमेरिकेमध्ये इंग्रजीचे प्रभुत्व संघर्ष आणि सामंजसाच्या एक निरंतर रणनीतीचा परिणाम आहे. इंग्रजीच्या प्रभुत्वाने अधीनस्थ इतर भाषांना नष्ट करण्याचा विचारसुद्धा बरोबर नाही. अमेरिकेमध्ये अहस्तक्षेप भाषाई वातावरण कधीच नव्हते.

इथे भारतालासुद्धा वेगळ्या नजरेने बघितले जाऊ नये, परंतु एका

सभ्यतेच्या रुपामध्ये वैश्विक वातावरणाच्या आतमध्ये, त्या शक्ती इथे सुद्धा कार्य करतात, जिथे गैर पक्षपातपूर्ण लोकतंत्राचा केवळ देखावा असतो, तिथे कोणताही मंच बनविण्यासाठी कोणतीही नीती नसते, जे देशी भाषेच्या परिस्थितीकी तंत्राला दृढ करेल. तेव्हा याचा अर्थ स्पष्ट आहे, देशीभाषा आणि त्याच्या जमिनी स्तरावर केल्या गेलेल्या प्रयत्नांच्या अपयशासाठी वातावरण बनविले जात आहे. ते वारंवार इंग्रजीच्या अनिवार्यतेच्या बाबतीत मिथ्याधारणांनी प्रभावित आहेत.

एका देशी भाषेबरोबर राजनैतिक खेळ खेळला जातो. आणि इंग्रजी बरोबर सामंजस्य करण्यासाठी तडजोडीच्या रुपामध्ये मांडले जाते.

अशा स्थितीमध्ये खरा मार्ग हाच आहे की भारताच्या केन्द्र सरकारने सर्वसगळ्या राज्यांबरोबर समन्वय स्थापित करुन जैविक सभ्यता परिस्थितीकी तंत्राला पुन्हा निर्माण करावे, जेणेकरुन संपूर्ण देशी भाषांचा पुनरुद्धार होऊ शकेल. दुसऱ्या देशांच्या उलट, भारतामध्ये एका अशा नीतीची गरज आहे, जी विविधतेच्या मानकांबरोबर एकीकरणाच्या मानकांना संतुलित करेल.

16.2 अमेरिकेमध्ये इंग्रजीला व्यवस्थित पद्धतीने लागू करण्याचा संक्षिप्त इतिहास

अमेरिकेमध्ये कोणत्याही भाषेला अधिकाधिक स्तरावर मान्य केले गेलेले नाही.कारण हे आहे की याच्या निर्माणामध्ये प्रमुख जातीय बळ इंग्रजी मूळाचे लोक होते आणि ती वास्तविक भाषा होती. याबरोबरच काही वेळानंतर दुसऱ्या जातीच्या अप्रवाशांनी सुद्धा इंग्रजी शिकण्याची इच्छा दर्शविली होती. 'जातीय' भाषांना खाजगी शाळा, घर आणि क्लबमध्ये पुढेही जिवंत ठेवले जाऊ शकते. परंतु कमीत–कमी 1960 च्या दशकापर्यंत अमेरिकेमध्ये कोणत्याही करदात्याला 'अल्पसंख्यक' भाषेला राखून ठेवण्यासाठी अनुदान मिळण्याची आशा नव्हती. म्हणून अमेरिकेमध्ये भाषा कायद्यावर विचार करण्याची कोणतीही गरज नव्हती.

तरीपण, हे केवळ अर्ध सत्य आहे. अमेरिकेच्या एंग्लो सेक्सनचे प्रभुत्व आणि त्याचे प्रारंभिक रचनेपासून या तथ्याला लपविले गेले की अमेरिकी समाज, इथपर्यंत की आपल्या वसाहतवादाच्या दिवसांमध्ये सुद्धा स्थानीय स्तरावर नेहमी बहुभाषी समाज राहिला.

त्या वसाहतवादी काळामध्ये अमेरिकेत भाषाई विविधतेमध्ये (जर्मन, डच, फ्रेंच इत्यादि) कितीतरी युरोपीय भाषा समाविष्ट होत्या. या काळात अमेरिकी–भारतीयांच्या कितीतरी भाषा सुद्धा जोडल्या गेल्या; ज्यांना शिकणे गरजेचे होते.

तेव्हा ईस्ट कोस्ट जवळीलमहत्त्वाच्या 13 राज्यांना समाविष्ट केले गेले. आपला क्षेत्रीय विस्तार, महाद्वीपावर ताबा मिळविण्याच्या अगोदर आणि नंतर येणाऱ्या अन्य अप्रवासी गैर—इंग्रजी भाषी लोकांना सुद्धा अमेरिकेने समाविष्ट केले.

तेव्हा सुरुवातीच्या दिवसात जाहिरपणे खूप हिंसा झाली होती, नरसंहारामध्ये सर्वात अधिक देशी अमेरिकी 'भारतीय' सामिल होते. जी आता इतिहासाची गोष्ट आहे. इथपर्यंत की रहिवासी युरोपीय लोकांमध्ये सुद्धा वरचेवर गैर—इंग्रजी भाषेच्या विरुद्ध प्रतिक्रिया होत होती. 1750 च्या शतकामध्ये, बेंजामिन फ्रैंकलिनने इंग्रजी बोलण्यासाठी जर्मनीच्या लोकांना पेनसिल्विनियामध्ये राहण्याची सूचना दिली होती, त्या भागांमध्ये रस्त्याच्या द्विभाषी संकेताविषयीच्या तक्रारीवर ते नाराज झाले होते. त्यांनी जर्मनवासींना 'बोअर्स' असे संबोधून अपमानित केले आणि त्यांना 'जातीय कलंक' करार दिला. या अविश्वास आणि असंतोषाचा भाग बनल्यामुळे संभवतः देशी 'अमेरिकी भारतीयां' च्या विरोधात लढाईमध्ये भाग घेण्यासाठी या शांतीवादी जर्मन लोकांनी नकार दिला असेल.

अमेरिकेचे आणखीन एक 'संस्थापक—जनक' बेंजामिन रशने त्याच जर्मनवासीयांना ठेवण्याप्रति मवाळ दृष्टिकोन अवलंबिला. त्यांनी द्विभाषी महाविद्यालयांमध्ये स्वैच्छिक नामांकनाच्या माध्यमापासून इंग्रजी बोलणाऱ्यांच्या रुपामध्ये आत्मसात करण्यासाठी त्यांना प्रोत्साहित केले आणि सांगितले की त्यांना जर्मन बरोबर इंग्रजी सुद्धा शिकावी लागेल.

हे निश्चित झाले, ज्यावेळी महाद्विपीय कॉग्रेंसने जर्मन आणि फ्रेंचमध्ये प्रसारित महत्त्वपूर्ण कागदपत्रे तसेच भाषांतराच्या सहाय्याने क्रांतीकारी कारणाच्या अपीलला विस्तृत करण्याची इच्छा केली, ज्यामुळे युतीची शक्ती निर्माण होऊ शकेल. अशा प्रकारे या कमी शक्तिशाली अल्पसंख्यकांचा सहयोगी निवडण्यासाठी एक निश्चित पदवी (डिग्री) प्राप्त करण्याच्या सबबीने द्वि—भाषावादाला प्रोत्साहित केले गेले. एकदा त्यांनी सुद्धा द्वि—भाषी नीतीचा एक भाग म्हणून इंग्रजी शिकली. बाकीच्यांना एका समाजाच्या प्राकृतिक गतिशीलतेसाठी सोडून दिले गेले, ज्यामध्ये इंग्रजी ही वाणिज्य आणि सरकारची मुख्य भाषा होती.

त्याच युगामध्ये अमेरिकेचे दुसरे राष्ट्रपति जॉन एडम्सने अमेरिकन इंग्रजीसाठी सरकारी मानक स्थापित करण्यासाठी केंद्रीकृत भाषा मंडळाचा (अकादमी) प्रस्ताव ठेवला, परंतु सरकारी मर्यादा असल्याकारणाने अधिकतर

सांसदांनी यामध्ये सरकारच्या सामिल होण्याच्या विचारांना नाकारले. त्यावेळी सुद्धा अमेरिकेमध्ये इंग्रजी भाषेला राजभाषे ऐवजी व्यावहारिक साधनाच्या रुपात मानले गेले होते.

परंतु भाषा मानकीकरणाने आपल्या बळावर अमेरिकी राष्ट्रवादाला परिभाषित करण्यामध्ये महत्त्वपूर्ण भूमिका बजावली होती. अतिराष्ट्रवादाने स्वतःहूनच ही मागणी केली की ब्रिटीश इंग्रजीपसून विशिष्ट होण्यासाठी अमेरिकी इंग्रजीचे मानकीकरण होवो. यामध्ये शब्दलेखन, शब्दावली, प्रयोग आणि औपचारिक किंवा अनौपचारिक लेखन शैली तसेच सामान्य दिशा–निर्देश सुद्धा समाविष्ट होते. सन् 1923 मध्ये वॉशिंग्टन, मैकक्रोमिक, मोंटाना पासून काँग्रेसी संसदेने राष्ट्रीय भाषेला 'इंग्रजी' ऐवजी 'अमेरिकन' च्या रुपात प्रतिष्ठापित करण्याचा सल्ला दिला होता.

जसे की वर संकेत दिला गेला आहे, 19 व्या शतकाच्या दरम्यान अमेरिकेमध्ये द्वि–भाषी शाळा होत्या, ज्या सामान्यतेने जर्मन–इंग्रजीमध्ये आणि कधी–कधी अन्य युरोपीय भाषी होत्या. या सुद्धा कितीतरी राज्यांमध्ये खाजगी स्तरावर फलित होत होत्या. असो, हा शिष्टाचार केवळ काही युरोपीय भाषांसाठी होता, अमेरिकी 'देशी भारतीयांसाठी' नाही, ज्यांना सतत मिटविले जात होते. एंग्लीसाइजिंग उर्वरित देशी अमेरिकींना सिविलाइजिंग मानक मानले जाते आणि समीकरण एंग्लो सक्सोंसच्या पक्षामध्ये मजबूत समीकरण होते. एका वेळी सैनिकी सत्तेला पूर्ण करण्यासाठी हा एक पर्याय मानला जात होता.

भारी सैन्य सफलतेनंतर, अमेरिकी मूळाच्या 'भारतीयांच्या' उर्वरित लोकसंख्येला 'आरक्षणा' मध्ये सामील केले जाईल. ज्या वर्गामध्ये त्या मधले काही आता सुद्धा सामील आहेत. ते दारुचे व्यसनी आणि सामान्यतेने बेकार समाजाचे लोक मानले गेले. शिक्षित करण्याच्या क्रमामध्ये त्यांच्या मुलांना आरक्षणापासून दूर केले गेले, ज्यासाठी वरचेवर बल प्रयोग केला गेला. आणि त्यांना दूरच्या बोर्डिंग शाळेमध्ये पूर्ण रितीने एंग्लीसाइज्ड करुन दिले. रिपोर्ट सांगते की त्या बोर्डींग शाळेमध्ये ते आपल्या मातृभाषेमध्ये बोलताना पकडले गेल्यानंतर दंडित केले जायचे. 1880 च्या दशकामध्ये अमेरिकन संघीय भारतीय आयुक्त जे.डी.सी. एटकिंसने,भारतीयतेच्या इतर सर्व सांस्कृतिक वैशिष्ट्यांसह, देशी अमेरिकन 'भारतीय' विद्यार्थ्यांच्या ''असभ्य (बर्बरस) बोली'' च्या उन्मूलनाच्या नीतीचा उल्लेख केला आहे. असहिष्णुता आणि राज्य प्रायोजित क्रूरतासुद्धा, विजय प्राप्त

लोकांबरोबर भाषा संबंधाची विशेषता प्रगट करते, म्हणजे दक्षिण–पश्चिम अमेरिका आणि पोर्टोरीको मध्ये स्पॅनिश बोलणारे लोक. सन् 1948 च्या संधीपासून मेक्सिकन अमेरिकी युद्ध समाप्त झाले. ज्यामध्ये कितीतरी सांस्कृतिक अधिकाऱ्यांच्या संरक्षणाचा उल्लेख केला गेला होता. याउलट त्यामध्ये भाषेच्या बाबतीत स्पष्ट रुपाने उल्लेख केला गेला नव्हता. त्याला अस्पष्ट मानले जात होते. तेव्हापासून भाषा 'संस्कृतीचे सॉफ्टवेअर' आहे, परंतु व्यवहारामध्ये न्यू मेक्सिकोला सोडून स्पॅनिश भाषा अधिकारांना कदाचितच कधी सन्मानित केले गेले. हे सुद्धा तेव्हाच शक्य झाले, जेव्हा तिथे स्पॅनिश बोलणाऱ्यांची संख्या विसाव्या शतकाच्या अगोदरच इंग्रजी बोलणाऱ्यांच्या तुलनेमध्ये अधिक होती. तरीही न्यू मेक्सिकोला वेगळ्या राज्याचा दर्जा प्रदान केला गेला नव्हता, कारण अमेरिकी काँग्रेसला एका गैर–इंग्रजी भाषी बहुसंख्यक राज्याला स्वशासन देण्यासाठी सावधान केले गेले होते. एका मोठ्या आणि कठीण संघर्षानंतर 1912 मध्ये याला राज्याचा दर्जा प्राप्त झाला आणि तेव्हा औपचारिक रुपाने स्पॅनिश भाषेची मूळ सुरक्षा केली गेली; उदाहरणासाठी, सरकारी कागदपत्रांचे द्वि–भाषी प्रकाशन.

दूसरीकडे, पेंसिल्वेनियाच्या जर्मन लोकांबरोबर बैंजामिन रशच्या रणनीतीचा मामला होता. प्यूर्टो रिकोमध्ये द्विभाषा नीतीमध्ये कोणतीही सवलत नव्हती, परंतु या द्वीपावर इंग्रजी थोपविण्याची रणनीती स्वीकारली गेली, जिथे जवळ–जवळ पूर्ण रुपाने स्पॅनिश बोलणारे वसले होते. सन् 1898 मध्ये ही अमेरिकी वसाहत बनली, जसे की, 'भाषा नीती टास्क फोर्स' द्वारा विस्तृत रुपात सांगितले गेले आहे की, प्योर्टो रिको' च्या शाळा 'अमेरिकीकरणा' (म्हणजेच इंग्रजीकरण) साठी युद्धाचे मैदान बनल्या होत्या. अर्ध्या शतकासाठी एक नीती लागू करुन या शाळांमध्ये शिक्षण माध्यमाच्या रुपामध्ये इंग्रजीवर जोर दिला गेला.

यामध्ये 'नव्या जगा' साठी अप्रवासींचा सततचा प्रवाह अमेरिकेच्या लोकसंख्येच्या विकासामध्ये योगदान देत होता. अप्रवासीयांना आत्मसात करण्याचे उपाय 20व्या शतकाच्या वळणावर वेगाने आक्रामक झाले.

एका अमेरिकीकरण अभियानामध्ये अफवा पसरली की पूर्व आणि दक्षिण युरोपचे अप्रवासी जर्मन लोकांच्या तुलनेत इंग्रजीच्या उपयोगासाठी प्रतिरोधी बनले आणि स्कैंडिनेवियाई तर अगोदरपासूनच होते. एंग्लो सेक्सन आणि अमेरिकेमध्ये ओळखीसाठी सार्वजनिक स्पष्ट लिंक तयार केली गेली. संयुक्त राज्य अमेरिकेसाठी ईमानदारीचा अर्थ सदस्यता घेण्याबरोबर एंग्लो सेक्सनच्या

प्रारुप आणि प्रथांचे अनुगमन करणे होते. नंतर विश्वयुद्धाच्या काळात विशेषकरुन द्वितीय विश्वयुद्धा दरम्यान द्वेषाची वाढ झाली आणि शहरांच्या रस्त्यांची नावे आणि सिनसिनाटी सारख्या शहरांमध्ये अन्य सार्वजनिक स्थानांच्या नावांना एंग्लो सेक्सन नावांमध्ये बदलले गेले होते. इथे ही फक्त भाषा नव्हती तर, इंग्रजी अगोदरपासूनच मुख्य भाषा होती. आणि कोणताही सांकेतिक द्वि–भाषी राहीला नव्हता. इथपर्यंत की नावांनासुद्धा इंग्लीसाइज्ड केले जाणार होते. 1917 मध्ये अमेरिकी राष्ट्रपती थियोडोर रुजवेल्ट ने देशभक्ती प्रतिकाच्या रुपामध्ये अमेरिकी इंग्रजी नामक विभाजित ईमानदारीसाठी एका आधाराच्या रुपामध्ये इतर भाषांच्या बाबतीत चिंता व्यक्त केली. याउलट आत्मसात करण्यासाठी आक्रामक उपाय खूप काळापर्यंत चालू शकले नाही; तर 1924 मध्ये अमेरिकेने इंग्रजीच्या उपयोगासाठी अमेरिकी इतिहासामध्ये पहिल्यांदा आव्रजन (immigration) कोटा अधिनियमित केला, जो 1965 पर्यंत अखंड राहिला. इंग्रजीच्या उपयोगासाठी संविधानिक इंग्रजी भाषा संशोधनाच्या रुपामध्ये 1981 मध्ये एक वेगळा कायदा बनविण्याचा प्रयत्न केला. जर याला सभा आणि सीनेटच्या दोन–तृतीयांशमतांनी मंजूरी दिली गेली असती आणि राज्य विधानसभेच्या तीन–चतुर्थांश सदस्यांनी पुष्टी केली असती, तर संघीय, राज्य आणि स्थानीय सरकार द्वारा इंग्रजी व्यतिरिक्त अन्य भाषांच्या, सर्व उपयोगावर प्रतिबंध लावला गेला असता. याउलट या मानकासाठी आतापर्यंत एकही मत पडले नाही.

16.3 अमेरिकेमध्ये बहुभाषी सहिष्णुतेचा नुकताच उदय

यानंतर अलीकडच्या दशकांमध्ये नागरिक अधिकार आंदोलनाबरोबर अमेरिकी राजकारणात आणि समाजामध्ये उल्लेखनीय उदारीकरणाने जागा बनविली आहे. परंतु अमेरिकीकरणाबरोबर सह–विकासाच्या रुपात एका महान स्तरापर्यंत इंग्रजीकरणाला अगोदरपासूनच स्थापित केले गेले होते.

अशाप्रकारे आपल्या माध्यमाच्या रुपामध्ये इंग्रजीचा उपयोग करुन आर्थिक आणि तांत्रिक महाशक्तीच्या रुपामध्ये अमेरिकेचा उद्भव झाला. याचा अर्थ आहे की अमेरिकेने इंग्रजी माध्यमापासून विदेशामध्ये (आणि अन्य प्रोटेस्टेंट ईसाई धर्मांतरासहित सांस्कृतिक क्रियाकलापांसाठी) आपल्या मवाळ नीतीचा वापर केला. उदाहरणासाठी, चीन किंवा भारतासारख्या देशांच्या तटीय स्थानांमध्ये अमेरिका बहुराष्ट्रीय निगमांमध्ये काम करणाऱ्यांसाठी वारंवार कार्यात्मक स्तरावर इंग्रजी दक्षता प्राप्त करण्याची आवश्यकता असते.

तिथेच घरगुती बहुसांस्कृतिक अभिव्यक्तीसाठी सहिष्णुता वाढत आहे. अमेरिका 'विरघळणारे भांडे' (melting pot) या बाबतीत नेहमी वादाचा विषय बनतो. परिणाम, अमेरिकेमध्ये 'जातीय' विविधता पृष्ठभागावर आहे न की मौलिक. याचा अर्थ असा आहे की, जातीय संस्कृतींना 'पचविण्याऐवजी'(विचारक आणि लेखक राजीव मल्होत्रा द्वारा लोकप्रिय एक शब्द) त्यांच्या देशी ऑपरेटिंग संदर्भामध्ये भरभराटीची संमती दिली जाते काय ? अशाप्रकारे, पिझ्झा सर्व अमेरिकांचे पक्वान आहे, जे इटालवी मौलिक स्ट्रीट फूडपेक्षा पूर्णतः वेगळे आहे अथवा एक उत्तम उदाहरण हे आहे की, कसे ज्ञान आधारित आणि अनुशासित 'योग' आणि 'ताईची' सारख्या विषयांचे वाणिज्यीकरण झाले आणि त्यांच्या वास्तविक दार्शनिक आणि सांस्कृतिक संदर्भापासून डबाबंद अमेरिका उत्पादनांना दूर केले जात आहे. या क्षेत्रांच्या विशेषज्ञांचा सल्ला आहे की या विषयांना 'डायइजेस्टेड' रुपामध्ये घेण्याचा वास्तविक परिणाम 'मूळ प्रक्रिया आणि त्यांचे स्वत्व समाप्त होण्याच्या' घटनेपासून खूप वेगळे आहे.

16.4 वास्तविक समानतेबरोबर बहुभाषी विविधतेचे समर्थन करण्यासाठी सांस्कृतिक पाया

या बिंदूवर थांबणे आणि विचार करणे प्रासंगिक आहे की बहुसंस्कृतीवादाचे अमेरिकी मॉडल कितीतरी अपेक्षांमध्ये 'पिरॅमिड' सारखे आहे आणि सामरिक, रणनीतीक अनिवार्यता तथा व्यावहारिकतेवर आधारित आहे. इकडे आवडती भाषा इंग्रजी तिथल्या परिस्थितीकी तंत्रामध्ये अन्य भाषांच्या तुलनेत माइंडशेयरसाठी सक्रिय रुपात प्रतिस्पर्धा आहे. कधी–कधी चतुराईने 'द्विभाषी' नीतीमध्ये त्यांना सहयोगी भाषेच्या स्तरावर वापरले जाते. अशाप्रकारे ही नीती दोन वेगळ्या आणि मौलिक प्रतिस्पर्धा जातीय भाषा, इंग्रजी आणि दुसऱ्या कोणत्याही भाषेमध्ये प्रतियोगिता किंवा सहविकल्पांपैकी एक आहे. इथे लक्ष देण्यायोग्य महत्त्वपूर्ण बिंदू हा आहे की 'आधार' भाषा (इंग्रजी) आणि अन्य भाषांमध्ये जैविक आणि सहायक नाते नाही, जो त्याला जिवंत ठेवण्याची परवानगी देतो. इंग्रजी, मुक्तपणे सर्व बाहेरील आणि संबंधित अवधारणांना आत्मसात करुन स्वतः सुद्धा समृद्ध होऊ शकेल. अथवा इतर भाषांसोबत सुद्धा असे केले जाऊ शकते, परंतु भाषा संरचनात्मक रुपाने एक दुसऱ्याचे समर्थन करीत नाही.

भारताच्या सभ्यतेने विशेष भाषांना निर्मित होताना बघितले आहे, ज्याला संस्कृत म्हटले जाते. या भाषेने ऑपरेटिंग सिस्टमच्या रुपात सेवा केली. ज्यावर

ऐतिहासिक जीवन चक्राद्वारे काही दुसऱ्या उपसंस्कृती आणि देशीभाषा बनल्या. शतके निघून गेल्यानंतर ही भाषा नव्या रुपात बदलत आहेत. हे सहअस्तित्व, जैविक आणि संरचनात्मक संस्कृत–देशीभाषासंबंध भारतीय सभ्यतेच्या मुलभूत संस्कृतीचे एक रुप आहे. आणि भारताच्या वर्तमानकालीन उदार शासन क्षेत्राच्या बाहेर तथा आत उपस्थित आहे. भाषा आणि उपसंस्कृतीच्या परिस्थितीकी तंत्राच्या समर्थनामध्ये तीने मदत केली आहे. जो त्यांच्या देशी संदर्भाला नेहमी जीवंत ठेवू शकतो आणि बृहद 'वैश्विक' सभ्यते अंतर्गत योगदान करु शकतो.

16.5 इंग्रजी बोलणाऱ्या भारतीय कुलीन वर्गामध्ये प्रचलित मिथक आणि धारणा

आंतर्राष्ट्रीय स्तरावर इंग्रजीच्या भारतीय लेखकांना महत्व दिले जाते. बऱ्याचदा असे म्हणले जाते की भारत वेगाने या वैश्विक स्तरावर इंग्रजी बोलण्याच्या संस्कृतीला प्रोत्साहन देण्यामध्ये योगदान करत आहे. यामध्ये कोणतीही शंका नाही की, अपेक्षाकृत इंग्रजी बोलणाऱ्या भारतीयांची संख्या खूप कमी आहे, ते द्विभाषी सुद्धा आहेत. याउलट, कितीतरी बाबतीत ते केवळ इंग्रजीमध्येच कुशल आहेत. वास्तविकतेत 'वैश्विक' इंग्रजी बोलणाऱ्या जगाशी संबंध ठेवण्याची इच्छा किंवा संबंध राखण्याची भावना आहे. ही पोच एका खऱ्या द्विभाषीच्या तुलनेत कोणत्याही इतर भाषा आणि संस्कृतीपासून खूप जास्त आहे; याउलट, विचार नकरता हे भारताच्या आपल्या सभ्यतागत परिस्थितीकी आणि याच्या संरचनात्मक संसाधनाच्या किमतीवर इंग्रजीकरण स्वीकारण्यासाठी एक घाऊक (wholesale) सदस्यता आहे.

या इंग्रजी शिक्षित भारतीयांच्या मनामध्ये इंग्रजीचा मोठा प्रभाव आहे, ज्याला इतिहासाच्या फसव्या हातांद्वारे एक जिवंत एस्पेरांतो मध्ये विकसित केले गेले. एंग्लो सेक्सन जग, ज्याच्या राजनैतिक, आर्थिक आणि तंत्रज्ञानीय प्रभुत्वासाठी या भाषेच्या माध्यमातून परिस्थितींना जैविक आणि मौलिक रुपाने विकसित केले गेले. याप्रकारे इतिहासाची अदृश्य शक्ती आणि आपल्या समोरचे भविष्य तयार झाले. याला भारतामध्ये पर्यायी भाषेच्या रुपामध्ये प्रोत्साहन देण्यावर विचार करणे किंवा विकासाच्या आणि प्राथमिक भाषेच्या रुपामध्ये इंग्रजीचा प्रसार आणि उपयोगाला वाढविण्याच्या पर्यायावर विचार करणे ही खूप 'अव्यावहारिक' आहे.

या केस स्टडीपासून मिथकांच्या प्रति कोणत्याही पाठकाचा भ्रम दूर व्हायला पाहिजे–इंग्रजीसाठी वर्तमान काळामध्ये व्यवस्थित प्रकारे सैन्य, सरकारी आणि वाणिज्यिक माध्यमांमध्ये प्रतिस्पर्धा चाललेली आहे. जेव्हा की तिने इतर भाषांना

बाजूला करुन त्याच्या जागेवर वर्चस्व करुन घेतले आहे. इतिहासाच्या अशाच अज्ञानतेवर आधारित कल्पनाविहीन भाषा नीतीमुळे फायद्यापेक्षा जास्त नुकसानच होईल. या व्यतिरिक्त या पुस्तकामध्ये दिल्या गेलेल्या तथ्यात्मक आकडयांवरुन असे दिसून येते की भारतामध्ये सुद्धा इंग्रजी दक्षतेने सीमेचे उल्लंघन केले आहे आणि गती कमी होत आहे. मातृभाषा अथवा इंग्रजीमध्ये प्रविणतेविना युवा भारतीयांची पिढी पुढे जात आहे. ही भाषा नीती पूर्ण पिढीच्या उपहासाचे कारण बनत आहे. भारताच्या मानव संसाधनाच्या क्षमतेला अधिकतम करण्यासाठी आणि 'जनसांख्यिकीय विभाजन' ('डेमोग्राफिक डिविडेंड') चा पूर्ण लाभघेण्याच्या क्रमामध्ये दुसऱ्यांदा विचार करण्याची गरज आहे. स्वातंत्र्यानंतर मागच्या 65 वर्षामध्ये 'राष्ट्र निर्माणा' साठी पर्याप्त संरचना उपलब्ध केली गेली. म्हणून 'राष्ट्र निर्माणा' च्या दबलेल्या मुद्दयांना उठविण्याच्या दिशेने आता प्रगतीची वेळ आली आहे.

17. चीन-राजनैतिक अखंडतेसाठी लिपीचे एकीकरण

चीन काही मर्यादेपर्यंत भारताप्रमाणे सामाजिक राज्य आहे, हा देश शतकांपासून जातीयवादी अतूट राजनीतीक निरंतरतेबरोबर सामाजिक मानला जातो. हे यासाठी झाले, कारण भाषा नीतीने केन्द्रीय भूमिका निभावली आणि याला विभिन्न राजवंशाच्या प्रशासनिक केन्द्राबरोबर सद्यस्थितीत सत्तारुढ़ दलाद्वारे प्राप्त केले गेले. या संक्षिप्त लेखामध्ये त्या विशेष नीती, विधी आणि नियमांवर विशेष लक्ष दिले गेले आहे.

17.1 लेखन प्रणालीच्या माध्यमापासून मानकीकरण: राज्य-निर्माणापासून राष्ट्र-निर्माणासाठी

चीनमध्ये भाषेला दर्जा देण्याच्या योजनेचा विस्तृत इतिहास राहिला आहे. चीनी राज्यांनी एका मानक भाषेशी विशेष नाते जोडले आहे आणि दोनपेक्षा अधिक शतकांमध्ये त्यावर राज्याचे नियंत्रण आहे. त्यांनी कलात्मक रीतीने भाषेचा वापर केला आणि त्यामध्ये संशोधन करुन मानकीकरण केले, जेणेकरुन एका प्रशासनिक केंद्राकडून साम्राज्याच्या राजनीतीक नियंत्रणाला मजबूत बनविले जाऊ शकेल.ई.स. पूर्व 221 मध्ये 'किन' सम्राटाने चीनी लेखन प्रणालीचे पहिल्यांदा अधिकारीक स्तरावर विनियमित मानकीकरण करणे सुरु केले. हे त्यांचे प्रधानमंत्री 'ली सी' च्या प्रस्तावाच्या आधारावर केले गेले होते.

हा त्या उपायांचा भाग होता ज्यानुसार त्या सर्व युद्धरत राज्यांना मजबूत करायचे होते, ज्यांना अलीकडेच जिंकून एकीकृत केले गेले होते. लेखन प्रणालीच्या मानकीकरणाला या बहुभाषी प्रदेशांमध्ये लागू केले होते. कायदा, मुद्रा, मोजमाप या व्यतिरिक्त परिवहन वाहनांच्या मानकीकरणाला त्याच श्रेणीमध्ये ठेवले गेले होते. त्याअगोदर, 'अर्ली झाउ' राजवंश (इ.स. पूर्व 770–256) च्या शासनकाळात युद्धरत राज्य आणि परिणामी विकेंद्रीकरणाच्या अवधी दरम्यान चीनी भाषेला विकसित केले गेले होते. ज्यामध्ये कितीतरी वेगवेगळ्या प्रकारच्या चित्रलिपींचा समावेश केला गेला होता.

जिंकलेल्या राज्यांना एकजूट करण्यासाठी आणि आपले शासन दृढ़ कारण्यासाठी 'किन' सरकारने आपल्या साम्राज्यामध्ये सर्व भाषांसाठी मानक अधिकारिक लिपीच्या रुपामध्ये 'छोटे सील' (शियाओझौन) शैलीला स्वीकारण्याचा निर्णय घेतला, याबरोबरच अन्य सर्व लिपींना संपविण्याचा निर्णय केला गेला. याचा तत्काळ लाभ हा मिळाला की आपले सरकारी आदेश आणि नियम यांना

अनुवाद आणि विरुपणाशिवाय केंद्राचे आदेश एकाच लिपीत सर्व राज्यांना लागू केले जाऊ लागले.

लिपींच्या मानकीकरणाला लागू करण्यासाठी,'किन सरकारने' काही मर्यादपेर्यंत अलोकतांत्रिक उपायांची मदत घेतली. पूर्ण साम्राज्यामध्ये इतर लिपींमध्ये लिहिलेल्या सर्व पुस्तकांना जाकून टाकले आणि मानकीकरणाच्या प्रयत्नाला विरोध करणाऱ्या विद्वानांना फाशी दिली गेली.

चीनी इतिहासकारांचे म्हणणे आहे की चीनमध्ये भाषा नियोजन होण्याची ही सुरुवात होती. असे असून सुद्धा, चीनच्या इतिहासामध्ये एकत्र पुस्तके जाळण्याची घटना अगोदर ही घडली होती, त्याला आम्ही कदाचित जाणत नाही. जर असे अगोदर झाले असेल तर हे पाऊल खूनशी होते, आणि ते नुकसानकारक तसेच विनाशकारी सिद्ध झाले असावे. परंतु हे चीनच्या एकीकरणामध्ये प्रभावी आणि कार्यकारी / अचूक होते 'किन' च्या प्रयत्नानंतर चीनमध्ये प्रत्येक साक्षराने हे जाणले की मानकीकृत लिपीमध्ये कसे लिहीले जावे. असे असून सुद्धा त्यांची भाषा अथवा बोली अन्य साक्षर लोकांपासून संभवतः वेगळी होती.

मानकीकृत लिपीने 'सिनिक परिवारा' च्या विभिन्न भाषांना एकत्र करणे आणि एका लिखित चित्रलिपीच्या प्रतिनिधित्वासाठी कार्य केले. त्यांची भाषा परस्पर दुर्बोध आणि एकापेक्षा जास्त वेगळी आहे; भले ही कैंटोनीज, मंदारिन, शांघाईज आणि 70 पेक्षा अधिक विभिन्न भाषा बोलणारे आज केवळ मध्यम भाषा (शौंगवेन) ची बोली 'फंगयान' मध्ये बोलतात; असे असून सुद्धा त्यांच्या भाषा एक दुसऱ्यांपासून भिन्न आणि दुष्कर आहेत. चित्रलिपी लेखन प्रणालीचा अर्थ आहे की प्रत्येक वर्ण (कॅरेक्टर) ध्वन्यात्मक ध्वनीचे प्रतिनिधीत्व करीत नाही, परंतु त्याचा एक मौलिक अर्थ आहे. हे संस्कृत धातू आणि अन्य पुरातन सामग्री प्रमाणेच आहे, ज्यांचे शब्द उत्पत्तीच्या निमयांना लागू केल्याने उपजले आहेत.

17.2 आधुनिक काळ- राष्ट्रीय लिपीपासून राष्ट्रीय बोलीभाषा

शतकापासून लिखित शब्द टपालद्वारा प्रेषित करण्याची परंपरा संचाराच्या सर्वात आधुनिक रुपामध्ये सुद्धा कायम आहे. तिथेच आधुनिक काळात सर्वव्यापी दूरसंचार तंत्राच्या द्वारे किरकोळ वाक्याशांच्या उपयोगाने जग संकुचित झाले आहे.कम्युनिस्टांनी 1949 मध्ये चीनच्या मुख्य भूमीमध्ये सत्ता सांभाळली होती. तेव्हा त्यांनी आधुनिकीकरण आणि विकासासाठी कितीतरी क्रांतीकारी पावले उचलली. त्या विचारांमध्ये चित्रलिपी लेखन प्रणालीची जटिलता दूर करणे आणि रोमनीकृत लिपीला स्वीकारणे सुद्धा सामील होते. जेव्हा की सर्वात आधुनिक

मशिनीकृत उपकरण 'लॅटिन वर्णमाला' किंवा त्याच्या संस्करणासाठी निर्मित केले जात होते. (हे होत असताना 'रोमन हिंदुस्तानी' मानक लिपीला 'आजाद हिंद फौज' मध्ये सुभाषचंद्र बोस द्वारा स्वीकारले गेले).

या नीती–निर्देशाच्या डोळ्यादेखत 'चीनी भाषा मानकीकरण समिती' ने मंदारिन भाषेसाठी रोमनीकृत 'पिन्यिन' लिपी विकसित केली. असे असून सुद्धा नीती निर्मात्यावर प्रभावित चित्रलिपीचे सांस्कृतिक महत्व आणि त्याच्या उपयोगितेसंबंधी काही बिंदूनी लोकांना ठेच पोहोचवली. हे होत असताना पिन्यिनला वेगळे केले गेले. चीनी शिकणाऱ्या विदेशींसाठी एकमात्र सहायतेच्या रुपात याला वेगळे केले गेले होते. तेव्हा त्यांनी आपल्या लिपीला कायम ठेवण्याचा निर्णय केला, परंतु त्यांनी प्रति ग्लिफ क्रम–ब्रश स्ट्रोकच्या बरोबर पुनरुच्चारणाच्या शब्दांच्या उत्तम वर्गीकरणाबरोबर याला सरळ रुपात बनविले.

या सरळ चीनी लेखन प्रणालीला एका मानक लिपीच्या रुपात देशभरात लागू केले होते. अशाप्रकारे आज सुद्धा चीनची शाळकरी मुले अजूनही उच्च शिक्षणासाठी हजारों सुगम चीनी अक्षरांना शिकण्यामध्ये कितीतरी वर्ष खर्च करतात. हे त्यांना साक्षरतेच्या कार्यात्मक स्तराला प्राप्त करण्याच्या क्रमामध्ये शिकावे लागते. तैवान आणि अन्य विदेशी चीनी वस्त्यांमध्ये अजूनही लिपीच्या मौलिक गैर–सरळकृत संस्करणाचा उपयोग केला जातो.

दूसरी अधिक महत्वपूर्ण गोष्ट ही आहे की, जेव्हा रेडिओ आणि टी.व्ही. दूरसंचाराचे साधन बनविले गेले, तेव्हा हे अजूनच शक्य झाले. चीनी सरकारने देखील न केवळ लेखन प्रणाली तर बोलीभाषेचे मानकीकरण करण्याचा निर्णय घेतला. मंदारिन भाषा, बीजिंग आणि त्याच्या शेजारील क्षेत्रांमध्ये बोलली जाते. त्याला 'राष्ट्रीय भाषा' घोषित केले गेले. चीनच्या इतिहासामध्ये हे पहिले पाऊल उचलले गेले.

अशाप्रकारे, या बहुभाषी देशाच्या सरकारी शाळा, विश्वविद्यालय आणि उच्च शिक्षण संस्थामध्ये सरकारी बोली भाषेच्या रुपात केवळ मंदारिन मध्ये शिकविले जाते. विज्ञानाच्या सर्व क्षेत्रांमध्ये, कला आणि व्यावसायिकांना सुद्धा मंदारिनमध्ये शिकविले जाते आहे. क्षेत्रीय भाषा आणि बोली रोजच्या दैनंदिन जीवनामध्ये कायम आहे, परंतु तरूणपिढ़ीने मंदारिनला वेगाने आत्मसात केले आहे.

17.3 भाषा नीती आणि अल्पसंख्यक प्रतिरोध

याच्या व्यतिरिक्त 'चीनी' निर्देशानुसार कितीतरी भाषा आणि बोली सुद्धा समाविष्ट होत्या. चीनसुद्धा आपल्या वर्तमान सीमेच्या आत 56 गैर–हान जातीय

समूह आहे. सर्व हानवाल्या चीनी भाषींना मंदारिन चीनी मानकाला जाणणे जरुरी आहे. असे असून सुद्धा, जिथपर्यंत जातीय अल्पसंख्यकांचा प्रश्न आहे, तर त्यांची भाषा काही एकूण 30 वेग–वेगळ्या रुपामध्ये सुद्धा लिहीली जात आहे.

या 56 गैर–हान जातीय अल्पसंख्यकांना, ज्यांच्याजवळ आपल्या भाषेसाठी औपचारिक लेखन प्रणाली नव्हती, त्यांना चीनच्या अल्पसंख्यांक भाषा नीतीमुळे लाभ झाला आहे. त्यांच्या निरक्षरतेच्या दराला कमी करण्यामध्ये मदत मिळाली आहे. परंतु अल्पसंख्यक समुदायांमध्ये, जिथे लेखनप्रणाली चांगल्या प्रकारे स्थापित आहे, तिथे शासक–नीती प्रतिरोधाचे आणि मतभेदाचे कारण सुद्धा बनल्या आहे.

खूप अगोदर चीनी सरकारने अल्पसंख्यांक लोकांच्या शाळांमध्ये दोन प्रकारची भाषा–नीती लागू केली होती. असे असून सुद्धा 1960 पासून सरकारने शाळांमध्ये स्थानीय भाषेच्या प्रयोगाला नाकारले होते. प्राथमिक शाळा आणि किंघाई प्रांताला सोडून तिब्बती भाषेच्या शिक्षणाला 2015 पर्यंत सर्व तिब्बती क्षेत्रांपासून क्रमिक पद्धतीने बाहेर केले जात आहे. झिजियांगच्या उईघुरमध्ये सन् 2002 मध्येच बाहेर करण्याचा क्रम सुरु झाला आणि प्राथमिक शाळांपासून ते विश्वविद्यालयीन स्तरापर्यंत याला लागू केले गेले. सांस्कृतिक क्रांतीच्या दरम्यान, चीनी कम्यूनिस्ट पार्टीने राष्ट्रीय ओळख बनविण्याचा प्रयत्न केला, या अंतर्गत सर्व अल्पसंख्यकांवर चीनी भाषा शिकण्यासाठी सैनिकी दबाव टाकला गेला. त्याच वेळामध्ये आर्थिक उलाढालीनंतर मंदारिन शिकण्यासाठी आर्थिक प्रोत्साहन सुद्धा दिले आणि गरीबी दूर करण्यासाठी मुख्य प्रेरकाची भूमिका पार पाडली. (भारतामध्ये इंग्रजीच्या बाबतीत ही स्थिती आहे, इथे ब्रिटिश वसाहतवादी नीतीनुसार पहिल्यांदा इंग्रजीला बळजबरीने लागू केले गेले होते आणि त्या दिवसांमध्ये ही स्थिती आर्थिक संधीच्या मुख्य मार्गाच्या (एवेन्यूच्या) रुपात बघितली जाते.) अन्यरितीने सुद्धा प्रयत्न केला गेला. 1980 च्या दशकामध्ये बीजिंगने 'अंतर्देशीय वर्गा' च्या नीतीच्या अंतर्गत हान बहुल चीनमध्ये शाळेतील अल्पसंख्यांक विद्यार्थ्यांना स्थानांतरित करणे सुरु केले. या नीतीनुसार कमीत–कमी दहा लाख तिब्बती आणि उईघुरांच्या एक चतुर्थांश लोकसंख्येला बदलले गेले आहे.

जसे की मागच्या अनुभागामध्ये उल्लेख केला गेला, चीनमध्ये प्राचीन काळापासून (जसे की जगाच्या अन्य भागामध्ये आहे) एका निश्चित लेखन प्रणालीला स्वीकारणे गरजेचे आहे. भाषेच्या धार्मिक प्रभावाचे काल्पनिक रुपांतरण

झाले, जी 'चीनी' ची ओळख बनली आहे. आधुनिक काळात विस्तारादवारे चीनी सरकारने चीनी ओळखीला सुदृढ़ करण्याचा प्रयत्न केला आहे.याच्यापासून न केवळ लिपी मानकीकृत झाली, तर चीनी मंदारिन बोलीचे मानकीकरण सुद्धा झाले आहे. पहिले बंदूकाच्या टोकावर आणि नंतर आर्थिक प्रोत्साहनाच्या माध्यमाने, जे काही असेल, प्रेरकांचे नीती–निर्देश स्पष्ट आणि ईमानदार आहते. अल्पसंख्याकांच्या अवशोषणला एकल भाषा राष्ट्रीय ओळखीमध्ये बदलले गेले. इथे काही मर्यादेपर्यंत त्यांच्या भाषा आठवल्या जातात आणि जातीय भाषेच्या रुपात संरक्षित केल्या जात आहेत. (संयुक्त राज्य अमेरिकेमध्ये सुद्धा अशाप्रकारचा मामला आहे, असे असून सुद्धा गतिशीलता आणि सांस्कृतिक नियंत्रणाचे तंत्र कितीतरी अपेक्षेने चीनी परिदृश्यापासून वेगळे आहे.)

अशाप्रकारे, सांस्कृतिक आणि भाषाईनीतीच्या संदर्भामध्ये, चीनचा राष्ट्रीय आणि सांस्कृतिक साचा तसेच बैंडविड्थ भारतापेक्षा खूप वेगळे आहे. भारतामध्ये सभ्यतेशी संबंधित 'धार्मिक' भाषा संस्कृत होती, परंतु विविध देशीभाषांबरोबर संस्कृत सामंजस्य नाही करु शकली, जी सभ्यतेचे प्रतिनिधित्व करीत होती.असे असून सुद्धा पुस्तकाच्या दुसऱ्या अनुभागामध्ये हे समजावले गेले आहे की देशीभाषाबरोबर संस्कृतचे नाते 'आकाश' आणि 'पृथ्वी' सारखे होते. प्रत्येक भाषेचेयोगदान 'जलचक्राच्या' प्रक्रियेप्रमाणे होते, जे सभ्यते अंतर्गत निरंतर शुद्ध करुन आणि रवाळ करुन शब्दार्थ विज्ञानाच्या धारांमध्ये समाविष्ट होत होते.

बहुभाषी राज्यांमध्ये 'धार्मिक' अथवा 'शास्त्रीय' भाषा आणि विभिन्न अन्य भाषांच्या मध्ये जैविक संस्कृत देशीभाषेमधील नात्याशिवाय, भाषा नीती'चीनी मॉडलसाठी' विकसित केल्यासारखी वाटते. ईराण मामल्याचा अध्ययनाच्या रुपामध्ये बहुभाषी विविधता आणि ओळखीच्या राजकारणाबरोबर काम करण्याच्या बाबतीत चीनकडे विचार अथवा संरचनाच्या बाबतीमध्ये, भारतासमोर सादरीकरण करण्यासाठी खूप काही नाही आहे. भारतीय संस्कृतीमध्ये विविधता असूनही उत्पादकतेच्या प्रबंधन आणि शिक्षाप्रद एकीकरणामध्ये काही आंतरिक फायदे आहेत. जे की, 'ओळखीचे राजकारण' च नाही तर 'अस्मितेच्या राजकारणा' जवळ फिरते.

17.4 आधुनिक काळात भाषा वाढविणे

17.4.1 संवर्धन आणि मानकीकरणासाठी केंद्रीकृत निकाय

या परिशिष्टामध्ये जसे की ईराण बाबतीतच्या अभ्यासाच्या रुपात प्रस्तुत केले गेले आहे, चीनने सुद्धा बुद्धीजीवींचा एक समूह संगठित केला आहे. जो भाषेचा

विकास आणि मानकीकरण प्रक्रियांना लागू करण्याचा प्रबंध करतो. उच्च शिक्षणासहित सर्व शिक्षणामध्ये, सर्व व्यापार आणि सर्व सरकारी संचारांमध्ये चीनी मंदारिनचा आणि केवळ चीनी मंदारिनचाच उपयोग केला जातो.

प्रवर्तनाचे एक उदाहरण हे आहे नुकतेच आंतराष्ट्रीय रिटेलर 'वॉलमार्ट' वर चीनमध्ये दंड लावला गेला आहे, कारण त्यांनी आपल्या कपाटामध्ये (shelves) लावलेल्या आपल्या विशेष उत्पादनांवर चीनी मंदारिनच्या तुलनेत इंग्रजीमध्ये मोठ्या फॉण्टमधले लेबल लावले होते.

17.4.2 सार्वजनिक, खाजगी आणि लोकांची हिस्सेदारी

चीनमध्ये, चीनी मंदारिन भाषेमध्ये ज्ञान अर्थव्यवस्थेशी संबंधित भाषांतर तांत्रिक आणि सामग्रीसाठी एक व्यापक बाजार आहे आणि अधिकाधिक संख्येमध्ये लोक अशा सामग्रीचा अनुवाद आणि प्रकाशन करतात.

व्यापारिक घराण्याच्या मागणीला पूर्ण करण्यासाठी लेखक आणि अनुवादक नियुक्त केले आहेत, त्यांच्या बरोबर तांत्रिकी प्रशिक्षक, प्रोफेसर सुद्धा जुळले आहेत. मायक्रोसॉफ्ट सारख्या तंत्रज्ञान कंपन्या स्वतः आपल्या उत्पादनांना व्यापक बाजारापर्यंत पोच प्राप्तीसाठी अशा प्रकारच्या सामग्रीच्या उत्पादनावर स्वतःच सब्सिडी देतात.

सरळ भाषेचे एक उदाहरण प्रस्तुत आहे—प्रवेश आणि उपयोगाच्या मर्यादेचा हा काही वास्तविक आणि व्यक्तिगत अनुभव आहेः एक बिंदू हा आहे की, मायक्रोसॉफ्ट मध्ये जो माझा प्रबंधक होता, तो चीनी मूळचा अमेरिकी नागरीक होता. तरीसुद्धा त्याने काही वर्षासाठी संयुक्त राज्य अमेरिकेमध्ये तंत्रज्ञान क्षेत्रामध्ये काम केले. ज्यावेळी कधी त्याला नवीनतम तंत्रज्ञानच्या ट्रेंडवर स्वतःला अद्ययावत (अपडेट) करण्याची गरज वाटत होती, तो चीनी भाषेतील पुस्तके आणि लेखच खरेदी करत होता.

17.4 .3 शब्दावली संवर्धनाच्या प्राथमिक पद्धती

शब्दावलीला विकसित करण्याच्या पद्धती समान आहेत. जे ईराण बाबतीतच्या अध्ययनामध्ये काही विस्ताराने रेखांकित केले गेले आहे. जिथे देशी शब्दांचा उपयोगसुद्धा संभव आहे, तिथेच जुन्या शब्दांना अधिक प्रासंगिक तसेच आधुनिक अर्थ देऊन पुनः अविष्कारित केले जाऊ शकते. पूर्ण प्रकारे नव्या शब्दांच्या आविष्काराबरोबरच शेवटी मोठ्या संख्येमध्ये ऋण शब्दांना सुद्धा स्वीकारले जाऊ शकते.

असे असून सुद्धा फारसीपेक्षा अधिक चीनी बाबतीत ऋण शब्दांना मोठ्या प्रमाणावर आयात केले गेले असे प्रतीत होते. बोली चीनी भाषेच्या प्राचीन संरचनेला पाहत असता, पुढील संयुगे, व्युत्पन्न इत्यादींसाठी कोणत्याही अडचणी नाहीत. दुसरे म्हणजे, चीनी भाषेचे लेखन तंत्र दिले असता, स्थानिक चिनी संकल्पनापासून विद्यमान छायाचित्रांचा वापर करुन कोणतेही ऋण शब्द सादर केले गेले पाहिजे. देशी चीनी अवधारणांच्या आधारावर वर्तमान चित्रलिपीचा उपयोग करायला हवा.

चित्रलिपीचे अक्षर पहिल्यापासूनच देशी उच्चारणाबरोबर जोडलेले आहेत. अशाप्रकारे कोणत्याही ऋण शब्दाचा स्वतःच चीनीभाषेमध्ये बदल होऊन जातो. त्यांचा चीनी भाषेमध्ये उपयोग केला जातो. आपल्या प्रतिनिधित्ववादी लेखन प्रणालीच्या आधारावर या तंत्रामुळेच चीनी समकक्ष आविष्कार करण्याचा त्रास घेण्याऐवजी, तांत्रिकी शब्दांसाठी ऋण शब्दांची आयात करणे कितीतरी अधिक सोयीस्कर वाटते.

17.4.4 आंतर्राष्ट्रीय स्तरावर प्रतिस्पर्धा

चीनने जाणले की आंतरराष्ट्रीय मंचावर मवाळ शक्तीच्या प्रदर्शनामध्ये चीनी मंदारिनच्या प्रसाराला सुद्धा सामील केले पाहिजे. खासकरुन त्या देशामध्ये जे विशेष रुपाने गुंतवणूक आणि मुलभूत साचा परियोजनांमध्ये किंवा आकर्षक गुंतवणूकीमध्ये समाविष्ट होतात. चीनी सरकार अन्य दृष्टीकोनांबरोबर चीनी भाषा शिकणाऱ्या विदेशींसाठी शिष्यवृत्ती सुद्धा प्रदान करते.

चीनी पहिल्यापासूनच इंटरनेटची दूसरी सर्वात सामान्य भाषा बनली आहे. चीनने कम्प्यूटर आणि इंटरनेट कोडला गैर–इंग्रजी पद्धतीने बनाविण्यासाठी ऊर्जावान नीतीला स्वीकारले आहे. उदाहरणासाठी, 1990 च्या दशका अगोदर त्यांच्याजवळ 'रेड फ्लॅग लीनक्स' च्या बदल्यात 'लीनक्स ऑपरेटिंग सिस्टम' च्या खुल्या स्त्रोताच्या रुपामध्ये 'रेडफ्लॅग' होता. एका चीनी अक्षरावर आधारित विकल्पासाठी 'एमएस–डॉस ऑपरेटिंग सिस्टम' सुद्धा उपलब्ध होते. आता तिथे बहुभाषी वेब ॲड्रेस उपलब्ध आहेत. इथपर्यंत की लॅटिन अक्षरामध्ये 'एचटीटीपी' प्रोटोकॉल सिग्निफायरला सोडून इंग्रजीला पूर्ण प्रकारे मिश्रण करण्यापासून वाचवू शकते. ओपन सोर्स सॉफ्टवेयरच्या वाढत्या प्रसाराबरोबरच अशा विशिष्ट शब्दांचे निर्माण आता याच्या उपयोगाने सुद्धा सोपे झाले आहे. अशाप्रकारच्या कितीतरी गोष्टी आहेत, ज्यापासून भारतदेखील काही शिकू शकतो.

…न्फ्यूशियस संस्थान (चीनी 'एलांयस फ्रेकेंस' चा एक प्रकार) च्या सॉफ्ट पावरच्या पावलावर मंदारिन बोलणाऱ्या विदेशी लोकांची संख्या वेगाने वाढत आहे. ज्याने प्रत्येक महाद्वीप आणि प्रत्येक देशामध्ये स्वतःला स्थापित केले आहे आणि जिथे चीनी व्यापाराची उपस्थिती सुद्धा आहे.

चीनी मंदारिनला समर्थन देण्याऱ्यांची लोकसंख्या (आणि म्हणून एक खूप मोठे बाजार प्रोत्साहन) खूप मोठी आहे. या व्यतिरिक्त मोठ्या प्रमाणावर व्यापार विशेषकरुन सरकारी भाषा नीतीपासून त्याला फायदा मिळाला आहे. ते विदेशी विश्वविद्यालय आणि वर्गामध्ये मंदारिन पाठ्यक्रम सम्मिलित करण्यासाठी या फायद्यांचा उपयोग करत आहेत. अनुमान आहे की या शतकाच्या अंतापर्यंत चीनी मंदारिन वैश्विक वाणिज्य आणि राजकारणामध्ये बरोबरीची भाषा होऊन जाईल.

17.4.5 विकल्प निवडणे आणि इंग्रजीबरोबर प्रतिस्पर्धा

घरगुती आणि आंतरराष्ट्रीय विस्ताराच्या चीनी रणनीतीचा एक खूप मनोरंजक दृष्टीकोन हा आहे की, 1990 च्या दशकामध्ये ते 'देशभक्ती कर्तव्य' च्या रुपात चीनमध्ये इंग्रजीला प्रोत्साहन देण्यासाठी सुरु केले होते. त्यांनी विदेश व्यापार आणि अन्य संधींना सुद्धा इंग्रजी दक्षतेला जोडले परंतु नंतर आपल्या देशाप्रमाणे विदेशांमध्ये (मागच्या भागामध्ये वर्णित) सुद्धा अल्पसंख्यांक भाषांच्या मूल्यावर आक्रामक प्रकारे मंदारिनला प्रोत्साहन दिले. या उत्सुक रणनीतीचा उद्देश इंग्रजीच्या संभावित विनाशकारी शक्तीचा उपयोग करणे हा होता. विशेषकरुन चीनच्या त्या काही भागांमध्ये अल्पसंख्यांक भाषेला हटविणे होता, जिथले लोक मंदारिन लागू करण्याचा विरोध करत आहेत. याच्या व्यतिरिक्त त्याच लयीवर काही धार्मिक धारांचा सामना करण्याच्या क्रमामध्ये बीजिंग, चीनच्या खास धर्माशी जुळलेल्या निवडक क्षेत्रांमध्ये पश्चिमी वित पोषित ईसाई मिशनरींना अनुमति देतो, म्हणजेच तिब्बती बौद्ध धर्म.

अशाप्रकारे, चीनी भाषा नीतीने न केवळ प्रतियोगीची भूमिका निभावली, तर इंग्रजीकरणाच्या विरुद्ध रणनीतीक तयारी सुद्धा केली आहे. आपला देश आणि विदेशांमध्ये आक्रामक रीतीने राजभाषा चीनी मंदारिनला प्रोत्साहन देणे आणि अन्यांचा प्रभाव मिटविण्यासाठी त्याने इंग्रजी भाषा आणि ख्रिश्चन धर्माचा वापर केला आहे. या क्रमामध्ये, एका वेळी पूर्ण रुपाने उप – सांस्कृतिक मुळांचा विनाश केला आहे.

18. ईराण-भाषाई अनुकूलनाच्या माध्यमाने फारसी ओळखीची निरंतरता

18.1 एक बहुभाषी देश

ईराण वेगळ्या भाषांच्या बरोबर विविध भाषाई परिवारांचा एक बहुभाषी देश आहे. राज्याद्वारे फारसीला प्रोत्साहन दिले जाते, जिथे पहिल्या पासून कितीतरी क्षेत्रीय बोली आहेत.

असे असून सुद्धा जातीय फारसी (विभिन्न बोली बरोबर) ची लोकसंख्या केवळ 61 टक्के आहे, तरीही राज्याद्वारे याला आक्रमक पद्धतीने राष्ट्रीय भाषेच्या स्तरावर प्रोत्साहन दिले जात आहे. भाषा आणि काही प्रमुख बोली या प्रकारे आहेत

जातीय भाषा	लोकसंख्येची टक्केवारी (जवळ–जवळ)
फारसी	56 टक्के
तुर्की	20 टक्के
कुर्द	8 टक्के
फारसीच्या बोली (लूर, गिलाकि, मजांदेरानी)	11 टक्के
बलूची	2 टक्के
अरबी भाषा	2 टक्के
अन्य (अर्मोनियाई, जॉर्जियाई, असीरियन, पश्तो)	<1 टक्के

18.2 पूर्व-इस्लामी ईराणी ओळख आणि भाषा

ईराणच्या इतिहासाच्या प्रत्येक चरणामध्ये होणाऱ्या भाषा संबंधी ऐतिहासिक निर्णयाचे दीर्घकालीन परिणाम झाले आहेत. पूर्व इस्लामिक काळामध्ये ईराणची शास्त्रीय भाषा अवेस्तन होती, जो भारत इरेनिक भाषाई परिवाराचा एक भाग आहे आणि भाषा संस्कृतचे अपत्य होते. अखिल भारतीय 'आर्य' सभ्यते पासून ईराणीक जनजातीच्या एका वर्गाच्या पृथ्थकरणानंतर अखिल ईराणीक सांस्कृतिक माध्यमाच्या रुपामध्ये अवेस्तन स्वतःच पारसी धर्माबरोबर उद्घाटित झाली. बृहद् भारतापासून ईरानिकच्या पृथ्थकरणानंतर ईराणी लोकांनी स्वतःला मजबूतीने

कुवा परिवेशामध्ये स्थापित केले. हे सर्व पारस्परिक आणि फरक आदिवासी संबधांच्या आपल्या स्वतःच्या साधनाने झाले.

18.3 अरब प्रभाव

अरब आक्रमण आणि इस्लामीकरणाच्या लहरींबरोबर ईराणाचा धार्मिक आणि शास्त्रीय ठेवा एका नव्या संस्कृती संक्रमण प्रक्रियेच्या अधीन होता. या दरम्यान त्यांमधील अधिकाधिक नष्ट केले गेले, तरीसुद्धा देशी भाषा मोठ्या काळा पासून पूर्णतः अरबीकरणाच्या प्रयत्नानंतर जिवंत राहिल्या. हो, इतके जरुर झाले की त्यांची ओळख बदलली गेली, जे तीन क्रमात किंवा लाटेमध्ये झाले.

18.3.1 पहिली लाट

इ.स.651 पर्यंत फारसवर अरब विजयानंतर समकालीन 'पहलवी' भाषेच्या जागी अरबी प्रतिस्थापित करण्याची मागणी उठविली जात होती. दुसऱ्या शब्दात, ईराणमध्ये फक्त वर्तमान सीरिया सारखी अरबीकरण कारण्याची मागणी केली होती, ज्याचे मूळ निवासी अरब नव्हते, परंतु आता ते भाषा आणि संस्कृतीने अरबी आहेत. अर्थात फारसीच्या अरबीकरणाच्या सुरुवातीमध्ये ईस्लामीकरणाचा पाया ठेवला गेला– गैर अरबांना 'मुअराबीन' म्हणजेच अरबीकृत गैर–अरबला बदलणे आणि त्यांचा सांस्कृतिक समावेश.

कितीतरी महान ईस्लामी मौलवी, जे वास्तविक फारसी वंशाचे होते, ते बदलले गेले होते. ही पहिली लहर होती, ज्यामध्ये अरबींना सत्ता, प्रशासन, साहित्य, तंत्रज्ञान आणि धर्माची भाषा बनविण्याच्या पक्षामध्ये देशी पहलवीची पूर्ण प्रकारे उपेक्षा केली गेली. बऱ्याच संख्यामध्ये जुन्या पहलवी शब्दांना संशोधित रुपाने अरबी भाषेत समाविष्ट केले गेले.

18.3.2 दुसरी लाट

काही बिंदूंना घेऊन जमीनी स्तरावर अरबीकरणाच्या विरोधात असंतोष आहे, म्हणून वेगळे फारसी/ईराणी ओळखीचे बीज पुन्हा समोर आले. फिरदौसी, गोरगनि सारख्या फारसी विद्वानांनी साहित्याची रक्षा केली आणि त्याला पुनर्जिवीतकरण्याचा प्रयत्न केला किंवा ईराणी सांस्कृतिक लक्षणे आणि विशेषतांबरोबर पहलवी भाषा पाठ करण्याचा प्रयत्न केला. त्यातील काही लोक इस्लामी कायदा किंवा संवेदनशीलतेच्या विरुद्ध होते. त्यांनी, पुनर्जीवित करण्याच्या प्रयत्नामध्ये, अरबीच्या कोणत्याही शब्दाला सामील न करता, पहलवीच्या एका प्रारुपाचा वापर करण्याचा प्रयत्न केला. तरी सुदधा फारसी भाषेत आता संशोधित अरबी लिपीचा उपयोग केला जातो.

ही दुसरी लाट होती, फारसी पुनः आपल्या मूळ शास्त्रीय अवेस्तन संस्कृतीची मूळे आणि खोड़ाबरोबर स्वतःला जोडू शकली नाही. याला मुख्य अरब इस्लामीचे मूळ आणि खोडाच्या रुपामध्ये एका वेगळ्या फांदीच्या रुपामध्ये जोडले जाऊ लागले. ईरान, अरब–इस्लामिक उप–सभ्यतेचे प्रतिष्ठित केन्द्र बनले गेले.

18.3.3 तिसरी लाट

तेव्हा तिथे रुमी आणि हाफेजसारखे खूप लोकप्रिय धार्मिक आणि दार्शनिक कवी होते. त्यांनी अरबीचा वेगळ्या प्रकारे उपयोग करत नव्या फारसीमध्ये स्वतःला अभिव्यक्त केल्यापासून असे इंगित होते की, त्या वेळेपर्यंत फारसी जिवंत होती आणि साहित्यिक तथा लोकप्रिय भाषेच्या रुपात हिंदोळे मारत होती. जिथे अरबी धार्मिक आणि विज्ञानाची भाषा होती, तिथेच फारसी रहस्यावादी भाषा होती. काळाबरोबर ही न्यायालयीन भाषेच्या रुपामध्ये सुद्धा विकसित झाली. असे न केवळ ईराणमध्ये झाले तर तुर्कीच्या ऑटोमन (तुर्क) आणि भारतामध्ये मुघल साम्राज्यामध्ये सुद्धा झाले. अशाप्रकारे सत्ता पदानुक्रमच्या मामल्यामध्ये वसाहतवादी साम्राज्य निर्माण मार्गावर फारसी भाषा आणि संस्कृती इस्लामी सभ्यतेच्या पाठीवर स्वार होऊन पुढे गेली.

ही खूप मर्यादेपर्यंत एक संकरीत फारसी होती. तरी ही आकर्षक भाषा होती. अशाप्रकारे, या महान कवी दार्शनिकांनी खास दार्शनिक उपयोगासाठी अरबी तांत्रिक शब्दावलीचा उपयोग केला, परंतु अन्य गोष्टींसाठी शुद्ध फारसी शब्दांचाच प्रयोग केला होता.

या काळापर्यंत ध्वनींचे मौलिक प्रारुप बदलले होते. फारसी लोक आपल्या दूरच्या पूर्वजांच्या नावाचे व्यवस्थित उच्चारण सुद्धा करु शकत होते, जसे 'ट्रिटौना' शब्द बदलून 'फेरीदून' बनला. त्यांनी आपल्या मूळ ध्वनींपासून सुटका करण्याचा निर्णय घेतला. फारसीला अरबी बरोबर मिश्रित केले गेले, जसे नरम आणि उष्म 'वे' च्या रुपामध्ये 'सा' ला 'वे' मध्ये परिवर्तित केले गेले. अशाप्रकारे अरबीच्या अनुरुप करण्यासाठी आंशिक रुपाने त्यांच्या जुन्या स्वरांना संशोधित केले गेले आणि आंशिक रुपाने त्यांच्या जुन्या स्वरांना हटविले गेले. ज्यामुळे ते फक्त वेगळे दिसतील. अशा पद्धतीने फारसी भाषा आपल्या वर्तमान स्वरुपामध्ये आली आणि जुन्या भाषेची जागा घेतली. आधुनिक ईराणी विद्वानांनी अरबी प्रभावाच्या फारसी मातृभाषेबद्दल आपले दृष्टीकोन मवाळ ठेवले. या मृदु व्यवहाराच्या परिणामस्वरुप अरबीवर अनुग्रह बनून राहिला.

दिशा –निर्देश

तकामध्ये, तेहरानमध्ये अन्य बोलींच्या तुलनेमध्ये फारसी बोली ध्रतेने उदयास आली. ज्याला 1787 मध्ये काजार राजवंशाद्वारा या राजधानीच्या रुपामध्ये निवडले गेले होते. ही आधुनिक फारसी बोली समकालीन 'स्टैंडर्ड फारसी' चा आधार बनली आहे, जिने मध्ययुगीन शास्त्रीय 'फारसीचे' स्थान घेतले आहे.

आधुनिक काळात इस्लामी क्रांतीच्या अगोदर जोर दिला गेला होता आणि विस्ताराच्या मामल्यात काही प्रमाणात (ईराण– ईराक युद्धाच्या दरम्यान अरब विरोधी भावनेच्या कारणामुळे) जिथपर्यंत शक्य झाले, तिथपर्यंत फारसीच्या रुपात आधुनिक शब्दावली ठेवण्याचा प्रयत्न केला गेला. क्रांतीच्या अगोदर अहमद कसरवि सारखे ईराणचे बुद्धिजीवी दृढ़तेने फारसी भाषेच्या अरबी करणाच्या विरोधात उभे होते. ते हे दाखविण्यासाठी कठीण प्रयत्न करत हाते की तुर्क–ईराणी, जे सर्वात मोठे जातीय अल्पसंख्यांक होते, हे वास्तवामध्ये जातीय फारसी होते, ज्यांची पितृक भाषा फारशीऐवजी तुर्कीकडून आली होती. आणि ज्यापासून ईराणी राष्ट्रीयता उद्घाटित झाली होती. जसे वेस्टफाालियन अवधारणा राष्ट्रीयतेसारखी प्रतीत होते, जे जातीय आणि भाषाई समानता आणि एकीकरणावर आधारित आहे. ईराण अन्य ईरानिक देशांच्या (कुर्दिश, ताजिक आणि उत्तर–पश्चिमी अफगानिस्तानमध्ये सुद्धा) मध्ये एक सांस्कृतिक आणि महत्त्वपूर्ण देश आहे, परंतु याच्या राजनैतीक ओळखीच्या अपयशामागे विरोधाभासांचा हात राहिला आहे, भले तो शिया आणि सुन्नी किंवा भाषाई, किंवा पूर्व इस्लामी इतिहास असो आणि भारताबरोबर आत्मीयता संबंध.

ईराणी इस्लामवादींमध्ये निरंतर चिंतेचा विषय हा सुद्धा आहे की, ते पश्चिमी सांस्कृतिक आक्रमण अथवा आपल्या गुरुत्वीय आकर्षणावर काय विचार करतील? एका शतकापेक्षा अधिक काळापासून ईराणी समाजाच्या काही वर्गावर पश्चिमी सनक हावी झाली आहे. पश्चिमी सनक (नशेच्या रुपामध्ये) साजरी केली आणि त्याचा विरोध सुद्धा झाला. लोकप्रिय पश्चिमी कम्युनिस्ट तत्त्वांबरोबर ईस्लामी क्रांती करण्यासाठी अग्रणी विचारक अलीटी शरीयती आणि आलोचनेसाठी विद्वान जलाल अल–ई अहमद द्वारा शब्द 'घरबजादेगि' कोरले गेले. म्हणून पश्चिमी सनकी विरुद्ध किंवा प्रतिक्रियेमध्ये सुद्धा भाषेला स्थिर ठेवण्यासाठी ऋण शब्दांच्या मोठ्या आयाताची गरज अनुभव केली गेली.

स्पष्ट जाहिर होते की, सर्वात जास्त तांत्रिकी, दार्शनि
धार्मिक शब्दावलींच्या दीर्घकालीन नवनिर्मित प्रयोगाप
वाचवण्यासाठी फारशींना अरबीकडे वळावे लागले. फारशी शब्दाव
कठीण आहे, कारण अवेस्तनजवळ वाक्य रचनांमध्ये व्याकरणाची मूळे ना
आणि म्हणून त्यांना एकत्र त्या शब्दांना गुंफण्याची आवश्यकता आहे किंवा संस्कृ
सारखे फारसी शब्दांमध्ये संशोधन करावे लागेल. परंतु अरबी वाक्य रचनेला संस्कृत सारख्या मूळांच्या आधारावर वर्गीकरण केले जाते, आणि म्हणून ही नवीन व्यवस्थित शब्दावली तयार करणे सोपे आहे. अवेस्तनच्या उन्मूलनानंतर फारसी व्याकरण अरबीमध्ये लिहिले गेले, आजसुद्धा वर्गामध्ये अरबी शिक्षणाबद्दल रुची यासाठी आहे. कारण याची परावलंबिता फारसी भाषा शिकण्याच्या मानकाचे भाग आहे.

फारसीला पुन्हा आपली मातृभाषा अवेस्तनबरोबर जोडण्यासाठी वास्तविक विवर्तनिक सभ्यता बदलण्याची आवश्यकता असेल. (किंवा सर्व व्यावहारिक उद्देशांसाठी संस्कृतचे ही तितकेच महत्त्व आहे, असे असून सुद्धा अवेस्तन व्याकरणाचे अस्तित्व आता नाही आहे, तरी सुद्धा भारतात फारसी विद्वानांद्वारा पाणिनीच्या संस्कृत व्याकरणाचा कीस पाडला जात आहे.) शेवटी ही आवश्यकता आणि संभाव्यतेची गोष्ट आहे, जी परिस्थिती आणि महत्त्वाकांक्षेचे कारक आहे.

वर्तमानामध्ये सुद्धा रोज वापरल्या जाणाऱ्या सरळ फारसी शब्दांना घेऊन प्रयोग केला जाऊ शकतो. अरबीपेक्षा अधिक तांत्रिकी शब्दांना घेऊन आणि वैज्ञानिक ऋण शब्दांची एक मोठी संख्या पश्चिम, अधिकाधिक फ्रेंचपासून आणि कधी–कधी इंग्रजीपासून घेऊन आधुनिक शब्दावली तयार केली जाऊ शकते.

18.5 आधुनिक फारसीचे कार्यान्वयन

आपल्याला हे बघावे लागेल की ईराणने कसे आधुनिक भाषेच्या रुपात फारसीला लागू केले आहे. पर्शियन (फारसी) भाषेमध्येच कितीतरी बोली आहेत. बोलीच्या संस्करणापासून लिखित फारसीला सुद्धा खूप काही वेगळे केले जाऊ शकते. ईराणने फारसी मानकीकरण आणि नवीनतम तांत्रिकी आणि सांस्कृतिक प्रवृत्तींबरोबर स्वतःला अद्ययावत ठेवण्यासाठी एक केंद्रीकृत सरकारी निकाय बनविला आहे. या निकायाला देशभराच्या विभिन्न विश्वविद्यालयांशी संबंधित विद्वान आणि प्रोफेसरांची परिषद चालवत आहे. या निकायाला 'फरहंगजेस्तान–ई–जबान वा अदब–ई–फारसी' म्हणजेच 'फारसी भाषा आणि साहित्यासाठी सांस्कृतिक निकाय' म्हटले जाते.

स्पष्ट जाहिर होते की, सर्वात जास्त तांत्रिकी, दार्शनि[illegible] धार्मिक शब्दावलींच्या दीर्घकालीन नवनिर्मित प्रयोगाप[illegible] वाचवण्यासाठी फारशींना अरबीकडे वळावे लागले. फारशी शब्दाव[illegible] कठीण आहे, कारण अवेस्तनजवळ वाक्य रचनांमध्ये व्याकरणाची मूळे ना[illegible] आणि म्हणून त्यांना एकत्र त्या शब्दांना गुंफण्याची आवश्यकता आहे किंवा संस्[illegible] सारखे फारसी शब्दांमध्ये संशोधन करावे लागेल. परंतु अरबी वाक्य रचनेला संस्कृत सारख्या मूळांच्या आधारावर वर्गीकरण केले जाते, आणि म्हणून ही नवीन व्यवस्थित शब्दावली तयार करणे सोपे आहे. अवेस्तनच्या उन्मूलनानंतर फारसी व्याकरण अरबीमध्ये लिहिले गेले, आजसुद्धा वर्गामध्ये अरबी शिक्षणाबद्दल रुची यासाठी आहे. कारण याची परावलंबिता फारसी भाषा शिकण्याच्या मानकाचे भाग आहे.

फारसीला पुन्हा आपली मातृभाषा अवेस्तनबरोबर जोडण्यासाठी वास्तविक विवर्तनिक सभ्यता बदलण्याची आवश्यकता असेल. (किंवा सर्व व्यावहारिक उद्देशांसाठी संस्कृतचे ही तितकेच महत्त्व आहे, असे असून सुद्धा अवेस्तन व्याकरणाचे अस्तित्व आता नाही आहे, तरी सुद्धा भारतात फारसी विद्वानांद्वारा पाणिनीच्या संस्कृत व्याकरणाचा कीस पाडला जात आहे.) शेवटी ही आवश्यकता आणि संभाव्यतेची गोष्ट आहे, जी परिस्थिती आणि महत्त्वाकांक्षेचे कारक आहे.

वर्तमानामध्ये सुद्धा रोज वापरल्या जाणाऱ्या सरळ फारसी शब्दांना घेऊन प्रयोग केला जाऊ शकतो. अरबीपेक्षा अधिक तांत्रिकी शब्दांना घेऊन आणि वैज्ञानिक ऋण शब्दांची एक मोठी संख्या पश्चिम, अधिकाधिक फ्रेंचपासून आणि कधी–कधी इंग्रजीपासून घेऊन आधुनिक शब्दावली तयार केली जाऊ शकते.

18.5 आधुनिक फारसीचे कार्यान्वयन

आपल्याला हे बघावे लागेल की ईराणने कसे आधुनिक भाषेच्या रुपात फारसीला लागू केले आहे. पर्शियन (फारसी) भाषेमध्येच कितीतरी बोली आहेत. बोलीच्या संस्करणापासून लिखित फारसीला सुद्धा खूप काही वेगळे केले जाऊ शकते. ईराणने फारसी मानकीकरण आणि नवीनतम तांत्रिकी आणि सांस्कृतिक प्रवृत्तींबरोबर स्वतःला अद्ययावत ठेवण्यासाठी एक केंद्रीकृत सरकारी निकाय बनविला आहे. या निकायाला देशभराच्या विभिन्न विश्वविद्यालयांशी संबंधित विद्वान आणि प्रोफेसरांची परिषद चालवत आहे. या निकायाला 'फरहंगजेस्तान–ई–जबान वा अदब–ई–फारसी' म्हणजेच 'फारसी भाषा आणि साहित्यासाठी सांस्कृतिक निकाय' म्हटले जाते.

दिशा – निर्देश

...तकामध्ये, तेहरानमध्ये अन्य बोलींच्या तुलनेमध्ये फारसी बोली ...तेने उदयास आली. ज्याला 1787 मध्ये काजार राजवंशाद्वारा ...या राजधानीच्या रुपामध्ये निवडले गेले होते. ही आधुनिक फारसी बोली समकालीन 'स्टैंडर्ड फारसी' चा आधार बनली आहे, जिने मध्ययुगीन शास्त्रीय 'फारसीचे' स्थान घेतले आहे.

आधुनिक काळात इस्लामी क्रांतीच्या अगोदर जोर दिला गेला होता आणि विस्ताराच्या मामल्यात काही प्रमाणात (ईराण– ईराक युद्धाच्या दरम्यान अरब विरोधी भावनेच्या कारणामुळे) जिथपर्यंत शक्य झाले, तिथपर्यंत फारसीच्या रुपात आधुनिक शब्दावली ठेवण्याचा प्रयत्न केला गेला. क्रांतीच्या अगोदर अहमद कसरवि सारखे ईराणचे बुद्धिजीवी दृढ़तेने फारसी भाषेच्या अरबी करणाच्या विरोधात उभे होते. ते हे दाखविण्यासाठी कठीण प्रयत्न करत हाते की तुर्क–ईराणी, जे सर्वात मोठे जातीय अल्पसंख्यांक होते, हे वास्तवामध्ये जातीय फारसी होते, ज्यांची पितृक भाषा फारशीऐवजी तुर्कीकडून आली होती. आणि ज्यापासून ईराणी राष्ट्रीयता उद्‌घाटित झाली होती. जसे वेस्टफाालियन अवधारणा राष्ट्रीयतेसारखी प्रतीत होते, जे जातीय आणि भाषाई समानता आणि एकीकरणावर आधारित आहे. ईराण अन्य ईरानिक देशांच्या (कुर्दिश, ताजिक आणि उत्तर–पश्चिमी अफगानिस्तानमध्ये सुद्‌धा) मध्ये एक सांस्कृतिक आणि महत्त्वपूर्ण देश आहे, परंतु याच्या राजनैतीक ओळखीच्या अपयशामागे विरोधाभासांचा हात राहिला आहे, भले तो शिया आणि सुन्नी किंवा भाषाई, किंवा पूर्व इस्लामी इतिहास असो आणि भारताबरोबर आत्मीयता संबंध.

ईराणी इस्लामवादींमध्ये निरंतर चिंतेचा विषय हा सुद्‌धा आहे की, ते पश्चिमी सांस्कृतिक आक्रमण अथवा आपल्या गुरुत्वीय आकर्षणावर काय विचार करतील? एका शतकापेक्षा अधिक काळापासून ईराणी समाजाच्या काही वर्गावर पश्चिमी सनक हावी झाली आहे. पश्चिमी सनक (नशेच्या रुपामध्ये) साजरी केली आणि त्याचा विरोध सुद्‌धा झाला. लोकप्रिय पश्चिमी कम्युनिस्ट तत्त्वांबरोबर ईस्लामी क्रांती करण्यासाठी अग्रणी विचारक अलीटी शरीयती आणि आलोचनेसाठी विद्वान जलाल अल–ई अहमद द्वारा शब्द 'घरबजादेगि' कोरले गेले. म्हणून पश्चिमी सनकी विरुद्ध किंवा प्रतिक्रियेमध्ये सुद्‌धा भाषेला स्थिर ठेवण्यासाठी ऋण शब्दांच्या मोठ्या आयाताची गरज अनुभव केली गेली.

आधुनिक काळात अनेक फारसी बुद्धीजीवींनी फारसी अरबीपासून इतर एका वेगळ्या लिपीबरोबर पक्ष आणि विपक्षावर विचार केला आहे. या विद्वानांमध्ये एफ. अखुंदजदेह, एम.ए. जमालजदेह, एस. हेदायत मेलकॉम खान, ए. टेलेवॉफ, जडे मराकेयी आणि ए. कसरवि समाविष्ट आहेत.

जसे की वरच्या खंडामध्ये सांगितले गेले आहे, स्वीकारल्या गेलेल्या आयातीत शब्दाला फारसी भाषेच्या वर्तमान ध्वनींच्या अक्षरमालेचे पालन केले पाहिजे आणि या अर्थामध्ये लिपी स्वतःच शब्दाला आत्मसात करण्यामध्ये मदत करते. अशाप्रकारे माप आणि अन्य मानक चिकित्सा तथा तांत्रिकी शब्द–जाळाच्या एककांच्या बाबतीत आंतरराष्ट्रीय स्तराच्या काही मानकीकरणाची आवश्यकता आहे.असे असून सुद्धा त्यांना फारसी भाषेमध्येच ठेवले जाणार आहे. याच्या उच्चारणामध्ये सहायतेसाठी फारहंजेस्टानने विशेष चिन्हांच्या उपयोगाचा सल्ला दिला आहे. परंतु हे सुद्धा कठीण होऊ शकते, कारण भाषेमध्ये ते विशेष संकेत सामान्यपणे उपयोग आणले जात नाहीत आणि त्यांच्यामुळे सामान्य माणसाचे उच्चारण निश्चित रुपाने लिपीपासून प्रभावित होते.

अशाप्रकारे, कदाचित राजकारणाबरोबर व्यावहारिक कारणाने सांस्कृतिक निहीतार्थ असताना असे करणेसुद्धा आधुनिक काळामध्ये ध्रुवीकृत ईराणी समाजामध्ये विभाजनकारी आहे. म्हणून 'सार्वभौमिक फारसी लिपी' मध्ये वर्तमान लिपीचा बदल नाही केला गेला.

18.5.1 क्षेत्रीय अथवा देशीय जातीचा उपचार

ईराणने एका शतकापेक्षा अधिक काळापासून फारसीकरण नीतीला घेऊन आक्रमक दृष्टीकोन स्वीकारले असे कोणत्याही विघ्नाशिवाय केले गेले आहे आणि त्या खास क्षेत्रामध्ये, जिथे देशी अल्पसंख्यकांची संख्या जास्त प्रमाणात आहे. या नीतीचा तिथे खूप विरोधसुद्‌धा झाला आहे, आणि काही अलगाववादी भावना प्रदर्शित झाल्या आहेत. उदाहरणासाठी, पूर्वी अजरबेजानचे राज्य, जे इंग्रजी बहुल क्षेत्र आहे, तेथील लोक शाळा आणि बाजारामध्ये फारसी नाही तर इंग्रजीचा वापर करणे पसंत करतात. व्यापारी समुदायामध्ये सुद्‌धा इंग्रजी बोलीला जाणणे एक परिसंपत्ती मानले जाते. याचे कारण हे आहे की, त्या क्षेत्रामध्ये इंग्रजीचे महत्त्वपूर्ण प्रतिनिधित्व आहे. जिथपर्यंत शालेय शिक्षण आणि राज्याच्या समर्थनामध्ये मानकाचा प्रश्न आहे तर फारसी बोली स्वतःच उपेक्षित राहिल्या आहेत.

18.5.2 मानकीकरणासाठी नीतींची सूची

फारहंजेस्टान 'शब्दांची निवड' (गोरुह ई वजहे गोजिनि) साठी एक विशेष समूह बनविला आहे. ते शब्दांची निवड आणि प्रकाशनासाठी सामान्य दिशा निर्देश तयार करण्यामध्ये खालील गोष्टींवर लक्ष देतात,

1. गैर–तांत्रिकी शब्द आणि त्यांचा प्रयोग,
2. पश्चिमेकडून आयातीत शब्द,
3. विज्ञान आणि शिक्षणाच्या अन्य भाषांना फारसीकृत करणे,
4. शब्दांच्या निवडीसाठी मानक तयार करणे,
5. शब्द मानकीकरणासाठी पद्‌धती विकसित करणे,
6. नवीन शब्दावली तयार करणे,
7. नव्या शब्दांना स्वीकारण्यासाठी नियम बनविणे,
8. समकक्ष शब्दांच्या मानकीकरणासाठी नियम तयार करणे.

18.5.3 नव्या लिपीच्या उपयोगावर विचार

वर्तमानामध्ये फारसीची जी लिपी उपयोग केली जात आहे, ती अरबी लिपीचे एक संशोधित रुप आहे. तरीही अरबी लिपीला जेव्हा स्वर चिन्हांविना सामान्य रुपाने वापरले जाते तर ती खूप अचूक बनत नाही. जसे की, फारसीबरोबर सामान्यपणे झाले आहे, लिपीला स्वीकारण्यासाठी भाषेच्या स्वरांमध्ये संशोधनाची गोष्ट राहणार नाही. अशा प्रकारे, काळाच्या बदलाबरोबर 'हिज्जे' कोणत्याही भाषेच्या स्वरांमध्ये महत्वपूर्ण भूमिका बजावते.

19. जपान-जपानी भाषेमध्ये शिक्षण प्रणाली

– राकेश मोहन दास

जपानी भाषेच्या प्राचीन इतिहासाबद्दल खूप कमी माहिती उपलब्ध आहे. आठव्या शतकाच्या अगोदरच्या जुन्या ग्रंथांविषयी माहिती मिळू शकत नाही. असे असून सुद्धा, सहाव्या शतकाच्या आस–पास बौद्ध धर्माच्या प्रसाराच्या माध्यमातून चीनी लेखन प्रणाली जपानसाठी आयात केली गेली होती. अगोदरच्या ग्रंथांना शास्त्रीय चीनीमध्ये लिहीले गेले होते. (केवळ वेळ मर्यादेचा विचार करता, भारतात 12 शतकांपूर्वीच, पाणिनी द्वारा संस्कृत व्याकरण खूप चांगल्या प्रकारे लिखित आणि संरचित केले गेले होते. तसेच समृद्ध ग्रंथांची रचना झाली होती) या लेखात देशातील सर्व क्षेत्रांमध्ये देशी भाषा जपानीच्या वापराच्या सीमेवर लक्ष्य वेधले गेले आहे. वर्तमानामध्ये जर कोणी विचारतो की, विकासाव्यतिरिक्त जपानीची विशिष्ट विशेषता काय आहे, तर सरळ उत्तर असेल–

- रस्ता आणि बाजाराच्या आसपास जपानी पांडुलिपी आणि शिलालेख.
- छोट्या अथवा मोठ्या बौद्ध मठ आणि शिंटोची असंख्य मंदिरे.
- परंपरागत किमोनो वस्त्र धारण करुन जपानी महिला व्यावसायिकांचे रस्त्यांवर फिरणे.
- हाव–भाव आणि बोलचालीमध्ये लोकांची खूपच विनम्रता.

यावरुन स्पष्ट रुपाने जपानी लोकांची आपल्या संस्कृती विषयी गंभीरता आणि समर्पण सिद्ध होते. जपान 'जपानी' म्हणजेच आपल्या प्रकारे आधुनिकीकरण करत आहे, तरीही जपान संभवतः कोणालाही ठेच न पोहोचवता आणि विदेशींमध्ये ईर्ष्या उत्पन्न न करता आपली संस्कृती आणि भाषेसाठी गर्व तसेच आपलेणाची भावना दाखविण्याची करण्याचे सर्वात चांगले उदाहरण आहे.

जपानी लोक सहज रुपाने लाजाळू आणि विनम्र असतात. आता सुद्धा त्यांना आपल्या देशावर गर्व आहे. ते प्रत्येक गोष्टीसाठी क्षमा मागतात आणि आभार व्यक्त करतात. ते इंग्रजी बोलण्यात सक्षम नसल्याने विदेशींशी ईमानदारीने माफी मागतात, परंतु ते आपल्या भाषेवर खूप मजबूत पकड ठेवतात.

जपानी शिक्षण प्रणाली एका व्यक्तीच्या मनावर खोलवर परिणाम करते. वास्तवामध्ये, जपानच्या शिक्षण प्रणालीने दुसऱ्या महायुद्धाच्या समाप्तीनंतर

जपानला रुळावर आणण्यासाठी दशकांमध्ये वेगाने आर्थिक विकासामध्ये एक केंद्रीय भूमिका बजावली होती. किंडरगार्टेन (बालवाडी) मध्ये मुलांना जपानी अक्षर दाखविले जात आहे. (हीरागाना– स्वर प्रणाली, ज्यामध्ये स्वदेशी अक्षर/शब्दांना स्वीकारले गेले आहे, काताकाना–स्वर प्रणाली, मध्ये स्वदेशी अक्षर/शब्दांना स्वीकारले गेले आहे, काताकाना आयातीत आणि विदेशी शब्द समावित केले गेले आहे.) ते नंतर आपल्या प्राथमिक विद्यालयामध्ये कांजी शाब्दिक लिपी शिकतात. इंग्रजी भाषा ज्युनियर हाईस्कूलच्या माध्यमातून हाईस्कूल शिक्षणाच्या शेवटपर्यंत लागू आहे, जी दुसऱ्या भाषेच्या रुपामाध्ये प्राथमिक विद्यालयाच्या माध्यमामध्ये सुरु केली गेली. उच्च विद्यालयामध्ये स्नातक होण्यासाठी इंग्रजी विषयाच्या परीक्षांमध्ये पास होणे अनिवार्य आहे. तरीसुद्धा हे उच्च शिक्षणासाठी आवश्यक नाही तरीही एक उपलब्धी आहे.

जपानमध्ये शिक्षण प्रणालीच्या काही दृष्टीकोनांना मी इथे ठेवू इच्छितो, जे की माझ्या काही सहयोगीच्या अनौपचारिक साक्षात्कारांवर आधारित आहे.

सर्व जपानी मुले प्राथमिक पासून हायस्कूलपर्यंत आपल्या देशी भाषेच्या माध्यमामध्ये शिक्षित होत आहेत. प्राथमिक शाळेची चौथी/पाचवी ग्रेड पासून इंग्रजीला सक्तीने शिकविले जात आहे. तसेच विदेशी निवासीय मुलांसाठी इंग्रजी माध्यमाच्या शाळा खूप कमी आहेत. सर्व इंजीनियरिंग, मेडिकल आणि बिजनेस शाळांमध्ये जपानी माध्यमातून शिक्षण दिले जात आहे. व्याख्यान आणि इथपर्यंत की प्रयोगशाळेमध्ये प्रयोगाचे निर्देश सुद्धा जपानी भाषेमध्ये दिले जातात. त्या काळामध्ये कधी–कधी संकेतांसाठी इंग्रजी शब्दावलींचा आंतरराष्ट्रीय समुदायामध्ये पुस्तके आणि शोध पत्रांची भागीदारी, तसेच त्यांचा लाभ घेण्यासाठी त्यांना इंग्रजीमध्ये प्रकाशित केले आहे. एका सेमीस्टरमध्ये इंग्रजी भाषेमध्ये निवडक वैकल्पिक पाठ्यक्रम करविले जात आहेत. इंग्रजी तांत्रिक शब्दांचा व्यापक रुपाने उपयोग जपानी अनुदेश द्वारा स्वीकारला जातो, आणि तो काताकांना लिपीमध्ये लिहीला जात आहे. पाठ्य–पुस्तकांचे प्रकाशन जपानी भाषेमध्येच होते. इंग्रजी माध्यमाच्या काही पुस्तकांना प्रशिक्षक/प्रोफेसर द्वारा पुढे शिकण्यासाठी विद्यार्थ्यांना सल्ला दिला जातो. काही प्रसिद्ध पुस्तकांचे प्राध्यापकांद्वारा जपानीमध्ये अनुवाद केले जात आहेत.

माझ्या समजुतीने क्योटो विश्वविद्यालय जपानचे दूसरे सर्वात चांगले विश्वविद्यालय आहे आणि जगातील विश्वविद्यालयांमध्ये 32व्या स्थानावर आहे. जिथे जपानी शिकणाऱ्या काही आशियाईना सोडून पदवी शिक्षणासाठी कोणीसुद्धा विदेशी विद्यार्थी नोंद करत नाहीत, जे मुख्यरुपाने आशियााई आहेत. शिक्षण, संस्कृती, खेळ, विज्ञान आणि प्रोद्योगिक मंत्रालय (एमईएक्सटी) मध्यवर्ती (कोर) विश्वविद्यालयाची स्थापना आणि त्यांचे आंतरराष्ट्रीयकरण करण्यासाठी 'जॅपनीज सोसायटी फॉर प्रमोशन ऑफ साइंस' (जे. एस. पी. एस.) जशा काही कार्यक्रमांना प्रोजेक्टच्या रुपामध्ये प्रोत्साहन देतात. प्रवेशाच्या अगोदर विशेष इंग्रजी परीक्षा आयोजित केली जाते. विदेशी विद्यार्थ्यांसाठी इंग्रजी माध्यमांमध्ये कोर्स करविले जात आहेत. आणि निवडक विद्यार्थ्यांना वित्तीय सहायता देखील प्रदान केली जाते.

जपानी सिविल सेवा परीक्षांमध्ये सुद्धा जपानची पकड़ आणि भाषेच्या प्रति जागरुकतेचे स्पष्ट संकेत मिळतात. परीक्षा चार भागामध्ये करविली जाते. सर्वात अगोदर सर्व क्षेत्रांमध्ये प्राथमिक स्तरांच्या ज्ञानाचे परीक्षण होते. या अनुभागामध्ये इंग्रजी भाषेवर काही प्रश्न देखील होतात. दुसऱ्या अनुभागामध्ये विशेषज्ञ स्तराची परीक्षा होते, ज्यामध्ये कायदा, अर्थशास्त्र, राजनीती विषयांमधून उमेदवार कोणताही एक विषय निवडू शकतो. तिसऱ्या अनुभागामध्ये उमेदवाराला समकालीन मुद्द्यांवर एक निबंध लिहायचा असतो, ज्यापासून तो जपानी भाषा आणि साहित्याबरोबर सामान्य ज्ञानामध्ये आपली दक्षता सिद्ध करु शकेल. आणि शेवटी एक मंडळ (पॅनल) जपानी भाषेमध्ये मुलाखत घेते. जरी परीक्षेची ही संरचना भारताप्रमाणेच खूप मोठी आहे, परंतु विरोधाभासी आणि आवश्यक बिंदू हा आहे की भारतामध्ये इंग्रजी भाषेचे महत्त्व आहे. काही निवडक उमेदवारांना लवकरच आंतरराष्ट्रीय प्रतिनिधी आणि कुशल राजनीतीज्ञ बनविले जाते. तरीही याच्यासाठी त्यांना केवळ इंग्रजी भाषेची प्रारंभिक स्तराची परीक्षा पास करायची असते. जरी विश्वास नाही, तरीदेखील मला वाटते की त्यांच्या उमेदवारीच्या काळामध्ये (probation) त्यांना इंग्रजी भाषेमध्ये थोड्या प्रशिक्षणातून गेले पाहिजे. म्हणून असे सांगणे आहे की, इंग्रजी कुठेही शैक्षिक (academic) आकांक्षा नाही. परंतु दुसऱ्या देशांमध्ये संचारासाठी एका भाषेची गरज असते.

शेवटी दैनिक जीवनामध्ये भेटणाऱ्या 50 मधून फक्त एका व्यक्तीबरोबर तुम्ही इंग्रजीमध्ये बोलू शकता. सर्व संस्था, म्हणजेच बँका, टपालघर, दवाखाने, सरकारी कार्यालय, सार्वजनिक स्थान आणि शॉपिंग मॉलमध्ये संचाराच्या रुपामध्ये फक्त जपानीचा उपयोग केला जातो. काही ठिकाणी इंग्रजी दुभाषी काही स्थानावर काम करतात. अन्यथा एक अपरिचिताला (जो इंग्रजी बोलू शकतो) आपले काम करविण्यासाठी कोणत्यातरी व्यक्तीचा शोध घेण्यासाठी आपल्या नशीबावर विश्वास ठेवावा लागतो. एका व्यक्तीला कोणतेही काम करविण्यासाठी आपला अधिकांश वेळ इंग्रजी बोलणाऱ्या देशी व्यक्तीशी मैत्री करण्यामध्ये द्यावा लागतो. सामान्यतया जपानी लोक सामान्य रुपाने खूप शालीन आणि विनम्र असतात, जे वास्तवामध्ये त्यांच्या भाषा प्रबंधनाला शिकण्यासाठी प्रेरित करतात, हा कोणताही अडथळा नाही, परंतु रुचीच्या बाहेर आहे.

20. टीपा आणि संदर्भ

Dharampal, 1995.*The Beautiful Tree: Indigenous Indian Education in the Eighteenth Century, Other India Press*

Thiong'o Ngugi wa. 1986. *Decolonizing the Mind: The Politics of Language in African Literature.*

Vishwanathan, Gauri. 1998. Masks of Conquest, Oxford University Press

Gandhi, M.K. 1909. *Hind Swaraj or Indian Home Rule*

[1]http//data.worldbank.org/indicator/NY.GDP.PCAP.CD?order=w api data value 2013+wbapi data value+ wbapi data value last&sort=asc

GDP and population data from World Bank. Language data from CIA World Factbook and other sources.

[2] http//www.unima.mw/n-requirements.html#uee

Originally cited in " The English Class System, SOUTH ASIAN LANGUAGE REVIEW VOL.XVII.NO.1JANUARY 2007."Link currently unavailable.

[3] http://www.technion.ac.il/technian/studies/exchange/hebrew.html

Originally cited in "The English Class System, SOUTH ASIAN LANGUAGE REVIEW VOL.XVII. NO.1, January 2007." Link currently unavailable.

[4] Chen, Liyan, Asia's Largest Companies, Forbes June 2014.

https//www.forbes.com/sites/liyanchen/2014/06/04asias-largest-companies/#5447cb202022

[5] Wilson, Horace.(1836). *Education of the native of india.* Asiatic journal (please add page numbers if you have)quoted from viswanathan(1998:41).

[6] Thornton, Edward .(1852-53).P arliamentary papers. Quoted from Viswanathan(1998:23)

[7] http://www.business–standard.com/article/current-affairs/english-to-the-rescue-of-indians-113072000775 1.html

[8] Moon C, `Lagercrantz H, Kuhl PK. Language experienced in utero affects vowel perception after birth: a two-country study. Acta Paediatrica, 2013 Feb;102(2):156-60.

[9] http://www.washington.edu/news/2013/01/02/while-in-womb-babies-begin-learning-language-from-their -mothers/

[10] UNESCO (1953).*The use of the vernacular languages in education.* Monographs on Foundations of Education, No. 8. Paris: UNESCO.

[11] Mallikarjun, Y. Students taught in mother tounge perform better at primary school level

http://www.thehindu.com/news/nation/telangana/student-taught-in-mother-tounge-perform-better-at-primary-school-level/article7983652.ece

[12]Azam Mehtabul, et al. *The Returns to English- Languae Skills in India.* Economic Development and Cultural Change, (Volume6, No. 2, 2013, pp. 335-367)

[13] Pattern, Eileen. Racial, gender wage gaps persist in U.S. despite some progress. Pew Research Center,July206.

www.pewsarch.org/fact-tank/206/07/0/racial-gender-wage-gaps-persists-in-u-s-despite-some-progress/

[14] https//www.ef.edu/epi/regions/asia/ (The last snapshot of the page) shows Japan with an English Proficiency Index (EPI) of 52.34 vs. 60.59 and 56.2 of Philippines and India respectively.

[15] Azam,Mehtabul, t al. The Returns to English -Language Skills in India. Economic Development and Cultural Change, (volume 6, no.2,203,pp. 335-367)

[16] Bruthiaux, Paul. 2002. Hold your courses: Language education, Language choice and economic development. TESOL quarterly (Volume 36.3 page 275-276).

[17] Ufier, Alex. 2015. *The Impact of English Language Skills on National Income: A Cross National Comparison.*

https// www.fdic.gov/bank/analytical/cfr/bios/ufier-english-wp.pdf

[18]Name changed. Interview
https://twitter.com/sankrant/status/926358740860727297

[19] Anjali Modi. *India's craze for English- medium school is depriving many children of a real education.* -- https://scroll.in/article/750187/indiascraze-forenglish-medium-schools-is-depriving-many-children-of-a-real-education

[20] Kumar, Ashwini. The English medium System That IS Angrezi Raj. Parts of this section, including anecdotes of Prof. Shyam Menon and Govindam, and news account references, are adapted from this work. Permission to use is gratefully acknowledged. Additional anecdotes in the first are by author.

[21] *An'English goddess'for India's down -trodden.* https://www.bbc.com./news/world-south-asia-12355740.

[22]NewspaperClippings.https://www.bhashaneeti.org/dr-ambedkars-support-for-sanskrit/

[23]http://archive.indianexpress.com/news/the-death-of-anil-meena/923471/

[24] http://caravanmagazine.in/reportage/unheald-wounds

[25]http://www.newindianexpress.com/stats/tamil nadu/Engineering-student-ends-life-over-poor-English-skill/2013/11/14/article1889808.ece#UziHNajoQfQ

[26] As quoted in, Kumar,Ashwini. The English Medium system That IS Angreji Raj.http://www.thehindu.com/news/cities/chennai/firstyear-student-at-anna-university-commits-suicide/article3325338.ece

In an "update"edit on Jul 3,206 it appears The Hindu removed the words "due English(sic)" from the quote above.

[27] http://www.thehindu.com/news/national/tamil-nadu/for-dalit-students-its-a-nightmarish-leap-from-tamil-medium-to-english/article4686735.ece

[28] Masani, Zareer,26 November 2012.*English or Hinglish-which will India choose*? BBC News Magazine.

[29] Education First. Year 2012-2014 rankings. English Proficiency Index.

[30]Singh,Joga.2013. *International Opionion on Language Issues*.

[31] Kockakulah Ssabri,Ustunluoglu Evrim and Kockakulah Aysel.(Dec.2005).*The effect of teaching in native and foreign language on students' conceptual understanding in science courses. Asia-Pacific Forum o science Learning and Teaching.* (Volume 6, Issue 2)

http://www.thenhindu.com/news/national/tamil-nadu/for-dalit-students-its-a-nightmarish-leap-from-tamil-medium-to-english/article4686735.ece

[32] Murlidharan, Karthic. 2014. *A renewed model of education*. LiveMint. Web Link-
http://www.livemint.com/Opinion/t9oSpg4VnEgK6yKx3tmAXM/A-renewed-model-of-education.html

[33] Peer, Nitika. June13, 2014. 42% *of internet users in india use local language for accessing content:* IMRB. TechCircle.in.

[34] https://www.ft.com/content/b799cb04-2787-11e8-9274-2b13fccdc744

[35] https://qz.com/1217798/china-has-shot-far-ahead-of-the-us-on-ai-patents/

[36] https://timesofindia.indiatimes.com/india/Hindi-topples-Mandarin-as-widely-spoken- language/articleshow/46078856.cms

[37] https://ssc.nic.in/ Notice - Combined Graduate Level Examination, 2018

[38] Kuper,Simon.*The Problem with English*. FT Magazine,Jan 11, 2017.

https://www.ft.com/content/223af71a-d853-11e6-944be7eb38a6aa8e

[39] Briggs,Rick."Knowledge Representation in Sanskrit and Artificial Intelligence." Artificial Intelligence, vol. 6, no. 1.

[40] Crwford,James. 1990. Effective Language Education Practices and Native Language survival, Native American Language Issues.

[41] S. J. R. 72 Senate of the United. April27, 1981.97th Congress, 1st Session.

[42] Nelson, Keely.2005. Language Policies and Minority Resistance in China, Society for International Education Columbia University.

[43] Dwyer, Arienne M.6 May 2014. China's Language Policy Goes Global. World Politics Review.

[44] Persian Language publications. The Farhangestan e Zabaan va Adab e Faarsi- Iran's Language Council.